முனைவர் பக்தவத்சல பாரதி (பி. 1957) முப்பத்தைந்து ஆண்டுகளாக மானிடவியல் புலத்தில் இயங்கி வருகிறார். தமிழ்ச் சூழலில் மானிடவியல் சொல்லாடலை முன்னெடுத்ததில் இவருடைய பங்கு முதன்மையானது. இதுவரை 13 நூல்களை எழுதியும் 10 நூல்களைப் பதிப்பித்தும் மொழிபெயர்த்தும் உள்ளார்.

பாரதியின் பண்பாட்டு மானிடவியல் தமிழ் மானிடவியலின் விவிலியமாகக் கருதப்படுகிறது. இந்நூலும், தமிழர் மானிடவியல், மானிடவியல் கோட்பாடுகள் ஆகிய நூல்களும் பல்கலைக்கழகங்களில், பல கல்லூரிகளில் பாட நூல்களாக இருக்கின்றன. தமிழ்ச் சமூகத்தின் இருத்தலைத் திராவிட மானிடவியல், இன்றைய தமிழ்ச் சமூகம் ஆகிய நூல்கள் மூலம் நிறுவியுள்ளார். இலக்கிய மானிடவியல், பாணர் இனவரைவியல் இரண்டும் தமிழியற் புலத்தில் மிகுந்த கவனம் பெற்றுள்ளன. தமிழகப் பழங்குடிகள், தமிழகத்தில் நாடோடிகள், வரலாற்று மானிடவியல் ஆகியவை விளிம்புநிலை, பின் காலனியம் சார்ந்தவை. அண்மை வெளியீடான பண்பாட்டு உரையாடல் தமிழ்ச் சூழலில் கவனம் பெற வேண்டிய புதிய விவாதங்களுக்கு இட்டுச் செல்கிறது.

இலங்கை இந்தியப் புலங்கள் அறிவு நிலையிலும், அரசியல் நிலையிலும் மிகுந்த கவனத்தைக் கோருகின்றன. இலங்கையில் சிங்களவர் எனும் பாரதியின் மிக முக்கியமான நூல் சிங்களவருக்கென்று தனியான ஒரு மரபில்லை என்பதையும், தமிழ்மரபின் வார்ப்புகளையே கொண்டுள்ளார்கள் என்பதையும் நிறுவியுள்ளது. இலங்கை - இந்திய மானிடவியல் இப்புலத்தில் மேற்கொள்ளப்பட்ட ஓர் ஒப்பியல் ஆய்வாகும். சோழ மண்டல மீனவர், நரிக்குறவர் பற்றிய பாரதியின் இரண்டு ஆங்கில நூல்கள் மேற்குலக அறிஞர்களின் கவனத்தைப் பெற்றுள்ளன.

தமிழக அரசு, புதுவை அரசு, தமுஎகச, கலை இலக்கியப் பெருமன்றம், சுஜாதா அறக்கட்டளை, திருப்பூர் தமிழ்ச் சங்கம், உள்ளிட்ட பல அமைப்புகள் விருதுகள் வழங்கியுள்ளன. தற்போது புதுச்சேரி மொழியியல் பண்பாட்டு ஆராய்ச்சி நிறுவனத்தில் இயக்குநராகப் பணியாற்றிவருகிறார்.

பண்பாட்டு உரையாடல்

முன்மொழிவுகள் • விவாதங்கள் • புரிதல்கள்

பக்தவத்சல பாரதி

அடையாளம்

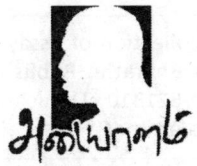

முதல் பதிப்பு 2017

© பக்தவத்சல பாரதி

வெளியீடு: அடையாளம், 1205/1 கருப்பூர் சாலை, புத்தாநத்தம் 621310, திருச்சி மாவட்டம், இந்தியா, தொலைபேசி: 04332 273444

நூல் வடிவம்: த பாபிரஸ், அச்சாக்கம்: அடையாளம் பிரஸ், இந்தியா

ISBN 978 81 7720 276 2

விலை:₹ 160

Panpaattu uraiyaatal is a collection of essays on cultural discourses in Tamil by S. Bhakthavatsala Bharathi, Published by Adaiyaalam, 1205/1 Karupur Road, Puthanatham 621310, Thiruchirappalli District, Tamilnadu, India, email: info@adaiyaalam.net

தமிழியல், நாட்டுப்புறவியல், பண்பாட்டியல், விளிம்பு நிலை ஆய்வுகள் முதலான துறைகளில் முன்னோடிப் பங்களிப்பைச் செய்த பேராசிரியர் இ. முத்தையா அவர்களின் அன்புக்கும் புலமைக்கும்...

பொருளடக்கம்

முன்னுரை ix

சமூக உரையாடல்

1 **அம்பேத்கர் மானிடவியல்**
உலக மானிடவியலர்களும் அம்பேத்கரும் 1

2 **பிராமணர் தோற்றம்**
வடஇந்தியப் பூர்வகுடியின் சாட்சியம் 25

3 **ஆதி தமிழ்ச் சமூகம்**
சாதிமுறைக்கு முந்தைய வடிவம் 33

4 **சமூகத் தூய்மையும் கலப்பும்**
ஆதியில் கலப்பு மணங்கள் 42

5 **இந்து-முஸ்லிம் இயைபு**
சமயங்களுக்கிடையிலான உரையாடல் 54

பாலின உரையாடல்

6 **ஆதியில் பெண் சுயாட்சி**
பெண்ணே முதல் விவசாயி 64

7 **பெண் சுயாட்சியின் தேய்மானம்**
தமிழ்ச் சமூகத்தில் பாலினப் படிமலர்ச்சி 74

இலக்கிய உரையாடல்

8 **சுதேசி இனவரைவியல்**
தமிழில் வட்டார நாவல்கள் 98

9	'பேச்சு' தந்த இலக்கியம் கி. ராவின் எழுத்தியல்	124
10	ஆதி கலைகள் சங்ககாலக் கலைகளும் கலைஞர்களும்	138
	உசாத்துணை	165
	சுட்டி	176

முன்னுரை

பண்பாட்டு உரையாடல் நமது வாழ்வாகவும் வாழ்வுமுறை யாகவும் அமைகிறது. அதில் நமக்கெல்லாம் முக்கியப் பங்குண்டு; நாமெல்லாம் முதன்மைப் பாத்திரங்களாக விளங்குகின்றோம். தனிமனிதராக, குடும்பமாக, குலம் - கூட்டம் - கோத்திரமாக, உட்சாதியாக, சாதியாக, இறுதியில் சமூகமாக அதில் பங்காற்றி வருகிறோம். ஒவ்வொரு நிலையிலும் பல்வேறு பங்கேற்பினைச் செய்துவருகிறோம். நமது பங்கேற்பே நமது உரையாடல். இங்கு உரையாடல் என்பது பேசுவதல்ல. பங்குபணியும் (role) பங்கேற்புமே உரையாடல்.

ஓர் உயிரினத்தின் (organism) இயக்கம் போன்றதுதான் பண்பாட்டு உரையாடல்களும். அவற்றுக்கான அமைப்பும் இயக்கமும் உண்டு. ஒரேயொரு வேறுபாடு மட்டும் உண்டு. உயிரினத்தின் இயக்கத்தை எப்போது வேண்டுமானாலும் தடைசெய்யலாம்; செயலிழக்கச் செய்யலாம். ஒரு கட்டத்தில் உயிரியானது இறந்துபோகவும் செய்யலாம். ஆனால் பண்பாட்டைப் போன்றே பண்பாட்டு உரையாடலும் அதீத உயிரியாக (super organic) உள்ளது. அதன் தொடர்ச்சியான இயக்கத்தை யாராலும் தடை செய்ய முடியாது. வேலைநிறுத்தம், உண்ணாவிரதம், போராட்டம், முள்வேலிக்குள் அடைத்தல் என எந்தவகையான தடைகள் வந்தாலும் அவை இயங்கிக் கொண்டே இருக்கும்.

பண்பாட்டு உரையாடல்கள் தனிமனிதர்களுக்கிடையில், குடும்பங்களுக்கிடையில், குலங்களுக்கிடையில், உட்சாதிகளுக் கிடையில், சாதிகளுக்கிடையில், சமுதாயங்களுக்கிடையில், சமயங்களுக்கிடையில், தத்துவங்களுக்கிடையில், மரபுகளுக் கிடையில் தொடர்ந்து அசைவியக்கம் கொண்டுள்ளன. இந்த உரையாடல்கள் அகவயமாகவும் புறவயமாகவும் நிகழ்கின்றன. மேலும், அவை நேர்மறையாகவும் எதிர்மறையாகவும் அர்த்தப்

படுகின்றன. சமூகத்தின் ஒத்திசைவாக்கத்திலும், முரண்பாட்டு அசைவியக்கத்திலும் இவையாவும் நேரடியாகப் பங்காற்றுகின்றன.

நமது வாழ்வுமுறை மிகவும் தொன்மையானது. அதனால் அது இன்று குறியீடுகளால் உருமாற்றப்பட்டுள்ளது. கூடவே, இன்றைய மிகு ஊடகங்கள் நம்மை ஒவ்வொரு கணமும் நெருக்கிக் கொண்டிருக்கின்றன. இந்த நெருக்குதல்கள் யாவும் நமக்குப் பல்வேறு உரையாடல்களைத் தந்துகொண்டு இருப்பதுடன், நமக்கான உரையாடல்களையும் தூண்டுகின்றன. உரையாடல்கள் இல்லாமல் எந்தக் கணமும் செலவழிவதில்லை. இவையின்றி நமது இருப்பை நிலைநிறுத்திக் கொள்ளவும் முடிவதில்லை.

இந்த நூல் 'பண்பாட்டு உரையாடல்' பற்றியது. அதுவும் தமிழ்ச் சூழலுக்குரியது. மானிடவியல் அடிப்படையில் முன்மொழிவு களையும், விவாதங்களையும், புரிதல்களையும் காண்பது. நீண்ட, நெடிய பண்பாட்டு வரலாற்றைக் கொண்ட தமிழ்ச் சமூகத்தின் பண்பியல்புகள் வெவ்வேறு காலகட்டங்களில் உருமாற்றம் அடைந்துள்ளன. இவற்றின் அடித்தளத்தில் நிகழ்ந்து வந்துள்ள அசைவியக்கங்களைப் பத்து களங்களில் இந்த நூல் விவாதிக்கிறது.

பண்பாட்டில் இயங்கும் உள்தளங்கள் (sub-domains) யாவும் ஒன்றுக்கொன்று ஒருங்கிணைந்துள்ளன. அவை முன்னெடுக்கும் உரையாடல்கள் அந்தந்தத் தளத்தில் சில அர்த்தங்களைத் தருவதோடு, பிற தளங்களோடு அசைவியக்கம் பெற்றுக் கூடுதல் அர்த்தங்களையும் உருவாக்குகின்றன. எல்லாத் தளங்களும் ஒன்றிணையும் போதே இயக்கம் முழுமை பெறுகிறது. மனித உடல் போன்றதுதான் பண்பாடும். இரத்தமண்டலம், சீரண மண்டலம், நரம்பு மண்டலம் எனப் பாகுபடுத்தினாலும், அனைத்தும் சேர்ந்தியங்கும் போதுதான் உடலியக்கம் முழுமை பெறுகிறது. இதுபோன்றதுதான் பண்பாடும். சாதி, சமூகம், வாழிடம், குடும்பம், திருமணம், உறவுமுறை, சமயம், சடங்குகள், விழாக்கள், பொருளாதாரம், வழக்காறுகள், இலக்கியம், நுகர்வு, அழகியல், கலைகள் என இதன் களங்கள் விரிந்து நிற்கின்றன.

பண்பாட்டின் உரையாடல்கள் பரந்துபட்டவை என்றாலும் இந்த நூலில் 'சமூக உரையாடல், 'பாலின உரையாடல்', 'இலக்கிய உரையாடல்' ஆகிய மூன்று முதன்மையான களங்கள் விவாதிக்கப் பெறுகின்றன. இவற்றில் பத்து இயல்கள் ஒழுங்கமைக்கப்

பட்டுள்ளன. இப்பரந்த களங்களின் முன்னெடுப்புகள் காலப் பார்வையோடும் (diachronic), தளப்பார்வையோடும் (synchronic) விவாதிக்கப்பெறுகின்றன. இதன் மூலம் தமிழ்ச் சமூகத்தின் நீண்டகால அசைவியக்கத்தையும், அதன் ஊடாக முன்னெடுக்கப் பட்ட உரையாடல்களையும் நாம் அவதானிக்கலாம்; தொடர்ந்து விவாதிக்கலாம்.

இந்த நூலின் முதலாவது இயல், அம்பேத்கர் மானிடவியல் பற்றியது. அம்பேத்கர் கொலம்பியா பல்கலைக்கழகத்தில் பொருளாதாரம், சட்டம், அரசறிவியல் ஆகியவற்றோடு மானிட வியலையும் படித்தவர். இவருடைய சாதியம் பற்றிய பங்களிப்பு தனித்துவமானது. உலக மானிடவியலாளர்களிடமிருந்து அம்பேத்கர் எவ்வாறு தனித்துவம் பெறுகிறார் என்பதை இதுவரை யாரும் ஒப்பிட்டு ஆராய்ந்ததில்லை. அந்த ஒப்பியலை முதல் இயல் முன்னெடுத்துள்ளது. பிராமணர் தோற்றம் பற்றி ஒரு வடஇந்தியப் பூர்வகுடியின் சாட்சியம் எத்தகையது என்பதை இரண்டாம் இயல் பேசுகிறது. பறையர் தொன்மங்களை மட்டுமே அறிந்த தமிழ் வாசகர்கள் ஒரு புதிய நுழைவாயிலின் ஊடாகப் பிராமணர் தோற்றம் பற்றித் தரிசிக்க முடியும். தமிழ்ச் சூழலில் இந்த வாசிப்பு ஒரு புதிய விவாதத்தை உண்டு பண்ணும்.

ஆதியில் தமிழ்ச் சமூகம் சாதியச் சமூகமாக இல்லை என்பதையும், அது ஒரு ‘குடி’ சமூகமாக இருந்தது என்பதையும் மூன்றாம் இயல் விவரிக்கிறது. மனித இனங்களும் சமூகங்களும் அதனதன் தூய்மை நிலையைப் பேண முடியாமல், காலகதியில் கலப்புத்தன்மையை ஏற்றுக்கொண்ட அசைவியக்கம் நான்காம் இயலின் பேசு பொருளாகும். இன்றைய சமூக மாற்றத்திற்குச் சாதி மறுப்புத் திருமணங்கள் முக்கியத்துவம் பெறுகின்றன. இந்த இயலில் விவாதிக்கப்படும் பழங்காலத் தரவுகள் இப்போதைய விவாதங் களுக்குப் பயன்படும். அடுத்த இயல் இந்து-முஸ்லிம் இயைபு பற்றியது. இந்தியாவின் பன்மைப் பண்பாட்டுச் சூழலில் ஓர்மையும் இயைபும் அவசியமாகும். தமிழ்ச்சூழல் இந்த இரண்டையும் முன்மாதிரியாக வளர்த்தெடுத்துள்ளது. சிறுபான்மை யினர் பற்றிய ஓர்மையும் புரிதலும் இன்றைய சூழலில் வளம் பெறவேண்டியுள்ளன. இதில் இந்து-முஸ்லிம் உறவு முதன்மை யானது. இது பற்றிய விவாதங்கள் சமூக உரையாடலின் இறுதிப் பகுதியாக அமைகிறது.

இரண்டாம் பகுதி 'பாலின உரையாடல்' பற்றியது. மனித குலத்தில் சரிபாதியாக விளங்கக்கூடியவர்கள் பெண்கள். இவர்கள் ஆதியில் சுயாட்சித்தன்மையுடன் இருந்தார்கள். அதற்கடுத்த பாலினப் படிமலர்ச்சியில் (gender evolution) இந்த சுயாட்சித் தன்மை மெல்ல மெல்ல தேய்மானம் அடைந்தது. இவ்விரண்டு கருத்தினங்களையும் தமிழ்ச் சூழலில் முன்னிலைப்படுத்தி இரண்டு இயல்கள் பேசுகின்றன.

செவ்விலக்கியம் கண்ட தமிழ் மரபில் 'இலக்கிய உரையாடல்' முதன்மையானது. தமிழில் இன்று விளிம்புநிலை நாவல்களும் வட்டார நாவல்களும் புதிய வகைமைகள். பகுதிகளாகிய வட்டாரங்கள் இல்லாமல், முழுமையாகிய தமிழகம் இல்லை. தமிழகத்தின் வட்டாரப் பண்பாடுகளைப் பதிவிடும் வட்டார நாவல்கள் யாவும் 'சுதேசி இனவரைவியல்' (native ethnography) எனலாம். வட்டார நாவல்களைப் படைக்கும் படைப்பாளிகள் அனைவரும் சுதேசி இனவரைவியலர்கள்தாம். தமிழில் பேச்சு, எழுத்து இரண்டும் இருமொழி வழக்காக (bilingualism) உள்ளன. பேச்சாகவே இலக்கியம் படைத்தல் என்பது ஒரு தனித்துவமான வகையினமாக உருவாக்க முடியும் என்பதை ஓர் இயல் விவாதிக்கிறது. கி. ராஜநாராயணன் படைப்புகளைத் தரவாகக் கொண்டு இந்த விவாதம் முன்வைக்கப்பட்டுள்ளது. கலைகளும் கலைஞர்களும் சமூகத்தின் பிரதிபலிப்புகள் மட்டுமல்ல. சமூக மாற்றத்திற்கான காரணிகளும் ஆகும். சங்ககாலக் கலைகளும் கலைஞர்களும் கொண்டிருந்த ஒழுங்கும் ஒழுங்கின்மையும் சார்ந்த அசைவியக்கங்களை இந்த நூலின் இறுதி இயல் விவாதிக்கிறது. இவை யாவும் பன்முகத் தன்மையுடைய முன்னெடுப்புகள், விவாதங்கள், புரிதல்கள்.

தமிழில் மானிடவியல் சொல்லாடல் பெருகவும், பண்பாட்டுக் கருத்தாடல்கள் நுட்பம் பெறவும் இந்த நூல் உதவும். இதிலுள்ள கட்டுரைகள் பலவும் பல்கலைக்கழகங்களில் நடைபெற்ற கருத்தரங்குகளிலும், சில அமைப்புகள் நடத்திய உரையரங்கு களிலும் வழங்கியவை. இக்கட்டுரைகளை எழுதத் தூண்டியவர்கள் பேராசிரியர் கலாநிதி என். சண்முகலிங்கன் (மேனாள் துணை வேந்தர், யாழ்ப்பாணப் பல்கலைக்கழகம்), *மணற்கேணி* இதழின் ஆசிரியர் எழுத்தாளர் முனைவர் ரவிக்குமார் (மேனாள் சட்டமன்ற உறுப்பினர்), பேராசிரியர்கள் இ. முத்தையா, வீ. அரசு,

பெ. மாதையன், அ. ராமசாமி, டி. தருமராஜ், அ. ஆலிஸ், உ. அலிபாவா, ப. பத்மினி, கி. பார்த்திபராஜா, ஆய்வாளர் அ. ஜெகநாதன் முதலானவர்கள்.

இந்த நூலினைப் பேராசிரியர் இ. முத்தையா அவர்களுக்குக் காணிக்கையாக்கியுள்ளேன். தமிழ்ச் சூழலில் பண்பாட்டியல் புலத்தில் பேரா. முத்தையா அவர்கள் இலக்கணம், இலக்கியச் சமூகவியல், மொழியியல், சமயம், சடங்குகள், வழக்காறுகள், நாட்டார் இசை, விளிம்புநிலை முதலான களங்களில் முனைப்பான ஆய்வுகளை முன்னெடுத்தவர். இத்தகைய ஆய்வுகளில் மாற்று அணுகுமுறைகளையும் கண்டறிந்தவர். எல்லாவற்றுக்கும் மேலாக, மதுரை காமராசர் பல்கலைக்கழகத்தில் நாட்டுப்புறவியல் துறையை வளர்த்து அதனைக் கவனம் பெறச் செய்தவர். அவருடைய அன்பும் புலமையும் பசுமையானவை.

இந்த நூலை வழக்கம்போல சிறந்த முறையில் வடிவமைக்கும் அடையாளம் பதிப்புக் குழுவினர் காட்டும் நுட்பங்கள் தமிழ்ப் பதிப்புலகின் வளர்ச்சியைக் காட்டுகின்றன.

என் ஆய்வுப் பணியில் உயிர்விசையாய் உள்ளவர்கள் ர. விஜயா, வைஷ்ணவி கார்த்தி, வை. கார்த்தி. இத்தருணத்தில் அனைவருக்கும் நன்றி சொல்லி மகிழும்போது எல்லையில்லா அன்பு பெருகுகிறது.

பக்தவத்சல பாரதி

1

அம்பேத்கர் மானிடவியல்: உலக மானிடவியலர்களும் அம்பேத்கரும்

ஒன்று மட்டும் நிச்சயம்; ஒவ்வொரு புதிருக்குள்ளும் பதில் இருக்கின்றது என்பதை நம்பவில்லை என்றால், அதனை நீங்கள் விடுவிக்க இயலாது.

- மார்வின் ஹேரிஸ்

பசுக்கள், பன்றிகள், போர்கள், சூனியக்காரிகள்: கலாச்சாரப் புதிர்கள் , **2006**

புகழ்பெற்ற அமெரிக்கப் பண்பாட்டுப் பொருள்முதல்வாத மானிடவியலர் மார்வின் ஹேரிஸ் முன்மொழிந்ததை **1916**லேயே வலியுறுத்தியவர் டாக்டர் பீமாராவ் ராம்ஜி அம்பேத்கர் *(1891-1956)*. அம்பேத்கர் அவர்கள் பொருளாதாரம், அரசறிவியல் ஆகியவற்றை நியூயார்க்கில் உள்ள கொலம்பியா பல்கலைக் கழகத்தில் பயின்ற காலத்தில் *(1913-15)* மானிடவியலை (anthropology) ஒரு துணைப்பாடமாகக் கற்றார். மானிடவியலைத் தொடர்ந்து கற்றுப் புலமையாளராக மாறினார். அம்பேத்கர் ஒரு மானிடவியலர் என்பது வெளிச்சத்திற்கு வராத செய்தியாகும்.

அந்தப் பின்புலத்துடன் *இந்தியாவில் சாதிகள் பற்றி* மே **9, 1916**இல் ஒரு விரிவான ஆய்வுரையைக் கொலம்பியா பல்கலைக்கழக மானிடவியல்துறையில் வழங்கினார். அன்று பெரும் புகழ் பெற்றிருந்த மானிடவியல் அறிஞர் அலெக்சாண்டர் ஏ. கோல்டன் வீய்சர் பெயரில் ஏற்பாடு செய்யப்பட்டிருந்த அக்கருத்தரங்கில் உலக அளவில் முன்னணி மானிடவியலர்கள் பலர் கலந்து கொண்டனர். அக்கருத்தரங்கில் அம்பேத்கர் சாதியம் பற்றி ஆய்வுரை வழங்கினார். அந்நிகழ்வு முடிந்து இப்போது நூறாண்டு களுக்கும் மேல் ஆகின்றன. இந்தியச் சமூகத்தையும் சாதியத்தையும் எதிர்கொள்வதற்கு அம்பேத்கரை மீளத் தேடவேண்டியுள்ளது.

அவரது சிந்தனை கருத்தூன்றி கவனிக்கத்தக்கது. உலகளாவிய மானிடவியலர்களிடமிருந்து அம்பேத்கர் தனித்துவமாகக் காணப்படுகிறார். அவருடைய அணுகுமுறை முற்றிலும் மாறுபட்டது.

அம்பேத்கர் கொலம்பியா பல்கலைக்கழகத்தில் முன்வைத்த கருத்துகள் உலக மானிடவியலருக்குப் புதியவை. இன்றைக்கும் கூட சாதியத்தின் தோற்றம் பற்றிய கோட்பாடுகளில் உலக மானிடவியலர்களிடம் இருந்து வேறுபட்டதாகவே அம்பேத்கரின் கருத்து அமைகிறது. காரணம் அம்பேத்கர் சாதியத்தைக் கோட்பாட்டு ஆய்வுகள் மூலம் மட்டுமின்றி நடைமுறை அனுபவம் மூலமும் ஆராய்ந்தவர். தானும் சமூக ஒடுக்குதலுக்கு ஆளானவர். இதனால் சாதியத்தை ஓர் அகவயமான பார்வை கொண்டு நோக்குகிறார். அவரது பார்வை பின்னாளைய மானிடவியலர் களின் பார்வைகளிடமிருந்து வேறுபடுகிறது. அம்பேத்கரின் பார்வையையும் உலக மானிடவியலர்களின் பார்வைகளையும் ஒப்பீட்டு நோக்கில் நுட்பமாக முன்னெடுப்பதே இந்த இயலின் நோக்கமாகும்.

இந்தியாவில் சாதிகள் பற்றி அம்பேத்கர் எழுதிய காலகட்டத்தில் இந்தியாவில் மானிடவியல் படிப்பென்பது ஒரு முறையான கல்விப்புலப் படிப்பாக உருவாகவில்லை. இந்தியாவில் முதல் மானிடவியல் துறையானது கல்கத்தாப் பல்கலைக்கழகத்தில் 1921இல் உருவாக்கப்பட்டது. அதற்கு முன்னர் ஆங்கிலேயக் காலனி நிர்வாகத்தினர் அந்தந்தப் பிரதேசங்களின் சாதிகள், பழங்குடிகள் பற்றிய தகவல்களைச் சேகரித்து அரசிதழ்களிலும் குடிமதிப்பு அறிக்கைகளிலும் (census reports) எழுதினார்கள். டென்சில் இபட்சன், ஜே.எச். ஹட்டன், ஹெர்பர்ட் ரிஸ்லி போன்றவர்கள் குடிமதிப்புப் பணிகளின் போது எழுதிய இனவரைவியல் விவரங்கள் (ethnographic facts) காலனி நிர்வாகத்திற்கு நேரடியாக உதவின. இதனால் பிரதேச வாரியாகச் சாதிகள், பழங்குடிகள் பற்றி எழுதத் தொடங்கினார்கள்.

ரசல், குரூக், எந்தோவன், நெஸ்ஃபீல்டு, தர்ஸ்டன் போன்ற வர்கள் பல நூல்வரிசைகளை எழுதினார்கள். தென்னிந்திய மக்களைப் பற்றிய விவரங்களைத் தொகுத்து எட்கர் தர்ஸ்டன், கதம்கி ரங்காச்சாரி இருவரும் *தென்னிந்தியச் சாதிகளும் பழங் குடிகளும் (Castes and Tribes of Southern India, 1909)* எனும் தலைப்பில் 7 தொகுதிகளை 1909இல் வெளியிட்டனர். இத்தகைய

காலனிய இனவரைவியல் மூலம் இந்தியச் சமூகம் பற்றியும் சாதியம் பற்றியும் பல்வேறு கருத்துகளை அவர்கள் முன்வைத்தனர். இவை யாவற்றையும் கணக்கில் எடுத்துக்கொண்ட அம்பேத்கர் இந்தியாவில் சாதிகள் எனும் ஆய்வில் பின்வரும் மூன்று முக்கியமான நிலைகளில் தம் கருத்துகளை முன்னெடுத்தார்.

1. சாதிகளின் தோற்றம் (origin of castes)
2. சாதிகளின் அசைவியக்கம் (dynamics of castes)
3. சாதிகளின் வளர்ச்சி (development of castes)

இவற்றில் அம்பேத்கரின் கருத்தியல் நிலையை நுணுகி அறியும் பொருட்டுச் 'சாதிகளின் தோற்றம்' பற்றி மட்டும் இங்கு விவாதிக்கலாம்.

சாதிகளின் தோற்றம்

சாதிகளின் தோற்றம் எவ்வாறு நிகழ்ந்தது என்பதைக் காலனிய நிர்வாகத்தில் பணியாற்றிய கீழைத்தேயவாதிகளும் மற்றவர்களும் பலவாறு முன்வைத்தனர். டென்சில் இபட்சன் பரிணாமக் கொள்கை (evolutionary theory, 1883) வழியும், ஹெர்பர்ட் ரிஸ்லி இனக் கொள்கை (racial theory, 1908) வழியும், ஆர்தர். எம். ஹோகார்ட் சமயக் கொள்கை (religious theory, 1950) வழியும், ஜான் நெஸ்ஃபீல்டு தொழிற் கொள்கை (occupational theory, 1885) வழியும், டாக்டர் எமிலி செனார்ட் ஆட்சியதிகாரக் கொள்கை (authority theory, 1896) வழியும் விளக்கினார்கள். இனி இவ்வறிஞர்களின் கருத்துகளை ஒவ்வொன்றாகக் காண்போம்.

சர் டென்சில் இபட்சன்

இபட்சன் (Sir Denzil Charles Jelf Ibbetson) 1847இல் பிறந்து, 1870இல் இந்திய சிவில் சர்வீஸ் பணியில் சேர்ந்தவர். இவர் 1907இல் பஞ்சாப் மாகாணத்திற்குத் துணைநிலை ஆளுநராகப் பணியாற்றியவர். தொடக்கத்தில், அதாவது 1881இல் பஞ்சாப் மாவட்டத்தின் குடிமதிப்பைக் கணக்கிட்டு அதனைப் பஞ்சாப் குடிமதிப்பு அறிக்கை (Report on the Census of the Punjab) எனும் தலைப்பில் 1883இல் வெளியிட்டார். இந்த அறிக்கையில் இபட்சன் இனம் (race), சாதி (caste), பழங்குடி (tribe) ஆகிய மூன்று வகையினங்களையும் இந்தியச் சூழலில் விவாதித்திருந்தார். அதுவரை பிராமணரை மையமிட்ட சமூக முறையைக் குடிமதிப்பில் பதிந்துவந்தனர்.

1881ஆம் ஆண்டு குடிமதிப்பில் இபட்சன் அதனை மாற்றவேண்டும் என வாதிட்டார். செய்யும் தொழிலால் மக்கள் எவ்வாறு வகைப் படுத்தப்பட்டார்களோ அந்த முறையிலேயே குடிமதிப்பிலும் பதிந்தார். 1881ஆம் ஆண்டுக் குடிமதிப்பிற்கு இபட்சன் துணைக் கண்காணிப்பாளராகப் பணியாற்றினார். இதன் முக்கியத்துவத்தை உணர்ந்து குடிமதிப்பு ஆணையராகப் பின்னாளில் புகழ்பெற்ற சர் ஹெர்பர்ட் ரிஸ்லி தம்மமுடைய மிக முக்கியமான நூலாகிய *இந்தியாவின் மக்கள்* (The People of India, 1908) நூலில் அப்படியே பின்னிணைப்பாக இணைத்தார்.

இபட்சன் இந்தியச் சமூகத்தை உலகளாவிய சமூக முறையோடு இணைத்துப் பார்த்தார். உலக அளவில் சமூகங்களில் 'இரத்தவழிச் சமூகம்' (community of blood), 'தொழில்வழிச் சமூகம்' (community of occupation) ஆகிய இரண்டு கருத்தினங்கள் அடிப்படைகளாய் இருந்ததை உணர்ந்தார். ஆனால் இந்தியாவில் இவை இரண்டும் சமயத்தின் கட்டளையாகக் கலந்து, உருப்பெற்று, நிறுவனமயப் பட்டுவிட்டன என்கிறார்.

தொன்மைச் சமூகங்களில் மேற்கூறிய இரண்டும் ஒன்றோடு ஒன்று கலந்து காணப்படும். தொன்மைச் சமூகங்கள் அவற்றின் பரிணாமவியல் கட்டங்களில் அடுத்தடுத்துச் செல்லும் போது அவற்றின் வளர்ச்சி நிலைகளுக்கேற்ப இவ்விரண்டும் மெல்ல மெல்ல விலகவும் செய்யலாம் என்கிறார். ஆனால் இந்தியாவில் சாதியானது இரண்டும் கலந்த கலவையாக உள்ளது என்கிறார் இபட்சன் (1916: 1-3). சாதி என்பது பரிணாமமடைந்த ஓர் அமைப்பு என்கிறார். தொடக்கத்தில் பழங்குடி (tribe) எனும் அமைப்பாக இருந்து, பின்னர் அடுத்த கட்டத்தில் அது கட்டமைந்த குழுவாக (guild) மாறி, இறுதியில் அது சாதியாக மாறிவிட்டது என்கிறார் இபட்சன் (மேலது: 1-5).

படிமலர்ச்சிக் கொள்கையின்படி (evolutionary theory) இன்று சாதியமைப்பில் காணக்கூடிய நான்கு வருணங்களும் நீண்ட காலப் படிமலர்ச்சிக்குப் பின்னரே, நான்கு படிநிலைக் குழுக்களாக மாறின. அவ்வாறு மாறும்போது, ஒவ்வொரு குழுவும் சமயத்தோடு ஏற்படுத்திக்கொண்ட பிணைப்பு மாறுபட்டது. அம்மாறுபட்ட பிணைப்பால் நான்கு வருணங்களுக்கும் செய்யும் தொழில் மரபு வழியில் அமைந்தது. உணவு, நீர், திருமணம் போன்ற அடிப்படைக் கூறுகள் விலக்குக்குள்ளாயின. இவ்வகையான

வருண வேறுபாடுகளுக்குக் கர்மவினை (Karma) என்னும் கொள்கையும் துணை நின்றது. அக்கொள்கையின் அடிப்படை யிலேயே உயர்வு, தாழ்வு ஏற்பட்டன. அதனோடு பல்வேறு குழுக்களிடையே இரத்தக் கலப்பு ஏற்படக்கூடாது என்ற எண்ணம், தனிப்பட்ட தொழில்களையே பற்றி நிற்க வேண்டுமென்ற எண்ணம், கர்மவினைக் கோட்பாடு, மூதாதையர் வழிபாடு, நிறவேறுபாட்டுணர்வு, பொருளாதார வேற்றுமைகள், வெவ்வேறு இயல்புடைய புவிப்பரப்புகள், பண்பாட்டு மரபுகளில் காணப் பட்ட பல்வேறு வேற்றுமைகள் ஆகிய முதன்மையான காரணிகள் ஒரு நீண்ட படிமலர்ச்சிக் காலத்தில் இந்திய மண்ணில் செயற்பட்டதன் விளைவாகச் சாதியமைப்புத் தோன்றியது என இபட்சன் தாம் முன்வைத்த படிமலர்ச்சிக் கொள்கை மூலம் வாதிடுகிறார்.

சுருக்கமாகச் சொன்னால் சமயத்தைவிட சமூகக் காரணி களால்தான் சாதி உருவானது என்பது இபட்சன் கருத்தாகும். இந்து மதத்தால் சாதி உருவானது என்பதை விடவும் சமூகவியல் காரணிகளே முதன்மையானவை என்றார்.

ஜான் நெஸ்ஃபீல்டு

இந்தியாவில் காலனிய நிர்வாகத்தில் பணியாற்றிய இன்னுமொரு பிரிட்டிஷ் சிவில் அதிகாரி நெஸ்ஃபீல்டு (John Collinson Nesfield). இந்தியாவில் இவர் 1867இல் பணியில் சேர்ந்தார். தொடக்கத்தில் வட இந்தியாவில் பள்ளிகளைக் கண்காணித்து ஆய்வு செய்யும் அதிகாரியாகச் செயல்பட்டார். அதன் பின்னர் இவர் பெங்கால் மாகாணத்தில் பிரிசிடென்சி கல்லூரியிலும், கிருஷ் நகர் அரசுக் கல்லூரியிலும் பேராசிரியராகப் பணியாற்றினார். அக்காலத்தில் வடமேற்கு மாகாண சாதிமுறை பற்றிய இவருடைய *சாதிபற்றிய சுருக்கமான கருத்துகள் (Brief View of the Caste System of the North-Western Provinces and Oudh, 1885)* எனும் நூல் சாதியின் தோற்றம் குறித்த விவாதத்தில் முக்கிய இடம் வகிக்கின்றது.

இந்தியாவில் சாதிகள் தோன்றுவதற்கு முன்னர்த் 'தொழில் ரீதியான வர்க்கங்கள்' (occupational classes) இருந்தன என்றும், அவையே பின்னாளில் சாதிகளாக உருமாற்றம் பெற்றுவிட்டன என்றும் விரிவான தரவுகள் மூலம் நெஸ்ஃபீல்டு வாதிடுகிறார் *(1885: 114-116)*.

இபட்சனைப் போன்றே நெஸ்ஃபீல்டும் இந்தியச் சமூகமானது நீண்ட பரிணாமத்திற்கு உட்பட்டு வந்துள்ளது என்றும், அதில் தொழில் சார்ந்த வர்க்கங்கள் இருந்துள்ளன என்றும் சான்றுகள் காட்டி நிறுவுகிறார். ஆரியர்களின் பண்பாட்டுப் படையெடுப்பால் பண்டைய பழங்குடிச் சமூக அமைப்பானது சிதைந்து போய், சிதைவுக்குப் பின்னர் மறுஉருவாக்கத்திற்கான கட்டுமானம் நேர்ந்தபோது அது அப்படியே சாதியாக மாறிவிட்டது என்கிறார் நெஸ்ஃபீல்டு (மேலது : 115).

மக்களிடம் காணப்பட்ட வெவ்வேறு வகையான தொழில்கள் பல்வேறு வகையான சாதிகள் தோன்றுவதற்குக் காரணமாக இருந்தன. இது தொடக்கத்தில் வேலைகளைப் பங்கிடுதல் என்ற ஒன்றை அடிப்படையாகக் கொண்டிருக்க வேண்டும் என்கிறார் நெஸ்ஃபீல்டு. காலவோட்டத்தில் சமூகத்தில் சில தொழில்கள் தூய்மையாகவும், சில தீட்டாகவும் கருதப்பெற்றன. தீட்டுக்குரிய தொழில்களைச் செய்தவர்கள் தீண்டப்படாதவர்களாகக் கருதப்பட்டுத் தாழ்ந்த சாதியாக உருமாற்றம் பெற்றனர். கல்வி கற்பித்தல், போர்த் தொழில் செய்தல், வணிகம் செய்தல் முதலானவை உயர்ந்த தொழில்களாகக் கருதப்பெற்று, அவற்றைச் செய்தவர்கள் உயர்சாதியராக மாறினார்கள்.

சர் ஹெர்பர்ட் ரிஸ்லி

இந்தியாவில் ஆங்கிலக் காலனி அரசில் சிவில் அதிகாரியாகவும், இனவரைவியல் வல்லுநராகவும் (ethnographer) பணியாற்றியவர் ரிஸ்லி (Sir Herbert Risley). இதன் காரணமாக இவர் எழுதிய வங்காளச் சாதிகள் (1891), இந்தியாவின் மக்கள் (The People of India, 1908) ஆகிய இரண்டு நூல்களும் பலராலும் பெரிதும் கவனிக்கப்பட்டன.

இந்தியாவில் குடிமதிப்பு எடுக்கும் பணியைத் தீவிரமாக்கி அதனை 1881லேயே விரிவான முறையில் செய்து புகழ்பெற்றவர் ஹெர்பர்ட் ரிஸ்லி. குடிமதிப்பு ஆணையராகப் பணியாற்றிய அனுபவத்தினூடே ரிஸ்லி இந்தியச் சமூகத்தை இனவியல் (ethnology) கண்ணோட்டத்தில் அணுகினார்.

ஆரியர்கள் இந்திய மண்ணில் புகுந்த பின்னரே இனவேற்றுமை குறித்த கருத்துகள் ஏற்பட்டன என்கிறார். ஆரியர்கள் உடல் தோற்றத்தில் மாறுபட்டிருந்ததால் அதனைக் கொண்டே தங்களை உயர்ந்தவர்கள் என்றும், திராவிடர்களைத் தஸ்யூக்கள் என்றும்,

கீழினமென்றும், மிலேச்சர்கள் என்றும் பலவகையான இனப் பிரிவுகளை உண்டாக்கினார்கள் என்கிறார். சாதியின் தோற்றத் திற்குப் பல காரணிகள் செயற்பட்டிருந்தாலும் இனப் பாகுபாடு ஒரு முதன்மையான காரணியாகச் செயல்பட்டது என்கிறார் ரிஸ்லி. இந்தியாவின் மக்கள் நூலில் இதனை விரிவாகவே விவாதிக்கிறார்.

இந்தியத் துணைக் கண்டத்திற்குள் நுழைந்த ஆரியர்கள், இங்கு வாழ்ந்த சுதேசி மக்களைப் (தொல் திராவிடர்கள்) படை யெடுப்பால் சமூக அளவில் அடிமைப்படுத்தியதன் மூலம் சாதிகள் தோன்றின என்பது இனக்கொள்கையின் மையக் கருத்தாகும். ரிஸ்லியின் கருத்துப்படி ஆரியர்கள் இந்திய மண்ணில் குடியேறிய பின்னரே இனவேற்றுமை குறித்த கருத்துகள் ஏற்பட்டன. குடியேறிய ஆரியர்கள் இங்கிருந்தவர்களைக் காட்டிலும் உடல் தோற்றத்தில் பொலிவானவர்களாகத் திகழ்ந்ததால் அதனைப் பயன்படுத்தி அவர்கள் வருணப் பாகுபாட்டைக் காட்டத் தொடங்கினர்.

இனக்கொள்கையை விளக்கும்போது குர்யே பின்வருமாறு குறிப்பிடுகிறார்: சாதி அமைப்புடைய சமுதாயம் தோன்றியதற்குப் பல காரணிகள் செயற்பட்டிருந்தாலும் அவை அனைத்தும் பிராமணர்கள் முதன்முதலில் முதுகுடிகளைச் சமயச் செயல் களிலிருந்து நீக்க மேற்கொண்ட முயற்சிகளிலிருந்தும், சமுதாயத்தில் அவர்களோடு (பிராமணர்கள்) மற்றவர்கள் சேர்ந்து செயற் படுவதைத் தடுக்க மேற்கொண்ட முயற்சிகளிலிருந்தும் ஏற்பட்ட விரிவாக்கங்களே ஆகும் என்பார். ஆரியர்கள் தங்களை உயர்ந்த இனத்தினர் என அவர்களாக எண்ணிக் கொண்டதுடன் திராவிடர்களைத் தஸ்யூக்கள் என்றும், கீழினமென்றும், அதனால் அவர்கள் தாழ்வான பணிகளையே செய்யவேண்டும் என்றும் வரையறுத்தனர். ஆரியர்களின் இவ்வாறான இன-பண்பாட்டு உயர்வு வாதங்கள் சாதி வேறுபாடுகளைத் தோற்றுவித்தன; தீண்டாமைச் சாதிகள் என்னும் மற்றொரு பிரிவையும் தோற்றுவித்தன என இனக் கொள்கை முன்வைக்கிறது.

ஜே.எச். ஹட்டன்

இந்தியக் குடிமைப் பணியில் 1909ஆம் ஆண்டு ஹட்டன் (John Henry Hutton) சேர்ந்தார். நீண்ட காலம் அசாமிலேயே பணியாற்றினார். அசாம் இனவரைவியல் பணிக்கான கௌரவ

இயக்குநராக 1920இல் பொறுப்பேற்றார். அதன் பின்னர் 1929-1933 காலத்தில் குடிமதிப்பு ஆணையராகப் (Census Commissioner) பணியாற்றினார். 1931இல் கொண்டுவரப்பட்ட குடிமதிப்பானது பல வகையில் மாற்றங்களைக் கொண்டிருந்தது. அதனை வடிவமைத்து நடத்தியவர் ஹட்டன்.

இவர் ஆங்கிலேய இனவியல் அறிஞர்; இந்தியச் சாதிமுறை குறித்துத் தொடக்க காலத்தில் எழுதியவர். இவர் எழுதிய *இந்தியாவில் சாதி: அதன் தன்மை, செயல்பாடு, தோற்றம்* (*Caste in India: Its Nature, Function, and Origins*, 1946) எனும் நூல் பலகாலம் பேசப்பட்டு வந்த ஒன்றாகும். இந்த நூலில் ஒன்பதாம் இயல் சாதிகளின் தோற்றம்பற்றிய கோட்பாடுகள் பற்றியது (Other Theories: Factors in the Emergence of Caste). இருபதுக்கும் மேற்பட்ட அறிஞர்களின் கருத்துகளை இவ்வியலில் மதிப்பாய்வு செய்துள்ளார். ஆரியர்கள் இந்தியாவிற்கு வருவதற்கு முன்னர் அதாவது திராவிடர்களுக்குரிய சாதியமுறை குறித்துச் சொல்லப்பட்ட கோட்பாடுகளை இவ்வியலில் சுட்டிக்காட்டுகிறார் (1946: 152ff).

தொழிற்பகுப்பே சாதிகளின் தோற்றத்திற்குக் காரணம் என நெஸ்ஃபீல்டு முன்வைத்த கருத்தை ஹட்டன் மறுக்கிறார். சாதிகள் இந்தியச் சமூகத்திற்கே உரியது என்பதும், அது ஒரு தொன்மையான வடிவமாகத் தொடர்ந்துவருகிறது என்பதும், அதற்குத் தொழில். சமயம் உள்ளிட்ட பலவும் காரணிகளாய் அமைகின்றன என்பதும் ஹட்டனின் வாதமாகும். இது இந்தியாவிற்கு உரிய ஒரு வடிவம் என்றும் அவர் கூறுகிறார். பல காரணிகள் ஒன்றிணைந்து சாதிகளின் தோற்றத்திற்குக் காரணமாகின்றன என்பதை இவர் முன்வைத்ததால் இவரது கருத்து 'அனைத்தையும் உள்ளடக்கிய கோட்பாடு' (inclusive theory) எனப்பட்டது.

எமிலி செனார்ட்

செனார்ட் (Emile Charles Marie Senart) பிரெஞ்சு நாட்டவர்; இந்தியவியல் அறிஞர் (Indologist). இந்தியாவைப் பற்றி அறிய வேண்டுமானால் சாதியைப் பற்றி அறிய வேண்டுமென ஆர்வங் கொண்டவர். சமஸ்கிருத அறிஞரான எமிலி செனார்ட் தமக்கு முன்னர்ச் சாதி பற்றிய கருத்துகளை முன்வைத்த இபட்சன், நெஸ்ஃபீல்டு ஆகிய இருவரின் கருத்துகளை மறுதலித்தார். அதாவது, பழங்குடிச் சமூகமானது ஒரு கட்டுக்கோப்பான

குழுவாக மாறி, இறுதியில் சாதியாகப் பரிணமித்துவிட்டது என்ற இபட்சன், நெஸ்ஃபீல்டு கருத்தினை மறுத்தார்.

1901இல் எடுக்கப்பட்ட இந்தியக் குடிமதிப்பு அறிக்கையில் சாதி பற்றிய பலருடைய வரையறைகள் தொகுத்துக் கூறப் பட்டுள்ளன. அவற்றையெல்லாம் கவனித்த செனார்ட் தம் கருத்துகளை, 1896இல் பிரெஞ்சு மொழியில் எழுதினார். அதனை டெனிசன் ராஸ் (Denison Ross) என்பவர் ஆங்கிலத்தில் மொழியாக்கம் செய்து *இந்தியாவில் சாதி* (*Caste in India: The Facts and the System*, 1930) எனும் தலைப்பில் 1930இல் வெளியிட்டார்.

இந்தியாவில் சாதி என்பது புராதன ஆரியர்களின் நிறுவனமாக உருவானது என்றும், அது ரோம்[1], கிரேக்கம்[2] ஆகிய சமூகங்களில் உள்ளது போன்ற ஓர் உள்கட்டமைப்பை அதனுள் உருவாக்கிக் கொண்டது என்றும் கூறுகிறார். சாதியைவிட கிளைச்சாதியே (subcaste) சாதியின் அனைத்துப் பண்புகளையும் கொண்ட ஓர்உண்மையான வடிவமாக விளங்குகிறது என்றார். உலகளாவிய நிலையில் எண்ணற்ற சமூகங்களை ஒப்பிட்டுச் சாதிமுறையை அவர் விவரித்திருக்கிறார்.

இந்தியாவில் ஆரியர்கள் குடியேறிய பின்னர்ப் பல்வேறு இன மக்களும் தொடர்புகொண்டு வாழமுற்பட்ட சூழலில் சாதிகள் தோற்றம் பெற்றன என்கிறார். மேலும், ஆரியர்கள் தங்களுடைய சடங்கியல் தூய்மையைப் பேண முற்பட்டதன் விளைவாக அவர்கள் படிநிலையில் மேல்தட்டில் நின்றனர் என்றும், மற்றவர்கள் அடுத்தடுத்த படிநிலையில் வரிசைப்பட்டனர் என்றும் செனார்ட் கருதுகிறார். சமயச் சடங்குகளையும் மற்ற பொறுப்புகளையும் நிறைவேற்ற தொழிற்பகுப்பை அடிப்படையாகக் கொண்ட பிரிவுகள் நாளடைவில் வளர்ந்து சாதிகளாக வடிவம் பெற்றன என்றும் இவர் கருதினார்.

ஜி.எஸ். குர்யே

பிராமணர்களே சாதிமுறையின் தோற்றத்திற்குக் காரணமென குர்யே தம் கொள்கையை (1950) முன்வைத்தார். இவருடைய

[1] ரோம் நாட்டுச் சமூகம் gens, curia, tribe என வரிசைப்பட்டுள்ளது.

[2] கிரேக்கச் சமூகம் family, phratria, phule என வரிசைப்பட்டுள்ளது.

கொள்கை அரசியல் கொள்கை எனப்படும். *இந்தியாவில் சாதியும் வர்க்கமும்* (Caste and Class in India, 1950) எனும் நூலில் இந்தக் கொள்கை பற்றிப் பேசுகிறார். இந்தக்கொள்கையின் மையக் கருத்து வருமாறு: பிராமணர்கள் சமுதாயத்தில் உயர்ந்த தகுதியைப் பெற்று அதன்மூலம் பல்வேறு சலுகைகளை அனுபவிக்கும் பொருட்டு அவர்கள் செய்த சூழ்ச்சியால் சாதிகள் தோன்றின. பாகுபாடற்ற சமுதாயம் நிலவிய போது பிராமணர்கள் மற்றவர்களைக் காட்டிலும் உடலாலும், செய்யும் தொழிலாலும் முழுவதுமாக வேறுபட்டிருந்ததால் அத்தனித் தன்மையைக் காத்து மேல்நிலையை அடையச் சமயக் குருக்களாகச் செயற்படும் உரிமைக்குச் சொந்தம் கொண்டாடத் தொடங்கினர்.

பிராமணர்கள் சமயச் செயல்களையும் சடங்குகளையும் செய்யும் பொருட்டு உணவு, குடிநீர், திருமணம் போன்றவற்றின் மீது சில கட்டுப்பாடான விலக்குகளை ஏற்படுத்திக்கொண்டனர். இதன் பின்னர் அவர்கள் மெல்ல மெல்ல ஓர் அகமணக் குழுவாயினர். இவையனைத்தும் மற்ற பிரிவினரை அவர்தம் கட்டுப்பாட்டுக்குள் கொண்டுவர உதவின. அதன் பின்னர் பிராமணர்கள் மற்றவர்கள் மீது அதிகாரம் செய்யத் தொடங்கினர். பிராமணர்களுக்கும் சாதிகளின் தோற்றத்திற்கும் உள்ள தொடர்பைக் குர்யே பின்வருமாறு குறிப்பிடுகிறார்: 'சாதி என்பது இந்திய-ஆரியப் பண்பாட்டால் ஏற்பட்ட பிராமணக் குழந்தை. சாதி என்னும் குழந்தை முதலில் கங்கைப் படுகையில் தவழ்ந்து வளர்ந்து பின்னர் அவர்களால் இந்தியாவின் பிற பகுதிகளிலும் வேரூன்றியது.'

சாதிகள் தொழிற்பிரிவு அடிப்படையிலோ பிறப்பு அல்லது வேறு எந்த ஒன்றின் அடிப்படையிலோ தோன்றியது என்பதை அரசியற் கொள்கை கடுமையாக எதிர்க்கிறது. சாதி என்பது ஒரே பிரிவுதான். இதில் தனிமைப்படுத்தப்பட்ட பல்வேறு பிரிவுகள் இல்லை. இக்கருத்தையே ரிக் வேதமும் குறிப்பிடுகிறது. பிராமணிய உயர்வுவாதம் என்பது போலியானது; பிற்காலத்தில் வேதங்களில் வேண்டுமென்றே இடைச் செருகல்கள் ஏற்படுத்தப்பட்டன என இக்கொள்கையை ஆதரித்த அனைவரும் கூறினார்கள்.

ஆர்தர் மௌரிஸ் ஹோகார்ட்

சாதி பற்றிய ஆய்வில் ஹோகார்ட் (Arthur Maurice Hocart)

முன்வைத்த கருத்துகள் அனைவராலும் பேசப்பட்டுள்ளன. முதல் உலகப் போருக்குப் பின்னர் இலங்கையில் தொல்லியல் ஆணையராகப் பணியாற்றிய காலத்தில் இவர் சாதி பற்றிய ஆய்விலும் மூழ்கிவிட்டார். அவர் பிரெஞ்சில் 1938இல் வெளியிட்ட நூல் 1950இல் மொழியாக்கம் செய்யப்பட்டுச் *சாதி: ஓர் ஒப்பியல் ஆய்வு (Caste: A Comparative Study, 1950)* எனும் தலைப்பில் வெளியிடப்பட்டது. இந்நூலில் முடியாட்சியின் ஒரு சமூக வடிவமாகச் சாதி உருவாக்கம் பெற்றது என்கிறார் ஹோகார்ட். இது ஒரு புதிய சிந்தனையாக இருந்தது.

பிஜி, தொங்கா, சமோவா தீவுகளின் முடியாட்சிக் காலத்தில் சாதியை ஒத்த சமூக வடிவம் ஏற்பட்டது என்றும், இது இந்தியத் துணைக் கண்டத்திற்கு மட்டுமே உரிய ஒன்றல்ல என்றும் கூறுகிறார் ஹோகார்ட். பண்டைய ரோம், எகிப்து, கிரேக்கம், பெர்சியா, தென் பசிபிக் தீவுகள் (குறிப்பாகப் பிஜி) ஆகிய இடங்களில் முடியாட்சி தோன்றிய போது இத்தகைய சமூக வடிவமும் உருவானது என்கிறார்.

முடியாட்சியில் தங்கள் தேசம் சிறக்கவும் போரில் வெற்றி பெறவும் மன்னர்கள் கடவுளர்களின் ஆற்றலைப் பெறுவதற்காக யாகங்களையும் வேள்விகளையும் சடங்குகளையும் தொடர்ந்து செய்வார்கள். இந்நிலையில் வேதகால முடியாட்சிகூடச் சடங்கியல் கட்டுமானம் பெற்றதாகவே உருவானது (kingship is a sacrificial organization). முடியாட்சியின் மாண்பு தொடர்ந்து சிறப்புடன் செயல்படுவதற்கு நான்கு வருணச் சமூக முறை உருவானது என்கிறார் ஹோகார்ட். இந்நான்கு பிரிவினர்களும் மன்னனின் வேள்வியும் யாகமும் சிறப்புடன் நிகழ்வதற்கு உரிய சடங்கியல் பங்கு பணிகளை ஒரு தொழிற் பகுப்பாகவே ஏற்றுச் செயல் பட்டனர். இத்தகைய பங்கு பணிகள் பின்னாளில் இறுகிப் போய்விட்ட நிலையில் தொழிற் சமூகமாக மாறி, இறுதியில் சாதிகளாக உருவாகிவிட்டன என்கிறார் ஹோகார்ட்.

கிளாட் லெவிஸ்ட்ராஸ்

லெவிஸ்ட்ராஸ் (Claude Levi-Strauss) பிரெஞ்சு நாட்டு அமைப்பியக் கோட்பாட்டாளர் (structuralist). மனித சமூகத்தில் கொண்டு - கொடுத்தல் (reciprocity) மூலம் மக்கள் பேணி வருகின்ற சமூகப் பரிமாற்ற முறைகளை ஆராய்வதில் லெவிஸ்ட்ராஸ் நீண்ட

காலமாகவே ஆர்வங் கொண்டிருந்தார். அதன் ஒரு பகுதியாகக் 'கரடியும் அம்பட்டரும்' (The Bear and the Barber, 1963) எனும் கட்டுரையை எழுதினார்.

இக்கட்டுரையில் 'கரடி' என்பது ஆஸ்திரேலிய ஆதிக்குடிகளின் 'குலக்குறி' (totem) ஆகும். அதாவது ஒரு குலத்தின் (clan) அடையாளச் சின்னமாகும். இன்னும் பல ஆதிக்குடிகளிலும் இவ்வாறான தொன்மையான குலக்குறிமுறை காணப்படுகிறது. 'அம்பட்டர்' எனும் சொல் இந்தியச் சாதி ஒன்றைக் குறிக்கிறது. கரடி, அம்பட்டர் ஆகிய இவற்றின் மூலம் உலகின் இரண்டு வெவ்வேறு பிரதேசங்களில் உள்ள இருவேறு வகையான சமூக அமைப்புகளை அவர் ஒப்பிட்டுக் காட்டுகிறார்; அமைப்பியல் மூலம் இரண்டுக்குமான விளக்கம் காண்கிறார்; அவற்றிற்கான மூலத்தைத் தேடுகிறார்.

ஆஸ்திரேலிய ஆதிக்குடியில் சமூகத்தின் உட்பிரிவுகளாக விளங்கும் குலங்கள் அனைத்தும் இயற்கையின் குறியீடுகளாகக் காணப்படுகின்ற மரம், செடி, கொடி, விலங்குகள், பறவைகள் முதலானவற்றின் பெயர்களைக் கொண்டிருக்கின்றன. மேலும், ஒவ்வொரு குலமும் ஒரு புறமணக் குழுவாகும் (exogamous group). அதன் உறுப்பினர்கள் யாவரும் இரத்தவழி உறவினர்கள் (பங்காளிகள்) ஆவார்கள். அதனால் திருமணத்தின்போது ஒரு புறமணக் குழு தன்னிடம் உள்ள பெண்ணை முறை உறவுள்ள மற்ற புறமணக் குழுவுக்குக் கொடுத்து, அதற்கு ஈடாக அங்கிருந்து பெண்ணைப் பெறும். இது ஒருவகையான நேரடி சமூகப் பரிமாற்றமாகும். இந்த வகையில் கரடி ஒரு குலக் குறியாகவும், ஒரு புறமணக் குழுவாகவும் விளங்கியது.

அவ்வாறே இந்தியச் சாதியச் சமூகத்தில் உள்ள சாதிகளின் பெயர்களும், சாதிகளுக்குள் உள்ள உட்பிரிவுகளாகிய குலம், கோத்திரம், வகையறா, கூட்டம், கரை, கிளை, கொத்து, இல்லம் முதலானவற்றின் பெயர்களும் தொழிற்பெயர்களாக அல்லது செய்து முடிக்கப்பட்ட பொருட்களின் (finished products) பெயர்களாக உள்ளன என்கிறார் லெவிஸ்ட்ராஸ். நிச்சயமாகச் சாதிகளின் பெயர்கள் அனைத்தும் தொழிற்பெயர்களாகவே உள்ளன. இங்கு ஒரு சாதியினர் தம் குடித்தொழிலை மற்றவர்களுக்குக் கொடுத்து மற்றவரின் தொழில்களால் தம் தேவைகளை நிறைவேற்றிக் கொள்கின்றனர். குடிகளுக்கிடையே ஊழியங்கள் பரிமாறிக் கொள்ளப்படுகின்றன. குடி ஊழியம் ஒரு சமூகப்

பரிமாற்றமாகவே செயல்படுகிறது என்கிறார் லெவிஸ்ட்ராஸ் *(1963:7-8)*. இதனை அவருடைய எழுத்துகள்வழி அறியலாம்.

> Indian caste system and the Aboriginal totemic system can be reduced to a common but inverted model.'
>
> 'The symmetry between occupational castes and totemic groups is an inverted symmetry. The principle on which they are differenciated is taken from culture in one case and from nature in the other.'
>
> 'Castes are heterogeneous in function and can therefore be homogeneous in structure... conversely, totemic groups are homogeneous so far as their function is concerned... they therefore have to be heterogeneous in structure' (Levi-Strauss 1963: 57-58).

இதனைச் சுருக்கமாகப் பின்வருமாறு பொருள் கொள்ளலாம்: சாதிகள் செயல்பாட்டளவில் பலபடித்தானவை; ஆனால் அமைப்பு ரீதியில் ஒருபடித்தானவை. மாறாக, குலக்குறிக் குழுக்கள் செயலளவில் ஒருபடித்தானவை; அமைப்பு ரீதியில் பலபடித்தானவை. ஆதலால் குலக்குறி, சாதி ஆகிய இரண்டு முறைகளும் ஒன்று நேர்நிலையாகவும் மற்றொன்று தலைகீழ் நிலையாகவும் காணக் கூடிய ஒரே வடிவம் எனப் பொதுமைப்படுத்தலாம் என்கிறார் லெவிஸ்ட்ராஸ் *(1963: 57-58)*.

மனித சமூகத்தில் நீண்ட காலமாக நிகழ்ந்துவரும் நிலைமாற்றச் செயல்பாடுகளில் (transformations) பழைய வடிவங்கள் மிச்ச சொச்சமாகத் தொடர்ந்து செல்லுதல் உண்டு. அவ்வாறு செல்லும் போது சில இடங்களில் திடீர் மாற்றங்கள் அல்லது தலைகீழ் மாற்றங்கள் ஏற்படுவதுண்டு. அதனால்தான் ஆஸ்திரேலியப் பழங்குடிகளின் குலங்கள் 'புறமண'க் குழுக்களாகச் செயல்படும் போது, இந்திச் சாதிகள் 'அகமண'க் குழுக்களாகச் செயல் படுகின்றன என்கிறார் லெவிஸ்ட்ராஸ் *(மேலது:10)*.

ஆக, சாதிகளின் தோற்றமென்பது ஆதி சமூகத்தின் தொல் வடிவமாகிய குலக்குறி முறையிலிருந்து மெல்ல மெல்ல நிலைமாறி தொடர்ந்து வந்து கொண்டிருந்தபோது ஒரு கட்டத்தில் ஏற்பட்டது என்பார் லெவிஸ்டராஸ். இதனை மிக விரிவான ஆய்வுத் தளத்தில் அவர் வெகுநுட்பமாக விளக்கிக் கூறுகிறார். இந்தக் கட்டுரையில் அதன் சுருக்கமான சாராம்சம் மட்டுமே இடம் பெறுகிறது.

லூயி துய்மோன்

துய்மோன் (Louis Dumont) பிரெஞ்சு நாட்டு மானிடவியலர். மதுரைக்கு அடுத்த கருமாத்தூர் பகுதியில் பிரமலைக் கள்ளர் சமூகத்தை அமைப்பியம் நோக்கில் ஆராய்ந்து ஒரு தென்னிந்தியக் கிளைச்சாதி (A South Indian Subcaste, 1986) எனும் நூலை எழுதினார். ஒரு பிராந்தியத்தையும் ஒரு சாதியையும் அமைப்பியம் நோக்கில் அறிவதற்கு இதைவிடச் சிறந்த வேறொரு நூலில்லை.

இந்த ஆய்வுக்குப் பின்னர் இந்தியத் துணைக் கண்டத்தின் சாதிமுறை பற்றிய கோட்பாட்டு ரீதியிலான ஓர் ஆய்வைத் துய்மோன் மேற்கொண்டார். மானுடப் படிநிலை (Homo Hierarchicus, 1970/ 1966) எனும் தலைப்பில் அமைந்த அந்த ஆய்வு சாதிமுறை பற்றிய மிக நுட்பமான ஆய்வுகளில் தலையானதாகும்.

சாதியமைப்புடைய சமூக முறையின் எல்லா அம்சங்களையும் ஆராய்ந்த துய்மோன் அதில் செயல்படும் 'படிநிலைத் தன்மை'யே (hierarchy) அதற்கு முதன்மையானது எனக் கருதுகிறார். அப்படி நிலைத் தன்மையானது 'தூய்மை - தீட்டு' (purity and pollution) என்னும் மைய அச்சின் மீது இயங்குகிறது எனவும் முன்மொழிந்தார்.

தீட்டு என்பதைத் துய்மோன் எல்லா நிலைகளிலும் ஆய்வு செய்கிறார். ஒரு வீட்டில் இறப்பு நிகழ்ந்துவிட்டால் அவ்வீடு தீட்டுக்குள்ளாகிறது. உயர்சாதிக்காரர்கள் தலைமயிர் வெட்டிக் கொண்டு நேராக வீட்டிற்குள் நுழைந்தால் தீட்டாகும். பின்வாசல் வழியாகச் சென்று குளித்த பின்னர் வீட்டிற்குள் செல்வார்கள். குளித்த பின்னர் அழுக்குத் துணியை உடுத்துவதுகூட அவர்களுக்குத் தீட்டாகும். விரதக் காலத்தில் பாயில் படுப்பதும் தீட்டாகும். மாதவிலக்குக் காலத்தில் வீட்டுக்குள் இருப்பதும் தீட்டு. இப்படியாக இந்தப் பட்டியல் நீண்டுகொண்டே செல்கிறது.

தீட்டு என்பதைத் துய்மோன் மேலும் நுட்பமாக ஆய்வு செய்கிறார். தீட்டு என்பது உயிரியல் தளத்திலிருந்து (உடல்) கிளம்பி வல்லந்தமாக (வலிய) அது சமூக வாழ்வுக்குள் (சாதிய வாழ்வுமுறை) நுழைந்து தன்னை வெளிப்படுத்திச் செயல்படுகிறது என்கிறார். அதாவது, இந்துக்கள் உடலிலிருந்து வெளிப்படுகின்ற 12 வகையான பொருட்களைத் தொடும்போது தீட்டுப்படுவதாகக் கருதுகின்றனர் என்கிறார் துய்மோன் (1970: 49, 61).

இந்த 12 பொருட்களும் அவரவர் உடலுக்குள் இருந்துவந்தாலும் அவை வெளிப்பட்டவுடன் தீட்டை ஏற்படுத்துகின்றன. மலம் உடலுக்குள் இருக்கும் வரை தீட்டாகாது. வெளியே வந்தவுடன் அது தீட்டுக்குரியது. சிறுநீரும் அவ்வாறே. எச்சில் உடலில் படும்போது தீட்டு நேர்கிறது. ஒருவன் குளித்துவிட்டுச் சுத்த பத்தத்துடன் கோயிலுக்குச் செல்லும்போது குளிக்காதவன் ஒருவன் அவனைத் தீண்டிவிட்டால் அதுவும் தீட்டுதான். இவ்வாறு இதன் பட்டியல் நீளுகிறது. இவ்வாறே சாதிகளும் தீட்டை ஏற்படுத்துகின்றன என்கிறார் துய்மோன்.

இறைவனுக்கு அபிஷேகம் செய்து இறைவனின் அழுக்கை நீக்குவதால் இறைவன் பரிசுத்தமானவன்; உயர்ந்தவன் ஆகிறான். அழுக்கை நீக்கிய பிராமணன் தாழ்ந்தவன் ஆகிறான். பிராமணன் இறைவனுக்கு ஊழியம் செய்ய வேண்டியிருப்பதால் அவனுடைய அழுக்குகளை நீக்கும் மற்றவர்கள் கீழானவர்கள். சத்திரியனின் அழுக்குகளை நீக்கும் மற்றவர்களும் கீழானவர்கள். சத்திரியனின் தேவைகளைச் சூத்திரர்கள் செய்கிறார்கள். எல்லோருக்குமான தூய்மையைப் பேணும் பணியைப் பஞ்சமர்கள் செய்கிறார்கள். மற்றவருக்கு அழுக்கை நீக்கும் வேலை செய்வதால் 'தீட்டு' அல்லது 'தாழ்வு' நிலையை அடைய வேண்டியதாகிறது.

இவ்வாறு மேலுள்ளவர்களின் மேன்மைத் தன்மையைப் (தூய்மை) பேணும் வகையில் கீழுள்ளவர்கள் செயல்படும் போது தீட்டு அடைந்தவர்களாக மாறுகின்றனர். இவ்வாறாக ஒவ்வொருவரும் செய்யும் செயலைப் பொறுத்துத் தூய்மை, தீட்டு இரண்டையும் பெறுகின்றனர். இதில் மேலிருந்து கீழாகச் செல்லும் போது அளவு மாறுபடுகிறது. பிராமணர்களுக்குத் தூய்மை அதிகம் கிடைக்கிறது. தீட்டுக் குறைவாகவே ஏற்படுகிறது. சாதிகளின் அடுக்கமைவில் கீழே செல்லச் செல்ல இது தலைகீழாக மாறுகிறது. கீழ்ச்சாதிகளுக்குத் தீட்டு அதிகமாகும்; தூய்மை குறைவாகும்.

இந்நிலையில் ஒவ்வொரு சாதியும் செய்யும் தொழிலால் தனித்தனியானது. அதன் மூலம் ஒவ்வொரு சாதியும் அதற்கான எல்லையை வரையறுத்துக் கொண்டுள்ளது; ஒரு வேலி போட்டுக் கொண்டுள்ளது என்றே சொல்லலாம். சமூக இடைவினையின் போது மட்டுமே (social interaction) அது மற்ற சாதிகள் தன்னுடன் இடைவினைபுரிவதற்குத் தன் எல்லையைத் திறக்கிறது. மற்ற காலங்களில் இறுக மூடிய அமைப்பாகவே காணப்படுகிறது.

அதனால்தான் ஒவ்வொரு சாதியும் தங்களுக்குள்ளாகவே திருமண உறவு, உணவு உண்ணுதல், வழிபடுதல், சடங்குகள் செய்தல் உள்ளிட்ட எல்லா வேலைகளையும் செய்துகொள்கின்றது. இவற்றின் மூலம் அதனதன் தனித்துவத்தை எல்லையிட்டுக் காத்துக் கொள்கிறது என்கிறார் துய்மோன் *(1970: 59-60, 197)*.

சாதிகள் எல்லையை வகுத்துக் கொண்டு ஒரு மூடிய அமைப்பாக இருந்தாலும் சமூக வாழ்வுக்கான தேவைகளைப் பூர்த்தி செய்து கொள்ளும் பொருட்டுக் குடிஊழியங்களைப் பரிமாறிக் கொள்கின்றன. இப்பரிமாற்றங்களின் போது அவற்றின் எல்லைகளைத் திறந்துவிடுகின்றன. சாதிகள் மற்ற சாதிகளுடன் சார்ந்து ஊழியங்களைப் பரிமாறிக்கொள்வதால் சமூக வாழ்வு சாத்தியமாகிறது. இந்தச் சமூக வாழ்வைச் சாத்தியமாக்குவதற்காகச் சாதிகள் பலவும் சார்ந்தியங்கும்போது ஒன்றுடன் ஒன்று உறவாட வேண்டியுள்ளது; இடைவினை புரிய வேண்டியுள்ளது.

இத்தகைய சூழலில் உடலுக்குள்ளிருந்த பொருட்கள் வெளிப்படுவதால் ஏற்படுகின்ற தீட்டு போன்று, சாதிகளுக்கிடையிலான கூட்டு வாழ்வின் போது ஏற்படும் இடைவினைகளும் தீட்டை உண்டாக்குகின்றன. சாதிகள் மற்ற சாதிகளின் தூய்மையைப் பேணுவதற்கு எந்த அளவு செயல்படுகின்றன எனும் அளவைப் பொறுத்து அவற்றின் தீட்டும், அதனால் அவற்றிற்கிடையே படிநிலையும் (hierarchy) உண்டாகின்றன என்கிறார் துய்மோன் *(1970: 355-66)*. துய்மோனின் சாராம்சமான கருத்துகள் மட்டுமே இங்குக் கொடுக்கப்பட்டுள்ளன. *மானுடப் படிநிலை* *(1970)* நூலில் இதனை மிக விரிவாக ஆராய்ந்திருக்கிறார்.

மக்கிம் மாரியாட்

மாரியாட் (McKim Marriott) அமெரிக்க மானிடவியலர். சிக்காகோ பல்கலைக்கழகத்தில் பணியாற்றியவர். சாதி பற்றிய ஆய்விலும், வடஇந்தியக் கிராமிய வாழ்வியல் பற்றிய ஆய்விலும் இவர் சிறந்த வல்லுநர். இந்தியாவில் உத்திரப்பிரதேசத்திலும் மகாராட்டிராவிலும் களப்பணி செய்தவர்.

இவர் 1955இல் *கிராம இந்தியா: சிறு சமூகங்கள் பற்றிய ஆய்வு (Village India: Studies in the Little Communities,* 1955) எனும் நூலையும், 1960இல் *இந்தியாவிலும் பாகிஸ்தானிலும் ஐந்து*

பிரதேசங்களில் சாதி வரிசையும் சமூக அமைப்பும் *(Caste Ranking and Community Structure in the Five Regions of India and Pakistan,* 1960*)* எனும் நூலையும், 1990இல் இந்துக் கருத்தினங்கள் ஊடாக இந்தியா *(India through Hindu Categories,* 1990*)* எனும் நூலையும் எழுதினார். சாதியம் பற்றித் தமக்கு முந்தைய ஆய்வாளர்கள் முன்வைத்த கருத்துகளை நன்கு ஆராய்ந்த பின்னர் மக்கிம் மாரியாட் சாதியமைப்பின் மையப்புள்ளி தூய்மை - தீட்டில் இல்லை, அது 'சேவையைச் செய்வது யார்', 'சேவையைப் பெறுவது யார்' என்பதில் உள்ள வேறுபாட்டில் இருக்கிறது என்கிறார் *(1968: 145-46).*

இந்தியச் சமூகம் என்பது பெரிதும் பரிமாற்ற நடவடிக்கைகளைச் சார்ந்திருக்கிறது *(Indian society is highly transactional)* என்பதும், அதுவே அச்சமூக அமைப்பிற்கு ஆதாரமாக அமைகிறது என்பதும் மாரியாட்டின் (1976) வாதமாகும். இத்தகைய பரிமாற்ற நடவடிக்கைகளில் 'வழங்குபவர்கள்' *(givers)* உயர்ந்தவர்களாகின்றனர்; 'பெறுபவர்கள்' *(receivers)* தாழ்ந்தவர்களாகின்றனர். ஆதலின் வழங்குவதும் பெறுவதுமே சாதியமைப்பில் படிநிலையைத் தீர்மானிக்கிறது என்கிறார் மாரியாட்.

இவ்வாறாக ஆய்வாளர்கள் பலரும் தத்தம் கருத்துகளை முன்னிருத்திப் புதிய புதிய விளக்கங்களை முன்வைத்தனர். இந்த நூலின் அளவு கருதி இன்னும் சில அறிஞர்களின் கருத்துகள் தவிர்க்கப்பட்டுள்ளன. இவையனைத்தையும் தொகுத்துப் பார்க்கும் போது அவை யாவும் ஒன்றுக்கொன்று முரண்பட்டவை என்று கூறுவதை விடவும், ஒன்றுக்கொன்று இட்டு நிரப்பும் *(complementary)* வகையினங்களாகவே உள்ளன எனலாம்.

பக்தவத்சல பாரதி

சாதியச் சமூகம் என்பது இந்தியச் சமூகத்தின் பரிணாம வளர்ச்சியில் திடீரென ஏற்பட்ட ஒன்றல்ல. எந்தவொன்றும் அப்படிச் சட்டென்று உருவாவதற்கு வாய்ப்பில்லை. ஏதாவதொரு மூலத்திலிருந்தே உருவாக முடியும். ஆகவே சாதிய முறைக்கு முன்வடிவம் ஒன்று இருந்திருக்க வேண்டும். இந்தியத் துணைக்கண்டத்தில் இது பற்றிய தேடுதலில் இறங்கும்போது இப்போது நமக்கு ஒரேயொரு சான்றாதாரம் மட்டுமே கிடைக்கிறது. அதனை 'நீலகிரி கூட்டுவாழ்க்கை' *(Nilgiri symbiosis)* என்று அழைக்கலாம்.

நீலகிரியில் தொதவர், கோத்தர், குறும்பர், இருளர், படகர் ஆகிய ஐந்து பூர்வகுடிகள் பன்னெடுங்காலமாக ஒருவரையொருவர் சார்ந்து வாழ்கின்றனர். நீலகிரியில் அண்டைய குடியினர் தங்களுக்குச் செய்யும் குடிஊழியத்திற்கு ஆயர்களாகிய தொதவர் பால் பொருள்களை ஈடாகக் கொடுப்பார்கள். கோத்தர்கள் இசைச் சேவையுடன் பஞ்ச கம்மாளர்கள் செய்யும் தச்சு வேலை, இரும்பு வேலை, பொன் வேலை, மண் வனைதல், வீடு கட்டுதல் உள்ளிட்ட ஊழியங்களை வழங்குவார்கள். குறும்பர்கள் மற்ற நான்கு குடிகளுக்கும் மந்திர மருத்துவ சேவைகளைச் செய்வார்கள். இருளர்கள் மற்றவர்களுக்குக் காடுபடு பொருள்களைக் கொடுப்பார்கள். விவசாயம் செய்யும் படகர்கள் தங்களுக்கு ஊழியம் செய்த நான்கு குடிகளுக்கும் தானிய வகைகளைக் கொடுப்பார்கள். இவ்வாறு இந்த ஐந்து பூர்வ குடிகளும் ஒருவருக்கொருவர் ஊழியங்களையும் பொருள்களையும் பரிமாறிக்கொண்டு வாழ்ந்து வந்தார்கள். ஒரு பழமையான தமிழகக் கிராமத்தில் கடந்த காலத்தில் வாழ்ந்த சாதிகள் தங்களுக்குள் ஊழியங்களைப் பரிமாறிக்கொண்டதுபோல நீலகிரி கூட்டு வாழ்க்கையும் அமைந்திருந்தது.

இந்தியச் சாதியமுறை என்பது பணப் பொருளாதாரம் தோன்று வதற்கு முன்னர் ஏற்பட்ட ஒரு வடிவம் ஆகும். அப்போது பணத் திற்குப் பதில் 'ஊழியங்கள்' பரிமாறிக்கொள்ளப்பட்டன. இந்தியத் துணைக்கண்டத்தில் சமூக அசைவியக்கமானது தொன்றுதொட்டுத் தொடர்ந்து வருவதால் அதன் தொன்மையும் தொடர்ச்சியும் அறுபடாமல் வருகிறது. அதனாலேயே பணப் பொருளாதாரத்திற்கு முந்தைய சமூக வடிவமான சாதியமுறை இன்றைய தொழிற் சமூகச் சூழலில் சிக்கித் தவிக்கிறது. அதன் இருப்புக்கான, தொடர்ச்சிக்கான களம் இன்றில்லை. அது தன் வடிவத்தைப் புணரமைத்துக் கொள்ள வேண்டியுள்ளது. அது நோக்கிய அசை வியக்கத்தில் நாம் சிந்தித்தாக வேண்டும்; செயல்பட்டாக வேண்டும் (பக்தவத்சல பாரதி 2013: 151-55).

இனி டாக்டர் அம்பேத்கரின் கருத்துகளைப் பார்ப்போம்.

பி.ஆர். அம்பேத்கர்

சாதியம் குறித்த தம் கருத்துகளை அம்பேத்கர் தொடர்ந்து எழுதியும் பேசியும் வந்தார். அவற்றில் பின்வரும் நான்கு நூல்கள்

முக்கியமானவை:
1. அமெரிக்கக் கொலம்பியா பல்கலைக்கழகத்தில் 09.05.1916இல் வழங்கிய 'இந்தியாவில் சாதிகள்: அவற்றின் இயங்குமுறை, தோற்றம், வளர்ச்சி' எனும் ஆய்வுரை.
2. சாதி ஒழிப்பு: மகாத்மா காந்திக்கு ஒரு பதில் (லாகூர் ஜாட்-பட் தோடக் மண்டல் மாநாட்டில் ஆற்றுவதற்கு எழுதப்பட்ட உரை, 1935).
3. சூத்திரர் யார்? இந்தோ-ஆரிய அமைப்பில் நான்காம் வருணத்தின ராக எப்படி ஆக்கப்பட்டனர், 1946.
4. தீண்டத்தகாதார்: அவர்கள் யார்? அவர்கள் ஏன் தீண்டத்தகாதாராக ஆனார்கள், 1948.

அம்பேத்கர் சாதியின் தோற்றம் குறித்துத் தமக்கு முன்னர் முன்வைத்த அனைத்துக் கொள்கைகளையும் முழுவதுமாக நிராகரிக்கிறார். காரணம் இந்தியச் சாதிய முறையை விளங்கிக் கொள்ள முனைந்த கீழைத்தேயவியலர்கள் அனைவரும் அதனைப் புறவய (etic) நிலையிலிருந்து கவனித்தார்கள் என்கிறார். அதனால்தான் சாதியத்தின் ஆத்மாவை அவர்கள் கடைசிவரை கண்டறியவில்லை என்கிறார். ஆனால் அம்பேத்கர் அதன் உயிர்ப்புத் தன்மையை அகவய நோக்கில் (emic viewpoint) காண்கிறார்.

அம்பேத்கர் சாதியச் சமூகத்தின் பிடிப்பில் சிக்கித் தவித்த மக்களில் ஒருவராக இருந்ததால் அவர் அகவயமாக அதனை அணுகினார். அதனால்தான் சாதியத்தின் தோற்றம் பற்றிய அனைத்துக் கொள்கைகளையும் அவர் நிராகரித்து, அதன் தோற்ற மானது அகமணத் தன்மையிலிருந்து (endogamous nature) பிறந்தது என்றார். அகமணமே சாதியத்தின் முழுமுதலான, முதன்மையான கூறு என்பது அம்பேத்கரின் கருத்து நிலையாகும். சாதியத்தின் மற்ற பண்புகள் எல்லாம் அதற்குள் அடங்கிவிடுகின்ற சிறு சிறு பகுதிகள் என்கிறார். சாதி என்றாலே அது அகமணத்தன்மைக்குள் வந்துவிடுகின்ற ஓர் அமைப்பாக உள்ளது. சாதியின் தன்மைகள், பண்புகள், பிற அகக் கூறுகள் அனைத்தும் அகமணத்திற்குள் வைத்துப் பேசிவிட முடியுமென்றும் கூறுகிறார். வேறுவகையில் சொல்ல வேண்டுமானால் கலப்புமணம் இன்மையே சாதியின் சாராம்சமாக இருக்கிறது என்கிறார் அம்பேத்கர்.

இந்தியச் சமூக அமைப்பில் புறமணம் என்பது கடுமையாகக் கடைப்பிடிக்கப்பட்டு வந்த, இன்றும் கடைப்பிடிக்கின்ற முறையாகும். இரத்த உறவுள்ள கால்வழியினர் தங்கள் கால்வழிக்கு வெளியே திருமணம் செய்துகொள்ளவேண்டுமென்ற கட்டாயத்தை மட்டுமே புறமணம் கூறுகிறது. இது ஆதியிலிருந்து நடைமுறையில் உள்ள ஒரு பழக்கமாகும். அகமணத்தைப் புறக்கணிக்கும் போது விதிக்கப்படும் தண்டத்தைவிடப் புறமணம் புறக்கணிக்கப்படும் போது விதிக்கப்படும் தண்டம் மிகக் கடுமையாக இருப்பதை அம்பேத்கர் விரிவாக ஆராய்கிறார். அதனால் புறமணம் என்பது தொல்பழங்காலத்திலிருந்து வருகின்ற ஒரு முக்கியமான நடைமுறையாகும். அதனை மீறுதல் கூடாது என்பதற்கு மக்கள் தொடக்கத்தில் மிகுந்த முக்கியத்துவம் கொடுத்தார்கள்.

ஒவ்வொரு சாதியிலும் ஆண்கள், பெண்கள் உபரியாக இருக்கும் போது அப்பிரச்சினையைத் தீர்ப்பதற்கும் அகமண முறையைக் கட்டிக் காப்பாற்றவும் உரிய பழக்கங்களாகவே சதி, கட்டாய விதவைமுறை, குழந்தைத் திருமணம் ஆகியவை தொடக்க காலத்தில் ஏற்படுத்தப்பட்டன. இவை யாவும் மேற்கூறிய பிரச்சினைகளுக்கு உரிய தீர்வாகவும் வழிமுறைகளாகவும் இருந்தன என்கிறார் அம்பேத்கர்.

பிராமணர்கள் தங்களுடைய உயர்ந்த சடங்கியல் தகுதியைத் தக்கவைத்துக் கொள்வதற்குத் தாமாகவே வேலி போட்டுக் கொண்டதால் அது மெல்ல மெல்ல அகமண முறையாக வடிவம் பெற்றது. பிராமணர்கள் அவர்களுக்குள்ளேயே திருமணம் செய்து கொள்ள முடிவெடுத்தார்கள். அதுவே அகமணமாக உருவெடுத்தது. உயர்குடி பிராமணர்கள் பின்பற்றத் தொடங்கிய அகமண முறையை மற்ற குழுவினரும் பின்னாளில் பார்த்தொழுகுதல் (imitation) மூலம் கடைப்பிடிக்கத் தொடங்கினார்கள். அதன் மூலம் அவர்களிடமும் அகமணம் சார்ந்த சாதியம் உருவானது (இந்தியாவில் சாதிகள், பக். 14).

பிராமணர் அல்லாதாரும் அகமண முறையின் தேவையை உணர்ந்தனர். தொழில்வழிப் பிரிவினர் தத்தம் தொழில் இரகசியத்தை (அதாவது தமக்கேயுரிய தொழிநுட்பத்தை) ஒரு குறிப்பிட்ட வரம்புக்குள்ளேயே வைத்திருக்க வேண்டியிருந்தது. ஒவ்வொரு தொழிற்பிரிவினரும் தத்தம் தொழில்நுட்பங்களைப் பாதுகாத்து அடுத்தத் தலைமுறையினரிடம் கையளித்துத் தங்கள்

தொழில்நுட்ப இரகசியங்களைக் காப்பாற்றி வந்தார்கள். இதன் வாயிலாகவும் அகமணத் தன்மை வலுப்பெற்றது. பின்னர் காலகதியில் அது ஒரு நிறுவனத்தன்மை பெற்று சாதியத்தின் மிக முக்கிய கூறாக வடிவம் பெற்றது. ஆகவே அகமணம் என்பது பிராமணர்களிடமிருந்தே பிறந்தது என்கிறார் அம்பேத்கர். சாதியும் அகமணமும் ஒன்று என்பதை இன்னும் அழுத்தம் திருத்தமாகப் பல்வேறு சான்றுகள் காட்டி அவர் நிறுவுகிறார்.

இந்த அகமணத்தைப் பேணும் முயற்சி பல்வேறு நிலைகளில் மேற்கொள்ளப்பட்டதை அம்பேத்கர் தம் ஆய்வில் விரிவாக விளக்கிச் செல்கிறார். அம்பேத்கர் சாதியத்தின் தோற்றம் குறித்து மிகவும் அகவயமான நோக்கில் ஆராய்ந்தார். இந்தியச் சமூகத்தில் மிக நீண்ட காலமாகப் பின்பற்றிவந்த புறமண முறையின் மீது (exogamous system) அகமண முறையைத் (endogamous system) திணித்ததன் விளைவாகவே சாதிமுறை தோன்றியது என்று கருதினார் (*இந்தியாவில் சாதிகள், பக். 12-14*).

பிராமணர்கள் ஆதிகாலத்திலேயே யாக, வேள்வி செய்யும் உயர் சடங்குப் பூசகர்களாக அங்கீகாரம் பெற்றிருந்தனர். சமூகத்தில் தங்களின் உயர்வான சடங்கியல் தகுதியைத் தக்கவைத்துக் கொள்ள தமக்குத் தாமே வேலியிட்டுக் கொண்டனர். தம்மைத் தனிமைப் படுத்திக் கொண்டதுடன் மற்றவர்களையும் தனிமைப் படுத்தினர்.

இவ்வாறு ஆதியில் முதலில் வேலியிட்டுக் கொண்ட சமூகமாகப் பிராமணர்கள் உருவாகியிருக்க வேண்டும். இத்தகைய நிலைக்கு அகமண முறை கருவியாக இருந்திருக்க முடியும். தங்களுடைய தனித்துவத்தில் மற்றவர்கள் நுழையக்கூடாது என விரும்பினார்கள். இதுவே சாதியமுறை தோன்றுவதற்குக் காரணமாக அமைந்திருக்க முடியும் என்பது அம்பேத்கர் கண்ட முடிவு. ஆகவே அகமணம் என்பது பிராமணர்களிடமிருந்தே பிறந்தது என்கிறார் . சாதியும் அக மணமும் ஒன்று என்பதை இன்னும் அழுத்தம் திருத்தமாகப் பல்வேறு சான்றுகள் காட்டி அவர் நிறுவுகிறார்.

இந்த அகமணத்தைப் பேணும் முயற்சி பல்வேறு நிலைகளில் மேற்கொள்ளப்பட்டதை அம்பேத்கர் தம் ஆய்வில் விரிவாக விளக்கிச் செல்கிறார். அகமணச் சமூகத்தில் ஆண் பெண் விகிதாச் சாரம் மாறுபடும் போது அகமணத்துக்குப் பிரச்சினை எழுகிறது எனக் கண்டறிந்தார்.

சுமங்கலி இறக்கும்போது மனைவியை இழந்த கணவன் விதுநன் ஆகிறான். அதுபோல கணவன் இறப்பதால் அவனுடைய மனைவி விதவையாகிறாள். இந்நிலையில் இந்தத் தனி மனிதர்கள் புதிய துணையைத் தேடும் போது அகமண வட்டத் திற்கு வெளியே செல்லவேண்டிய நிலை ஏற்பட்டது. ஆனால் பிராமணர்கள் அதைப் பிற நடைமுறையின் மூலம் தவிர்த்தனர். இறந்துபோன கணவனுடன் மனைவியை எரித்துவிட்டனர். அதனால்தான் சதி எனும் பழக்கம் உருவானது.

அடுத்த நிலையில் எரிப்பதற்குப் பதில் (சதி) அவளை வற்புறுத்தி விதவையாகவே வைத்திருந்தனர். இது எரிப்பதைவிட சற்று மென்மையான நடைமுறையாகும். மனைவியை இழந்த ஆண் மீது பிரம்மச்சரியத்தைத் திணித்தனர். இந்த நடைமுறைகள் யாவும் அகமணத்தைப் பேணுவதற்காகவே ஏற்பட்டவை என்கிறார். பருவமடையாத பெண்ணொருத்தியை அவனுக்கு மணம் முடித்து வைத்தலும் இவற்றின் தொடர்ச்சியாக நடந்தது.

ஒவ்வொரு சாதியிலும் ஆண்கள், பெண்கள் உபரியாக இருக்கும் போது அப்பிரச்சினையைத் தீர்ப்பதற்குக் கட்டாய விதவை முறை, குழந்தைத் திருமணம் முதலானவையும் பின்பற்றப்பட்டன. உடன்கட்டை (சதி) ஏறுதலும் பின்பற்றப்பட்டது. இவையாவும் மேற்கூறிய பிரச்சினைகளுக்கு உரிய தீர்வாகவும் வழிமுறைகளாகவும் இருந்தன என்கிறார் அம்பேத்கர்.

ஒரே குழுவுக்குள் திருமண வயதில் ஆண், பெண் இருபாலரும் இருப்பார்கள். இவர்களுக்கிடையே வயது வேறுபாடு மிகுந்து இருக்கும். இந்த வயது வேறுபாடுகளால் திருமணத் தடை வந்து விடக்கூடாது என்பதற்காக, மணமக்களின் வயதுகளில் வேறுபாடு இருந்தாலும் அவர்களைத் திருமணத்தால் இணைத்துவிட வேண்டும் எனும் வகையிலும் அகமண முறையைப் பிராமணர்கள் முன்னெடுத்தனர்.

இதனை அம்பேத்கர் எழுத்துக்களில் அறிய வேண்டுமானால் 'சாதிய அமைப்பு என்கிற மர்மப் பேழையைத் திறப்பதற்கான திறவுகோலாக நான் ஏன் அகமணத்தைக் குறிப்பிடுகிறேன் என்பதை முன்னுணர்வது உங்களுக்கு அவ்வளவு எளிதாக இருக்காது. ஊகத்தால் நீங்கள் உளைச்சல் அடையா வண்ணம் இருக்க அதற்கான என்னுடைய காரணங்களை முன்வைக்கிறேன்' என்று

அவர் கட்டுரையில் அதற்கான விடயங்களை விவரித்துச் செல்கிறார். அவற்றை மீண்டும் இங்கு மறுபதிப்புச் செய்ய வேண்டியதில்லை.

அம்பேத்கர் இந்தியாவில் சாதிகள் எனும் தலைப்பில் மேற் கொண்ட ஆய்வு மிகவும் விரிவான ஒன்றாகும். அவற்றில் சாதியத்தின் தோற்றம் பற்றிய ஒரு கருத்து மட்டுமே இங்கு நுணுகி ஆராயப்பட்டுள்ளது. இதன் மூலம் அம்பேத்கர் அவர்கள் சர் டென்சில் இபட்சன் தொடங்கி கிளாட் லெவிஸ்ட்ராஸ் வரை பல்வேறு அறிஞர்கள் முன்வைக்காத ஒரு புதிய அணுகுமுறையை முன்வைத்துச் சாதியத்தின் தோற்றத்தை ஆராய்ந்துள்ளார். அகமணமே சாதியத்தின் மூலம் என நிறுவுகிறார். இது வேறெந்த அறிஞரும் முன்வைக்காத ஒரு பார்வையாகும்.

அம்பேத்கரின் கருத்தை வலுப்படுத்தக்கூடிய சான்றுகள் பண்டைத் தமிழ்ச் சமூகத்தில் இருந்ததைக் காணும் போது அம்பேத்கர் மேற்கொண்ட ஆய்வு காலத்தைக் கடந்து பொருந்தக் கூடியது என்பதை வலியுறுத்திக் கூறமுடியும். சங்ககாலத் தமிழ் மக்கள் புறமண நெறியைத் தவிர்க்க முடியாத திருமண விதியாகப் பின்பற்றினார்கள். 'கொளற்கு உரி மரபின் கிழவன் கிழத்தியை, கொடைக்கு உரி மரபினோர் கொடுப்ப கொள்வதுவே' (தொல். பொருள். 1095). கொள்வதற்கும் கொடுப்பதற்கும் யார் உரியவர்கள் என்ற புறமண விதியை அவர்கள் பின்பற்றினார்கள்.

இருங்கலி யாணர்எம் சிறுகுடித் தோன்றின்
வல்லெதிர் கொண்டு மெல்லிதின் வினைஇ (அகம். 300)

எனும் பாடல் தலைவியின் சிற்றூருக்கு வரும் வேற்று ஊர்த் தலைவனைப் பற்றிக் கூறுகிறது. அக்காலத்தில் நிலவிய ஊர்ப் புறமணத்திற்கு இந்தப் பாடல் நல்லதொரு சான்றாகும்.

யாயும் ஞாயும் யார் ஆகியரோ, எந்தையும்
நுந்தையும் எம்முறைக் கேளிர் (குறுந். 40)

எனும் அடிகளும் சிற்றூர் புறமண முறையைக் காட்டுகின்றன. இத்தகைய பல பாடல்கள் உள்ளன. இரவுக்குறி சார்ந்த பாடல்கள் பலவும் புறமண முறையைக் காட்டுவதாக உள்ளன (அகம். 110, 272).

சங்ககாலத்தில் புறமண விதியைப் பார்க்கும்போது அகமண விதி அவ்வளவு அழுத்தமாக இல்லை எனலாம். புறமண முறைக்குப் பின்னரே அது வலுப்பெற்றது. மேலும் சங்கச் சமூகம் 'குடி'

அம்பேத்கர் மானிடவியல் ✴ 23

அமைப்புடைய சமூகமாகவே இருந்துள்ளது. அம்குடி, முதுகுடி, குரம்பைக்குடி, வேட்டக்குடி, விழுக்குடி, வீழ்குடி, செழுங்குடி போன்ற எண்ணற்ற குடிப்பெயர்கள் இதனைத் தெளிவுபடுத்தும். ஆதலின் பண்டைத் தமிழ்ச் சமூகத்தில் சாதிமுறை இல்லை எனலாம். இந்நிலையில் அம்பேத்கரின் முன்மொழிவுகள் ஏற்கப்பட வேண்டியவை என்பதை மானிடவியல் ரீதியில் உறுதியாகக் கூறமுடியும்.

பின்னுரை

இந்தியச் சமூகம் சாதியச் சமூகம்; இந்தியப் பண்பாடு சாதியப் பண்பாடு. இவற்றின் ஊடாகவே சாதியைப் புரிந்துகொள்ள வேண்டும். பிறப்பும் செய்யும் தொழிலும் சாதியத்தோடு பொருத்தப் பட்டுள்ளன. இன்னமும் அர்ச்சகர் தொழில் பிராமணருக்கு என நீதிமன்றங்கள் கூறுகின்றன. துப்புரவுத் தொழிலில் தாழ்த்தப் படாதோர் எவரும் இதுவரை ஈடுபட்டதில்லை. கோயில்களில் நுழைவதற்கான உரிமை எல்லா சாதியினருக்கும் 1939ஆம் ஆண்டிலேயே சட்டபூர்வமாகக் கொடுக்கப்பட்டுள்ளது. ஆனாலும் இன்றுவரை நுழைய முடிவதில்லை. தீண்டாமை நவீன வடிவங்களில் திரிபு வடிவங்களாக உருமாறித் தொடர்கின்றன.

இந்நிலையில் சாதியச் சமூக முறையின் கட்டமைப்பைத் தகர்த்து புதிய சமூக ஒழுங்கை உருவாக்க வேண்டியுள்ளது. அதற்கு அம்பேத்கரின் சிந்தனைகளும், எழுத்துக்களும், செயல்பாடுகளும் நமக்கு வழிகாட்டுகின்றன. அவற்றை உள்வாங்கிச் செயல்படும் போது புதிய சமூக நாகரிகத்தை நோக்கி மெல்ல நகர்ந்து செல்ல இயலும்.

2

பிராமணர் தோற்றம்:
வடஇந்தியப் பூர்வகுடியின் சாட்சியம்

தமிழகத்தின் தொல்குடிகளில் குறிப்பிடத்தக்கவர்கள் குறவர்கள். இவர்கள் சங்ககாலம் முதல் இன்று வரை பெயர் மாறாமல் அறியப்படுபவர்கள். சங்ககாலத்திலேயே குறிஞ்சியில் வேட்டை யாடி உணவு சேகரிப்பையும் தாண்டி மலை விவசாயத்தைத் தொடங்கிய முன்னோடிகளாகவும் கானக்குறவர் விளங்கினார்கள். மூதேவியைக் (மூத்த தேவி = ஆதி தாய்த்தெய்வம்) குலதெய்வ மாகக் கும்பிட்டார்கள்.

தமிழகத்தின் குறவர்களுக்கு இணையான சாதியினர் பழைய பீகாரில் உள்ளனர். அவர்களின் பெயர் தூரி (Turi). இன்றைய ஜார்க்கண்ட் மாநிலத்தில் ராஞ்சி, கும்லா, லொஹர்தகா முதலான மாவட்டங்களிலும் சோட்டா நாக்பூர் பகுதியிலும் இவர்கள் பரவலாக வாழ்கின்றனர். இவர்கள் இன்றைய பீகாரிலும் ஜார்க்கண்டிலும் 'அட்டவணைச் சாதி' யராக (Scheduled Caste) வகைப்படுத்தப்பட்டுள்ளனர்.

தமிழகத்தில் இன்று குறவர்கள் பல்வேறு அகமணக் குடியினராக (endogamous communities) வகைப்பட்டுள்ளது போன்றே, தூரி மக்களும் நான்கு பெரிய அகமணப் பிரிவினராகக் காணப் படுகின்றனர். முதல் பிரிவினர் 'தூரி'. இரண்டாம் பிரிவினர் 'மஹிலி தூரி' (Mahili Turi). இவர்கள் சில நேரங்களில் 'கிஸான் மஹிலி தூரி' என்றும், சில பொழுது 'கிஸான் தூரி' (Kisan Turi) என்றும் அழைக்கப் படுகின்றனர். மூன்றாம் பிரிவினர் 'டொம்' (Dom) என்றும், நான்காம் பிரிவினர் 'டொம்ரா' (Domra) என்றும் அழைக்கப் படுகின்றனர் (சிங், கே.எஸ். 1993: 1268-69).

இன்று தூரி என்று அழைக்கப்படும் இச்சமூகத்தாரின் பெயருக்கான மூலம் 'டோக்ரி' (Tokri) ஆகும். இதன் பொருள்

‘கூடை’ (basket). மூங்கிலைக் கொண்டு கூடை, முறம் கட்டுபவர்கள் என்பதால் இப்பெயர் பெற்றனர்.

தூரி மக்கள் மூங்கிலைக் கொண்டு கூடை, முறம் பின்னக்கூடிய உத்தி முறையாலும், அவற்றைச் செய்யக்கூடிய செயல்முறையாலும் நான்கு வகையான பிரிவினர்களாகப் பிரிந்துவிட்டனர் (ரிஸ்லி 1891). தூரி மக்கள் உண்மையில் ஒரு காலத்தில் சமூகத்தில் உயர்ந்தவர்களாக இருந்தார்களாம். மூங்கில் தொழிலில் ஈடுபடத் தொடங்கிய பின்னர் தாழ்ந்த சாதியாக மாற்றப்பட்டார்களாம். இந்தத் தோற்றத் தொன்மத்தை (origin myth) நான்கு வகையான தூரி மக்களும் கூறுகின்றனர். இந்தத் தொன்மம் பற்றிப் பின்வரும் பகுதியில் விரிவாகக் காணலாம்.

தூரி மக்கள் தங்கள் பெயருக்குப் பின்னால் ‘மஜ்ஹி’ (Majhi) எனும் அடைமொழியைப் போட்டுக்கொள்வார்கள். இவர்கள் அனைவரும் வீட்டில் சத்ரி (Sadri) எனும் கிளைமொழியைப் பேசுகின்றனர். வெளியில் மற்றவர்களிடம் இந்தியைப் பேசு கின்றனர்; தேவநாகிரியில் எழுதுகின்றனர்.

ஆங்கில சிவில் நிர்வாக அதிகாரியாகிய ரிஸ்லி (H.H. Risley) *வங்காளத்தின் பழங்குடிகளும் சாதிகளும்* (The Tribes and Castes of Bengal, 1891) எனும் நூல் தொகுதிகளை உருவாக்குவதற்கு மேற்கொண்ட தொகுப்புப் பணியின்போது இம்மக்களை ‘இந்துமயமாக்கப்பட்ட முண்டார்கள்’ (Mundas) என்றார். நடு மாகாணத்தில் முண்டார்கள் ஒரு பெரிய குடி என்பதால் அவர்களின் சாயலைத் தூரியினர் தழுவ முற்பட்டனர் என்கிறார் ரிஸ்லி.

1916இல் ஆங்கில நிர்வாகி ரசல் (R.V. Russell) *இந்தியாவின் நடுமாகாணப் பழங்குடிகளும் சாதிகளும் (The Tribes and Castes of the Central Provinces of India, 1916)* எனும் தொகுப்பை மேற்கொண்டபோதும் இவர்கள் இந்துமத நம்பிக்கைகளைக் கொண்டிருந்ததாக எழுதினார். முண்டார்களின் சாயல் சில இருப்பினும் தூரி மக்கள் தனித்துவமானவர்களே. முண்டார்கள் பழங்குடிச் சமூகத்தவராக அங்கீகரிக்கப்பட்டுள்ளனர். தூரிகளோ அட்டவணைச் சாதியாராக வகைப்படுத்தப்பட்டுள்ளனர்.

வட இந்தியாவில் வாழும் பல தொல்குடியினர் ஒன்றுக்கும் மேற்பட்ட மாநிலங்களில் வாழ்கின்றனர். கோண்டு, கோந்த் (Khondh), பீல் (Bhil) போன்ற முக்கியமான திராவிடப் பழங்

குடியினர் ஒவ்வொருவரும் ஏறக்குறைய ஏழு மாநிலங்களில் வாழ்கின்றனர்.

குஜராத்தில் வாழும் தூரிகள் தமிழகத்தில் உள்ள வன்னியர் களின் குடிப்பிள்ளைகளாகிய நோக்கர்கள் போன்று வம்ச வரலாறு சொல்பவர்களாகவும் சமூகப் புராணக் கதைகள் சொல்பவர் களாகவும் உள்ளனர். இந்த மாநிலத்தில் தூரிகள் 'தூரி' எனும் இசைக்கருவியைக் கையில் எடுத்துக்கொண்டு தொழிலுக்குச் செல்வார்கள். அதனால் அந்த இசைக்கருவியின் மூலமே இந்த மக்களுக்குத் 'தூரி' எனும் பெயர் ஏற்பட்டது என்ற ஒரு கருத்தும் பேசப்படுவதுண்டு. இவர்கள் குஜராத்தில் அகமதாபாத், கேதா, பஞ்மஹால் முதலான மாவட்டங்களில் மிகுதியாகக் காணப்படு கின்றனர்.

வம்ச வரலாறு சொல்வது முதன்மைத் தொழிலாக இருந்தாலும், துணைத் தொழிலாகப் பவாய் (Bhavai) எனும் நாட்டார் இசை நாடகத்தை நாட்டுப்புறங்களில் நடத்துகின்றனர். குஜராத்தில் ஜுனாகட், மெஹசேனா, ராஜ்கோட், கட்ச், பாவ்நகர், சுரேந்திர நகர், ஜாம்நகர், அகமதாபாத், வல்சட் முதலான மாவட்டங்களில் பரவலாகக் காணப்படுகின்றனர். அங்கெல்லாம் இவர்கள் 'தேத் பாரோட்' (Dhedh Barot) அல்லது 'ஹரிஜன் பாரோட்' (Harijan Barot) என அழைக்கப்படுகின்றனர். இவர்கள் ஹரித்துவார் சத்யபால்ஜி மஹாராஜ் எனும் மதகுருவை நாள்தோறும் வணங்கித் தொழில் செய்கின்றனர். கூடவே இராமனையும் வழிபடுகின்றனர் (சிங், கே.எஸ்.1993:1277).

ஒடிசா மாநிலத்தில் தூரிகள் பாரம்பரியம் மிக்கவர்களாகவே காணப்படுகின்றனர். இங்கு இவர்கள் 'பேட்ர தூரி' (Betra Turi) என்றும், சுருக்கமாகப் 'பேட்ர' என்றும் அழைக்கப்படுகின்றனர். ஒடிசாவில் இவர்களின் பாரம்பரியத் தொழில் கூடை, முறம் கட்டுவதாகும். ஒடிய மொழியில் 'பேட்' (bet) என்றால் நாணல், கசங்கு என்று பொருளாகும். இவர்கள் பேசுவது ஒடியா என்றாலும், லாரியா (Laria) மொழி இவர்களுடைய பூர்வீக மொழியாகும் (மேலது: 1278). இவ்வாறு தூரியினர் ஜார்க்கண்ட் மாநிலம் தொடங்கி குஜராத் வரை பரவி வாழ்கின்றனர். அதனால் இவர் களிடம் பிரதேச வேறுபாடுகள் சில காணப்படுகின்றன. இங்கு பீகாரில் வாழும் தூரிகளைப் பற்றிக் கவனிப்போம்.

தொன்மம்

பீகாரின் அட்டவணைச் சாதியினருள் ஒருவகையினரே தூரி. இவர்கள் அட்டவணைச் சாதியாக மக்கள் கணக்கெடுப்பில் கூறப்பட்டாலும் மொழி வழியாகவும் பண்பாட்டு வழியாகவும் முண்டர்களைப் பெரிதும் ஒத்துள்ளனர். இவர்களிடம் வழங்கப்படும் தோற்றம் குறித்தத் தொன்மமானது இந்தியச் சாதிகளின் தொன்மவியல் ஆய்வில் முக்கியமானதாகும். வான் எச்சம் *(1984: 49-56)* விவரிக்கும் இத்தொன்மம் வருமாறு:

மனிதன் உருவாகுதல்

முதன்முதலில் உலகத்தில் 'சிங்பொங்கா' (பகவான்) என்ற தூரி களின் கடவுள் மட்டுமே இருந்தார். அப்போது மண்ணுலகமும் இல்லை; வானமும் இல்லை; சொர்க்கம், நரகம் எதுவுமில்லை; எல்லாமே வெற்றிடம்தான். சிங்பொங்கா ஒரு விதை விதைத்தார். அதிலிருந்து மண்ணுலகம் தோன்றியது.

அதன் பின்னர் மழை பெய்தது. ஈரமண்ணைப் பிசைந்து சிங் பொங்கா ஒரு சகோதரனையும் ஒரு சகோதரியையும் படைத்து இவ்வுருவங்களைச் சுடுமண் பொம்மைகளாக ஆக்கி மனிதர்கள் என்றும் சாகாதவர்களாக மாற்ற எண்ணினார். அதனால் களிமண் பொம்மைகளை வெயிலில் உலரவைத்துவிட்டுச் சிறிய சூளை ஒன்றை அமைத்தார். அமைத்து முடிந்தவுடன் நெருப்புக் கொண்டு வரச் சென்றார். அப்போது இரண்டு இறக்கையுடைய குதிரை ஒன்று பறந்து வந்து சூளையைச் சிதைத்து விட்டது. கோபமடைந்த பகவான் தன் தங்க வாளை எடுத்து குதிரையின் இறக்கைகளை வெட்டி வீழ்த்தினார் (அதனால்தான் இன்றும் குதிரைகள் இறக்கைகள் இல்லாமல் உள்ளன).

பின்னர் பகவான் களிமண் பொம்மைகளுக்கு உயிர் கொடுத் தார். சுடப்படாத பொம்மைகளாக உருவானதால்தான் மக்கள் இறப்புக்குள்ளாகிறார்கள். சூளை சிதையாமல் இருந்திருந்தால் பொம்மைகளைச் சுடுமண் பொம்மைகளாக மாற்றி மனிதர் களை என்றுமே இறக்காத உயிரினமாக மாற்றியிருப்பார்.

இதுவரை விவரிக்கப்பட்ட இத்தொன்மத்தின் விவரங்கள் முண்டர், ஒராவ்ன், சந்தால், ஹோ, காரியர், பிர்கார் இன்னும் பிற பழங்குடிகளின் தொன்மங்களில் சிதைக்கப்பட்ட பொம்மை

களைப் பகவான் மீண்டும் செப்பனிட்டுப் புலிஅல்லது ஒரு கோடி நாய்களைக் கொண்டு காவல்புரிந்தார் என்பதாக உள்ளன. தூரிகளின் தொன்மத்தில் சூளை அழிக்கப் பட்டதாகவும், பிற பழங்குடிகளின் தொன்மத்தில் களிமண் பொம்மைகள் சிதைக்கப் பட்டதாகவும் விவரிக்கப்படுகின்றன.

தொழிற் பகுப்பு

பகவான் உருவாக்கிய சகோதரன்-சகோதரி மனித உருவத்தி லிருந்து மொத்தம் 36 சாதிகளை உருவாக்கினார். இறுதியாக ஜோரா பழங்குடியினரை உருவாக்கினார். இவர்கள் அந்நாளில் சத்திரியர்களாகத் திகழ்ந்தனர்.

36 சாதிகளையும் உருவாக்கியபின் பகவானே ராஜாவாகி ஒவ்வொரு சாதிக்கும் ஒரு வேலை கொடுத்து அனைத்துச் சாதி களையும் தன் கட்டுப்பாட்டிற்குள் வைத்துக்கொண்டார். தூரி களை மிக உயர்வான சாதியாக வைத்தார். கோடையின் வெயிலைத் தணிக்கத் தூரிகள் மூங்கிலால் செய்த விசிறிகளை ராஜாவுக்குக் கொடுத்தபோது ராஜா இவர்களின் திறமையை வியந்து தங்கக் கோடரி, தங்கக் கத்தி, தங்க முக்காலி, இன்னும் பிற தங்கக் கருவிகளைக் கொடுத்து இவர்களின் தொழிலை மிக உயர்வாகப் போற்றினார். அன்றிலிருந்து தூரிகள் மூங்கில் கொண்டு கைவினைப் பொருள்கள் செய்யும் தொழிலை மேற்கொண்டனர். தூரிகளின் கருத்துப்படி பகவான் உருவாக்கிய 36 சாதிகளின் தொழில்களும் பகவானாலேயே கொடுக்கப்பட்டது. இதனால் சமூகத்தில் ஒருவர் மற்றொருவரைப் பிரித்து நடத்துவது தவறு என்பார்கள்.

சூப்ப பகத் - தலைமைப் பூசாரி

பொற்காலமாகிய அந்தக் காலத்தில் ராஜா நடத்தும் பல விருந்துச் சடங்கின் படையலானது கோயிலின் சேண்டை (மணி) அடித்ததும் அனைவரும் சமமாகப் பிரசாதத்தை உண்ணும் காட்சி கண்கொள்ளாக் காட்சியாகும்.

ஒருநாள் மன்னர் ஏற்பாடு செய்த இவ்வகை விருந்துச் சடங்கின் போது கோயில் சேண்டை ஒலிக்கவேயில்லை. மன்னருக்கும் கூடியிருந்த மக்களுக்கும் ஒரே ஆச்சரியம். காரணத்தைக் கண்டறிய முயன்றபோது தூரி வராதது தெரியவந்தது.

தூரிக்கு வயதாகிவிட்டிருந்தது. சொறிப் புண்ணால் பாதிக்கப் பட்டிருந்தார். அதனால் விருந்துக்கு வர முடியவில்லை. மன்னன் அவரை வரவழைத்தார். அவருக்கு இலை போட்டுச் சோறும் 36 வகை பதார்த்தங்களும் பரிமாறப்பட்டன. ஆனால் தூரி 36 வகை பதார்த்தங்களையும் ஒன்றாகக் கலந்து முதல் உருண்டையை வாய்க்குக் கொண்டு செல்லும் தருவாயில் கோயில் சேண்டை ஒலித்தது. மன்னன் மகிழ்ச்சியுற்றுத் தூரியின் தோளில் பூணூல் அணிவித்து அன்றி லிருந்து சூப்ப பகத்தாக (தலைமைப் பூசாரியாக) நியமித்தார். அம்மன்னனின் நாட்டில் தூரி மட்டுமே பூணூல் அணிந்தவராக இருந்தார்.

சூப்ப பகத் தகுதியிழத்தல்

பூணூல் பெற்ற காலத்திலிருந்து தூரிகளே உயர்ந்த சாதி. சூப்ப பகத்துகளே பலி/யாகச் சடங்குகள் செய்யும் தலைமைப் பூசாரி.

மன்னன் பல்லக்கில் வெகுதொலைவான பகுதிகளுக்கு மந்திரி, அலுவலர்களுடன் செல்லும்போது சூப்ப பகத் அக்குழுவிற்கு முன்னால் செல்வார். இவர்கள் செல்லும் வழியானது பஞ்சபூதங்கள் நிறைந்ததாகவும், காடு மலைப் பகுதிகள் நிறைந்ததாகவும் இருக்கும் என்பதால் சூப்ப பகத் மந்திர உச்சாடனங்கள் சொல்லிச் செல்கையில் பல்லக்குப் பளுத் தட்டாமல் இருக்கும். இவ்வாறு ஒருநாள் செல்லும் போது சூப்ப பகத் 'இயற்கை அழைப்பை' (மலம் கழித்தல்) கவனிக்க வேண்டியிருந்ததால் 'சென்று கொண்டேயிருங்கள், இதோ வந்து சேர்ந்துகொள்கிறேன்' என்று சொன்னார்.

சிறிது தூரம் சென்ற பின் பல்லக்கு மிகவும் பளுவாக மாறியது. தூக்கிச் சென்றவர்களால் நடக்க முடியவில்லை. சூப்ப பகத்தைக் கூவினார். அவர் அவசரத்தில் பூணூலைச் செடியின் மேல் வைத்து விட்டு வந்து மந்திர உச்சாடனங்களைச் சொல்லி, சிக்கலைத் தீர்க்க முயன்றார். முடியவில்லை. பின்னால் வந்த பிராமணன் பூணூலைத் தெரியாமல் மாட்டிக்கொண்டு வழிநெடுக சூப்ப பகத் சொன்ன மந்திரங்களைச் சொல்லத் தொடங்கியவுடன் பல்லக்கின் பளு குறைந்தது. வழியும் கண்ணுக்குப் புலப்பட்டது. மன்னர் ஆச்சரியமடைந்து இந்த ஆற்றல் உனக்கு எவ்வாறு கிடைத்தது என்று வினவ, தனக்குப் பூணூல் கிடைத்ததாகவும் அதன் ஆற்றலால் மந்திரம் கற்றதாகவும் கூறினான். அன்றிலிருந்து

பிராமணனைச் 'சூப்ப பகத்'தாக மன்னன் நியமித்தான். பிராமணர் உயர்சாதியாக மாறினார்.

பின்னுரை

பீகாரில் தூரி சாதியினர் கூறும் இத்தகைய பழந்தொன்மங்கள் தமிழகத்தின் அடித்தளச் சாதியினரிடமும் காணப்படுகின்றன. இன்னொரு வகையில் சொல்வதானால் தென்னிந்திய அடித்தளச் சாதிகளிடம் உள்ளது போன்ற தொன்மம் வட இந்தியாவிலும் காணப்படுகிறது எனக் கருதலாம். இத்தகைய ஆய்வுகளை மேலும் முன்னெடுக்கும் போது இன்னும் பல வகையான தொன்மங்களும் இனவரலாறு சார்ந்த தரவுகளும் கிடைக்கக் கூடும்.

தமிழகத்தில் அடித்தளச் சாதிகளின் தொன்மங்களைப் பண்பாட்டு ஆய்வாளர்கள் பலர் ஆராய்ந்திருக்கின்றனர். பிரெஞ்சு மானிடவியலர் இராபர்ட் டெலீஜ் தம்முடைய *தீண்டத்தகாதார் உலகம்: தமிழகப் பறையர்கள்* (*The World of the 'Untouchables' : Paraiyars of Tamil Nadu*, 1997) எனும் நூலில் எவ்வாறு பறையர்களும் பிராமணர்களும் சமூகத் தகுதியில் தலைகீழாக்க நிலைகளை அடைந்தனர் என்பதை ஆறு வகையான தொன்ம வடிவங்களைக் கொண்டு ஆராய்கிறார் (டெலீஜ் 1997: 127-36). தென் தமிழகத்தில் பிராமணர் திருமணங்களில் ஆவாரஞ் செடிக்கு 'அண்ணன் வரிசை' வைக்கும் சடங்கு பறையர்களான அண்ணன்மாருக்கு வைக்கும் வரிசை என்பதை இன்றும் நினைவுபடுத்துகிறது என்கிறார் டெலீஜ் (1997: 131).

செங்கல்பட்டுப் பகுதியில் எண்டாவூர் கிராமத்து அடித்தள மக்களின் தொன்மங்களைக் கொண்டு மிஷல் மொஃபாத் (1979) ஆராய்ந்துள்ளார். அங்கு வாழும் சங்குப் பறையர்களின் பின்வரும் பாடலைப் பதிவு செய்கிறார்.

> நானே முதலில் பிறந்தவன்
> நானே பூணூலை முதலில் அணிந்தவன்
> நானே சங்குப் பறையன் (மொஃபாத் 1979:123).

கொச்சின் சாதிகளும் பழங்குடிகளும் (*The Tribes and Castes of Cochin*, 1981 (1909-12) எனும் நூல் வரிசையில் அனந்த கிருஷ்ண ஐயர் பறையர்களை 'மூத்த பிராமணர்கள்' (elder Brahmans) என்று அழைக்கும் வழக்கத்தைப் பதிவு செய்துள்ளார் (ஐயர் 1981, 1: 69).

தமிழகத்தில் கோயில் பிராமணர்கள் தாம் அடைந்த தீட்டின் காரணமாக ஒரு கணம் 'மத்தியானப் பறையர்' ஆக மாறுவதைத் தொ. பரமசிவன் தம் *பண்பாட்டு அசைவுகள்* (2001:65) நூலில் குறிப்பிடுகிறார்.

தமிழக அருந்ததியர்கள் பற்றிய ஆய்வில் அருட்தந்தை மாற்கு அருந்ததியர்களின் தொன்மங்களை ஆராய்ந்துள்ளார். இந்தத் தொன்மங்களிலும்கூட பிராமணர்-பறையர் போன்று கம்பளத்தாருக்கும் (உயர்சாதி) அருந்ததியருக்கும் (கீழ்ச்சாதி) இடையே நடந்த ஏமாற்றுதலின் தலைகீழாக்கத்தைக் காண்கிறோம் (மாற்கு 2001: 20-45). முரசுப் பறையர் குறித்த விரிவான ஆய்வை செய்திருக்கும் தொல்லியல் அறிஞர் தி. சுப்பிரமணியன் (2017) மேற்கூறிய தொன்மங்களின் தொடர்ச்சியைக் காட்டுகிறார்.

சாதிகளின் தோற்றத் தொன்மங்கள் குறித்த விவாதத்தில் டி.தருமராஜ் செய்துள்ள முன்னெடுப்புகள் கவனத்திற்குரியவை. *நான் ஏன் தலித்தும் அல்ல?* (2016) எனும் நூலில் துய்மோன், மிஷல் மொஃபாத், டேவிட் மோஸ், ரொபேர் தாலியேழ் உள்ளிட்டவர் களின் கருத்தாடலை முன்வைத்து இப்பொருளை அவர் விவாதிக்கிறார். இதனைத் தொடர்ந்து அயோத்திதாசர் தொடங்கி ஓர் அகவயமான விவாதக் குறிப்புகள் ஐந்தினை தருமராஜ் முன்னெடுத் துள்ளார் (தருமராஜ் 2016: 278-94). பேட்ரிக் ஒலிவெல், வீணா தாஸ், சுந்தர் சருக்கய் ஆகிய மூன்று ஆய்வாளர் களின் ஆய்வுகளை முன்வைத்துச் *சந்நியாசமும் தீண்டாமையும்: சமூக வகைப்பாடுகள், சமூகக் குழுமங்கள் பற்றிச் சில குறிப்புகள்* (2016) எனும் நூலில் ராமாநுஜம் முற்றிலும் மாறுபட்டதொரு விவாதத்தை முன்வைத் துள்ளார். சாதிய முறைமையைத் தூய்மை-தீட்டு எனும் அடிப்படையிலும், வருணக் கோட்பாடு அடிப்படையிலும் புரிந்துகொள்வதை அறவே மறுதலித்து மேற்கூறிய அறிஞர்களின் தத்துவார்த்த கருத்தாடல்களை அடிப்படையாகக் கொள்கிறார்.

இந்நிலையில் சாதியம் பற்றிய தொடர் கருத்தாடல் நிகழ்ந்து வரும் சூழலில் வட இந்தியாவில் வாழும் ஒரு முக்கிய அட்ட வணைச் சாதியாக விளங்கும் தூரி மக்களின் தொன்மம் நமக்குக் கூடுதல் தரவாக அமைகிறது. இன்னும் பல்வேறு அடித்தளச் சமூகங்களின் வழக்காறுகளைக் கண்டறிந்து இந்த விவாதங்களை மேலும் முன்னெடுக்க வேண்டும்.

3

ஆதி தமிழ்ச் சமூகம்: சாதிமுறைக்கு முந்தைய வடிவம்

இந்தியச் சமூகமானது உலகிலேயே மிகவும் தனித்துவமானதொரு சமூக அமைப்பைக்கொண்டிருக்கிறது. 'சாதி' எனக்கூடிய அந்தச் சமூக அமைப்பு வேறெங்கும் காணப்படாத ஒன்று. போர்ச்சுக்கீசியர்கள் முதன்முதலில் இந்தியாவிற்கு வந்தபோது இந்தியச் சமூகத்தாரை அவர்களுடைய மொழியில் 'Casta' என்று குறிப்பிட்டார்கள். அதன்பின்னர் ஆங்கிலேயர்கள் அதனைக் 'Caste' என ஆங்கிலமயப்படுத்தினார்கள். சங்ககாலத்தில் 'குடி' அமைப்பில்தான் தமிழ்ச் சமூகம் இருந்தது. வடஇந்தியாவில் வருணாசிரமம் வேரூன்றிய பின்னர்தான் அது மெல்ல மெல்ல சாதியச் சமூகமாக மாற்றப்பட்டது.

பன்னெடுங்காலமாக இந்தியாவில் சாதி என்பது தொடர்ச்சியான சமூக அமைப்பாக இருந்து வருகிறது. அதனால்தான் இந்தியச் சமூகத்தைச் சாதியச் சமூகமாகவும் இந்தியப் பண்பாட்டைச் சாதியப் பண்பாடாகவும் காணவேண்டுமென மானிடவியலர்களும் சமூகவியலர்களும் உணர்த்தியுள்ளனர். இந்தியாவில் ஒவ்வொரு மொழிப் பிரதேசத்திலும் ஏறக்குறைய 250-300 அகமணச் சாதிகள் (endogamous castes) காணப்படுகின்றன என மானிடவியல் அறிஞர் இராவதி கார்வே (1965) கூறுகிறார். இதன் உள்ளார்ந்த பொருள் ஒவ்வொரு மொழிப்பிரதேசத்திலும் 250-300 உட்பண்பாடுகள் (sub-cultures) காணப்படுகின்றன என்பதாகும்.

இந்தியா முழுமைக்கும் சேர்த்துக் கணக்கிடும்போது இன்று இந்தியாவில் 4,635 சமூகங்கள் உள்ளன. தமிழகத்தில் மட்டும் 364 அகமணச் சமூகங்கள் உள்ளன. அவற்றில் பிறமொழி பேசும்

சமூகங்கள் 155. மீதமுள்ள 209 சாதிகளே தமிழ்ச் சாதிகளாகும். ஆதலால் 209 உட்பண்பாடுகளின் தொகுப்பாகவே 'தமிழ்ப் பண்பாடு' காணப்படுகின்றது என்பதை உணரவேண்டும். இப்பொதுப் பண்பாட்டின் வரலாறு மிக நீண்ட ஒன்றாகும்.

இத்துணைக்கண்டத்தின் நீண்ட நெடிய அறுபடாத வரலாற்றில் தமிழர்கள் உள்ளிட்ட திராவிடச் சமூகத்தாரின் பங்களிப்பு தனித்துவமானது. உலகின் பழமையான ஐந்து பெரும் நாகரிகங்களில் ஒன்றாகிய சிந்துவெளி நாகரிகம் திராவிடர்களுக்குரியது. அந்த நாகரிகத்தின் தொடர்ச்சி சோழர்காலம் வரை வந்துள்ளது எனலாம். அதில் உச்சகட்டமென்பது அம்மக்கள் உருவாக்கிய 'வேளாண் நாகரிகம்' (hydraulic civilization) ஆகும்.

மேற்குலகில் தொழிற்புரட்சிக்குப் பின்னர் மக்களின் வாழ்வியலானது மாறிக்கொண்டே வந்து அது இன்று தொழில்நுட்ப மையமிட்ட நாகரிகமாக (technocentric civilization) நம்மை ஆட்கொண்டுள்ளது. ஆங்கிலேயர்களின் வருகைக்குப் பின்னர் தமிழ்ச்சமூகமும்கூட தொழில்மயம், நகரமயம், மேற்கத்தியமயம் எனும் முப்பெரும் அசைவியக்கத்திற்கு ஆட்பட்டு இன்று அது தொழில்நுட்பம் மையமிட்ட நாகரிகத்தைத் தன்வயப்படுத்திக் கொண்டது.

இத்தகைய சூழலில் தமிழ்ச் சாதிகளின் சமூக அசைவியக்கங்களை அறிவது என்பது சுய அடையாளத்தைத் தேடுவது சார்ந்த ஒரு முயற்சியாகும். நாளைய வரலாற்றைப் படைப்பதற்குக் கடந்தகால வரலாற்றைத் தேட வேண்டியிருக்கிறது. இத்தகு நிலையில் இனக் குழுக்களின் சமூக, பண்பாட்டு அசைவியக்கங்களை அறிவது தேவையாகின்றது.

ஆதி தமிழ்ச் சமூகத்தில் சாதிமுறை இருந்தது என்று ஜார்ஜ் ஹார்ட் (2002: xxi) இலக்கியத் தரவுகளைக் கொண்டு கூறுகிறார். மானிடவியல் நுட்பத்துடன் அணுகிப் பார்க்கும் போது சங்க காலத்தில் உண்மையான வடிவத்தில் சாதிமுறை இல்லை. சங்க காலத்தில் 'குடி' எனும் சமூக அமைப்பே முதன்மையான அமைப்பாக இருந்தது. இந்தக் குடி சமூக அமைப்பில் சாதிக்குரிய பண்புகளான படிநிலைமுறை, தீட்டு-தூய்மை, அகமணம், தீண்டாமை, பஞ்சமர் முதலானவை இல்லை. ஒவ்வொரு குடிக்கும் ஒரு தொழில் மட்டும் இருந்தது.

இந்தியாவிற்கு வந்த வெளிநாட்டார்கள் இந்தியாவில் இருந்த மக்கள் குழுக்களை இனங்காண்பதற்குத் தத்தம் மொழிப் பின்னணியைக் கொண்டு விளங்கிக்கொள்ள முயன்றதால் ஏற்பட்ட ஒரு சொல்லாக 'caste' நிலைபெறத் தொடங்கியது. லத்தீன் சொல் 'castus' என்பதற்குத் 'தூய்மையான குழு' எனும் பொருள் உண்டு. போர்ச்சுக்கீசிய 'casta' எனும் சொல்லைத் தழுவி ஆங்கிலேயர்கள் 'caste' என்று சொல்லத் தொடங்கினார்கள். கோத்திக் (கிழக்கு செருமனி) சொல்லான 'kasts' என்பதற்கு 'ஒத்த விலங்கினக் குழு' அல்லது 'பறவையினம்' என்று பொருள். ஒரு இரத்த வகையைச் சேர்ந்த குழுவினம் எனும் பொருளை உணர்த்தும் பொருட்டே மேலை நாட்டினர் இந்தியாவில் இருந்த பல்வேறு வகையினத்தவர்களை இனம் பிரித்துக் காட்டுவதற்குப் பயன்படுத்தினார்கள்.

வட இந்தியாவில் மக்களிடம் நிலவிய 'ஜாதி', 'வருணம்' முதலான கருத்தினங்களையோ, தமிழகத்தில் பழங்காலத்தில் வழங்கிய 'குடி' எனும் கருத்தினத்தையோ அவர்கள் கவனத்தில் கொள்ளவில்லை.

16ஆம் நூற்றாண்டில் தமிழகத்திற்கு வந்த அன்றீக்கு அடிகளார் (Henrique Henriques) எழுதிய போர்ச்சுக்கீசிய தமிழ் இலக்கணத்தில் 'casta' என்ற சொல்லைப் பார்க்க முடிகிறது. Casta என்ற போர்ச்சுகீசியச் சொல் ஆங்கிலத்தில் 'caste' என்றானது.

சாதிக்கு முன்னர் எது?

சங்க இலக்கியத்தைக் கருத்தூன்றி மானிடவியல் நோக்குடன் வாசிக்கும்போது அக்காலச் சமூகம் 'குடி' என்ற அமைப்பியல்பைக் கொண்டிருந்ததைக் காண முடியும். அம்குடி, பழங்குடி, முதுகுடி, குரம்பைக்குடி, வேட்டக்குடி, நீள்குடி, விழுக்குடி, வீழ்குடி, செழுங்குடி, பல்குடி போன்ற பெயர்களில் அவை வழங்கப்பெற்றன (பூங்குன்றன் 2016: 3). இத்தகைய குடியினர் ஒரு பொதுவான மூதாதையர்வழி வருகின்ற தொல் மூலத்தைக் கொண்டிருக்க வேண்டும். குடி என்பது தொடக்கத்தில் 'கால்வழிக் குழு' (lineage) என்ற பொருளில் வழங்கியிருக்க வேண்டும் என்கிறார் தொல்லியல் அறிஞர் பூங்குன்றன் (மேலது: 3).

சங்க இலக்கியத்தில் பயின்று வருகின்ற 'சில்குடிப்பாக்கம்', 'சில்குடிச் சீறூர்' எனும் வழக்குகள் (புறம். 329) இத்தகைய குடிகளின் வசிப்பிடங்களாக இருந்துள்ளன. சில்குடி எனும் வழக்கு

'சிறுகுடி' என்றாயிற்றோ எனக் கருத வேண்டியுள்ளது என்கிறார் பூங்குன்றன் (மேலது: 3). 'குடி' என்பது பின்னாளில் பரந்துபட்ட பொருளில் மாற்றம் பெற்றுவிட்டது என்றும், அதனாலேயே தொல்குடி, வேளிர்குடி, வேந்தர்குடி ஆகிய மூன்று நிலையில் அது பயின்றுவந்துள்ளது என்றும் ஆராய்கிறார் பூங்குன்றன் (மேலது: 3).

சாதிமுறை என்பது வேந்தர்கள் காலத்திலும், பேரரசு உருவாக்கக் காலத்திலும் உருவான ஒரு சமூக வடிவம். சங்க காலம்வரை தமிழகத்தில் சாதியச் சமூக முறை வலுப்பெறவில்லை. சாதியச் சமூகத்துக்கு முன்பு பண்டைய தமிழ்ச் சமூகம் 'குடி' எனும் அமைப்பு முறையோடு அசைவியக்கம் கொண்டிருந்தது. ஒவ்வொரு குடியும் அதன் திணை சார்ந்து சுதேசியாக இயக்கம் பெற்றிருந்தது.

சங்க காலம் வரை 'குடி' அமைப்புடைய சமூக முறையே பண்டைத் தமிழகத்தில் இருந்தது என்பதற்குச் சான்றுகள் பல உள்ளன. குடி அமைப்பின் சிறப்பம்சம் என்னவெனில் ஒவ்வொரு குடியும் தனித்தனியான தொழிலையும் வாழ்வாதாரத்தையும் கொண்டிருந்தது. அது மற்ற குடிகளுடன் தொடர்புகொண்டோ சார்ந்தோ படிநிலைகளை ஏற்படுத்திக்கொள்ளவில்லை. பிற்சங்க காலத்திற்குப் பிந்தைய நிலையில்தான் சார்புத்தன்மையும் படிநிலையும் உருவாகுகின்றன.

வெவ்வேறு தொழில்கள் செய்துவந்த குடிகளுக்கிடையில் மணவுறவு கொள்வதில் தடையேதும் இருந்ததாகத் தெரியவில்லை. இது ஒரு ஆரம்பகால நிலைதான். ஆகவே, குடிப் புறமணம் (Kudi exogamy) ஏற்புடைய முறையாக இருந்துள்ளது. அதனால்தான் 'யாயும் ஞாயும் யாரா கியரோ, எந்தையும் நுந்தையும் எம்முறைக் கேளிர்' (குறுந். 40) எனும் கூற்று ஒரு முதுமொழியாகச் சிறப்பு பெற்றது.

மருதத் திணைக்குரிய அரசனின் மகன் சிறுகுடிப் பரதவர் சமூகத்தைச் சேர்ந்த தலைவியோடு பழகும் காலத்தில் சொல்லப் பட்ட கூற்று நற்றிணையில் வருகிறது.

இவளே கானல் நண்ணிய காமர் சிறுகுடி நீல் நிறப் பெருங்கடல் கலங்க உள்புக்கு (நற். 45) மருத நிலத்துத் தலைவனும் பரதவர் குடித் தலைவியும் பின்னர் திருமணம் செய்துகொள்கின்றனர். சங்க இலக்கியத்தில் 'சிறுகுடி' எனும் சொல் 49 இடங்களில் வந்துள்ளது. 'சிறுகுடியீரே! சிறுகுடியீரே! தெய்வங் கொள்ளுமின்' என்று

கண்ணகியைத் தெய்வமாக ஏற்றுக்கொள்ளுங்கள் என்று குறவர் இன மூதாட்டித் தன் இன மக்களைக் கேட்கும் வரிகள் சிலப்பதிகார வேட்டுவ வரியிலும் வருகின்றன.

ஊர்ப் புறமணம் *(அகம் 118, 272, 300)*, நிலம் சார்ந்த புறமணம் *(நற். 67)*, திணைக் கலப்பு மணம் *(குறுந். 184, 311; அகம். 140, 390; நற். 331)* முதலான முறைகள் வழக்கில் இருந்தன. இவையாவும் குடி அமைப்புடைய சிறு சமூகங்களை அடையாளங்காட்டும் கருத்தினங்களாகும்.

நெல்லும் உப்பும் நேரே, ஊரிர்
கொள்ளிரோ எனச் சேரிதொறும் நுவலும் *(அகம். 390)*

எனும் அடிகள் உப்பு விற்கும் நெய்தல் பெண்ணுடன் மருதத் தலைவன் காதல்கொள்வதைக் காட்டுகின்றன.

குட்டுவன் இரும்பொறைக்கு மையூர் கிழாஅன்
வேண்மாள் அந்துவஞ்செள்ளை ஈன்ற மகன் *(பதிற்.9)*

எனும் பதிற்றுப்பத்து அடிகள் குட்டுவன் இரும்பொறை எனும் சேர மன்னன் வேளிர் குடியில் தோன்றிய வேண்மாள் அந்துவஞ் செள்ளை எனும் வேளிர் குடிப் பெண்ணை மணம் செய்து கொண்டதைக் கூறுகின்றன.

பண்டைத் தமிழகத்தில் 'குடி' அமைப்புடைய சுதேசிச் சமூகமுறை இருந்தது என்றாலும், ஆரியச் சமூகத்தின் தாக்கம் ஏற்பட்ட பின்னர் வருணாசிரமத்தின் அடிப்படையில் சமூகங்களை இனங்காணும் போக்கு உருவானது.

அருகியல்மருதமும் பெருகியல்மருதமும்
நால்வகைச் சாதியும் நலம்பெற நோக்கி *(சிலப். 8: 40-41)*

எனும் அடிகள் வருணத்தையே குறிக்கின்றன. கடலாடச் சென்ற புகார் நகர மக்களை 'நால்வகை வருணத்து அடங்காக் கம்பலை' என்று இளங்கோவடிகள் குறிப்பிடுகின்றார்.

சங்ககாலம் வரை நன்கு அறியப்பட்ட இந்தக் குடிகள் யாவும் ஒருபடித்தானவை, படிநிலையற்றவை, சுதேசியானவை, 'நாம்' எனும் உணர்வுடையவை. குறவர் குடி, எயினர்குடி, கானவர் குடி, ஆயர் குடி, இடையர் குடி, பரதவர் குடி, உமணர் குடி, பாண் சமூகத்தைச் சேர்ந்த 16 வகையான குடிகள் (பாணர், பொருநர், கூத்தர், துடியர், கிணைவர், அகவுநர் போன்றவர்கள்)

முதலான அனைவரும் 'குடி' அமைப்புடைய சமூகமாகக் காணப்பட்டார்கள்.

இன்றும் தமிழகத்தில் தொல்குடிகளாக வாழும் முள்ளுக் குறும்பர்கள் தங்கள் குடியிருப்பைக் 'குடி' என்றே அழைக்கின்றனர். ஆலுக் குறும்பர்கள் தங்கள் பூசாரியைக் 'குடிப் பூசாரி' என்றே குறிப்பிடுகின்றனர். இவையாவும் பழைய குடி சமூகத்தின் தொடர்ச்சியைக் காட்டுகின்றன.

இதன் பின்னர் பிராமணர்கள் முன்னெடுத்த அகமண முறையை மெல்ல மெல்ல மற்ற குடிகளும் தழுவத் தொடங்கியதால் குடி என்பது சாதியாக உருமாறியது. சாதிகளின் தோற்றத்திற்கு அகமண உருவாக்கமே முதன்மையான காரணமாக அமைந்தது.

பிராமணர்கள் அகமண முறையை உருவாக்கி அவர்கள் தனித்துவத்தைப் பேண முயன்றனர். இப்பழக்கத்தை மற்ற குடியினர் 'பார்த்தொழுகுதல்' (imitation) மூலம் கடைப்பிடிக்கத் தொடங்கினர். அதனால் கால ஓட்டத்தில் சாதிகள் உருவாயின (விரிவுக்குக் காண்க: இயல் 1).

சங்க இலக்கியத்தில் 'கடுப்புடைப் பறவைச் சாதியன்ன' (பெரும்பாண். 229) எனும் குறிப்பும், தொல்காப்பிய உரைகளில் 'நீர்வாழ்ச் சாதியும் அறுபிறப்பு...' எனும் குறிப்பும் வருகின்றன. இங்குச் சாதி என்பது ஒரு வகையினம் என்பதாகவே அவற்றை உணர்த்தியுள்ளனர். இவர்கள் உயர்சாதியைக் குறிப்பிட்டார்கள். மக்கட்சாதியைப் பற்றிக் கூறும்போது உரையாசிரியர்கள் 'குலம்' எனும் சொல்லாட்சியைப் பயன்படுத்துகின்றனர். குலம் என்பது சாதியாகாது. குடிக்குள் அடங்குவது குலமாகும். சிறு குடியீரே, சிறு குடியீரே (குன்றக் குரவை), சிறுகுடி மறவர் (அகம். 297:16), அம்குடி, முதுகுடி, குரம்பைக் குடி, வேட்டக்குடி, நீள்குடி, விழுக்குடி, செழுங்குடி, பல்குடி, வேள்குடி போன்ற பெயர்கள் பண்டைத் தமிழ்ச் சமூகம் 'குடி' அடிப்படையிலானது என்பதைக் காட்டுகின்றன.

இக்குடிகளிடம் உயர்வு, தாழ்வு இல்லை, வர்க்கப் பண்புகள் இல்லை, தீண்டாமை இல்லை. திணைக் குடிகளாகவே அடையாளம் பெற்றிருந்தார்கள். ஒவ்வொரு திணையிலும் ஒவ்வொரு குடிக்கும் தனித்தனியான தன்னியல்புகள் உண்டு. ஒவ்வொன் றுக்கும் ஒரு சுயாட்சித் தன்மை (autonomy) உண்டு. அதனால்

படிநிலை (hierarchy) எனும் சாதியக் கட்டுமானத்திற்குள் திணைக் குடிகள் வரவில்லை. சாதியமைப்பிற்குரிய மற்ற பண்புகளும் காணப்படவில்லை. வேந்தர்களின் பேரரசு உருவாக்கத்தாலும் மருத நிலச் சூழலாலும்தான் பல்வேறு குடிகள் ஓரிடத்தில் ஒன்று கூடி வாழ வேண்டிய ஒரு புதிய உருவாக்கம் நிகழ்ந்தது. அதனை யடுத்தே சாதி எனும் அமைப்பு உருவெடுத்தது.

ஆதி சமூகமுறை

தமிழ்ச் சமூகம் நீண்ட, நெடிய, அறுபடாத மரபுகொண்டது என்கிறோம். அப்படியானால் ஆதியில் அச்சமூக முறை என்னவாக இருந்திருக்கும். இப்போது அது என்னவாக மாறியிருக்கிறது?

பண்டைய நாள்களில் ஒரு கூரைவீடு கட்ட வேண்டுமானால் தூண்கள் நட்டுத் தூலங்களால் இணைத்து, சுற்றுத் தூண்கள் வைத்து, படல் கட்டிக் கூரை வேய வேண்டும். இத்தகைய தூலக்கட்டு வீடுகளில் நடுத்தூண்களும் சுற்றுத் தூண்களும்தான் வீட்டைத் தாங்கி நிற்கின்றன. அதற்கடுத்த காலத்தில் கல்வீடுகள் கட்டியபோது தாய்ச்சுவர்கள் எழுப்பித் தளம் ஒட்டினார்கள். அந்த அமைப்பில் தாய்ச்சுவர்கள் வீட்டைத் தாங்கி நின்றன. இன்றைய அடுக்கு மாடிகளில் கான்கிரீட் தூண்கள் எழுப்பிக் கட்டுகிறார்கள். சுவர்கள் தடுப்புக்காக மட்டுமே, வீட்டைத் தாங்கி நிற்பதில்லை. கான்கிரீட் தூண்களே கட்டடத்தைத் தாங்கி நிற்கின்றன.

இவ்வாறான அமைப்பியல் தொடர்ச்சியும் மாற்றங்களும் மனித குலத்தின் சமூக அமைப்புகளிலும் காணப்படுகின்றன. ஆதியில் இரண்டு மையத் தூண்கள் நட்டால்தான் ஒரு குடிசை வீடு கட்ட முடியும் என்பது போல், ஆதியில் ஒரு சமூகமானது இரண்டு பெரிய குழுக்களாகப் பிரிந்து நின்ற நிலைமைதான் இருந்தது. சமூகத்து மக்கள் அனைவரும் இரண்டு பெரும் தூண்களாக நின்று சமூகத் தைக் கட்டிக் காத்தார்கள்.

இருகுழுச் சமூக முறையில் திருமணத்தில் ஒரு குழுவைச் சேர்ந்த பெண் மறுகுழுவுக்குக் கொடுத்து, மீள அங்கிருந்து பெண்ணைப் பெற்றுத் திருமணம் செய்துகொண்டனர். இதனை 'நேரடிப் பரிமாற்றம்' (direct exchange) என்று சொல்ல வேண்டும். 'அவரில்லையேல் நானில்லை, நான் இல்லையேல் அவரில்லை' எனுமளவிற்கு இரண்டு குழுக்களும் ஒன்றையொன்று சார்ந்து செயல்பட்டன. இதுவே ஆதி நிலை. இத்தகைய இருகுழுச் சமூக

முறை (moiety) தமிழ்ச் சமூகத்தில் இருந்தது என்பதற்கான மிகச் சில மிச்சசொச்சங்கள் இன்றும் காணப்படுகின்றன. சில எடுத்துக் காட்டுகளைக் காண்போம்.

சமூகம்	இரு குழுக்கள்
1. தொதவர்	1. தேர்தார்
	2. தேய்வளி
2. வள்ளுவர்	1. தாதர்
	2. பூசையார்
3. அருந்ததியர்	1. நாமகோல்
	2. பூஜகோல்
4. மலையாளி (பழங்குடி)	1. திருமால்
	2. அண்ணாமலையார்
5. அனுப்பர்	1. பெரிய ஓலை
	2. சிறிய ஓலை
6. காணிக்காரர்	1. முத்தில்லம்
	2. மேனில்லம்
7. அகமுடையர்	1. முத்துக் கருப்புத் தேவன் கூட்டம் (வைணவர்)
	2. கருப்புத் தேவன் கூட்டம் (சைவர்)
8. வேடர் (கொங்குப் பகுதி)	1. மண நாடு
	2. பூந்துறை நாடு
9. முரசு மாதாரி (கொங்குப் பகுதி)	1. தெய்கரை நாடு
	2. காங்கேயம் நாடு
10. கோட்டைப் பிள்ளைமார்	1. திருநீர்க்காரர்
	2. திருநாமக்காரர்

சாது செட்டியார், ஆலு குறும்பர், வேலமர் முதலான சமூகங்களிலும் இருகுழுச் சமூக முறை உள்ளது. இரண்டு மையத் தூண்களால் வீடு கட்டப்படுவது போல, இரண்டு பெருங் குழுக்களால் அச்சமூகம் கட்டமைக்கப்பட்டுள்ளது.

கால ஓட்டத்தில் சமூகங்களில் இருகுழுமுறை மாறி குழுக்களின் எண்ணிக்கை உயரத் தொடங்கின. வட தமிழகத்தில்

வன்னியர்களிடம் இவை 'பரம்பரை, வகையறா' என்றும், தஞ்சைக் கள்ளர்களிடம் 'கரை' என்றும், கொங்கு வேளாளர்களிடம் 'கூட்டம்' என்றும், தென்பாண்டிச் சீமையில் மறவர்களிடம் 'கொத்து, கிளை' என்றும், உப்பிலியர்களிடம் 'பட்டம்' என்றும், ஊராளி, சோளகர்களிடம் 'குலம்' என்றும், இல்லத்துப் பிள்ளை மார்களிடம் 'இல்லம்' எனவும், செக்கலர்களிடம் 'பிறை' என்றும், சிவியர்களிடம் 'குமி' என்றும் வழங்கப்படுகிறது.

இத்தகைய கால்வழிக் குழுக்களின் எண்ணிக்கை பலவாக உள்ளது. ஆரிய வைசியர்களிடம் 1000க்கும் மேற்பட்ட கோத்திரங்கள் உள்ளனவாம். தேவேந்திர குல வேளாளர்களிடம் 200க்கும் மேற்பட்ட கால்வழிக் குழுக்கள் உள்ளன. வேங்கடசாமி நாட்டார் எழுதிய கள்ளர் சரித்திரத்தில் 370க்கும் மேற்பட்ட பட்டப் பெயர்களைக் குறிப்பிடுகிறார்.

நிலவுடைமைக்கும் கால்வழிக் குழுக்களின் எண்ணிக்கைக்கும் ஒரு தொடர்பு இருப்பதாக அறிஞர்கள் கருதுகின்றனர். நிலவுடைமைச் சமூகம் ஒரு பிரதேசத்தில் பரவி வாழும்போது அந்தந்தச் சிறிய வட்டாரத்திற்கேற்ப அவர்களின் கால்வழிப் பெயர்களும் தனித்துவம் பெறுவதற்கு நிறைய வாய்ப்புள்ளது. அதனால்தான் வேளாண் சமூகங்களில் கால்வழிகளின் எண்ணிக்கை கூடுதலாக இருப்பதற்குக் காரணம் ஆகும். நிலத்தைச் சாராத குடிகளிடம்/சாதிகளிடம் கால்வழிகளின் எண்ணிக்கை குறைவாகவே இருக்கும். பல்வேறு இனவரைவியல் ஆய்வுகள் இதனை உறுதிப்படுத்துகின்றன. மள்ளர்களாகிய தேவேந்திர குல வேளாளர்கள் இன்று அடித்தளச் சாதியாக இருந்தாலும், ஆதியில் இவர்கள் வேளாண் குடியாக இருந்தார்கள். அதனாலேயே இன்று அவர்களிடம் 270க்கும் மேற்பட்ட கால்வழிப் பிரிவுகள் உள்ளன.

4
சமூகத் தூய்மையும் கலப்பும்:
ஆதியில் கலப்பு மணங்கள்

மனித குலத்தில் ஒருபுறம் இனத்தூய்மை, சமூகத் தூய்மை பற்றிய கருத்தியல் தொடர்ந்து பின்பற்றப்பட்டு வருகின்றது. இதற்காகவே அகமணம் (endogamy) என்ற நிறுவன முறைமையை வலுப்படுத்தி வந்தார்கள். இன்னொருபுறம் இனக்கலப்பும், சமூகக் கலப்பும் நிகழ்ந்து வந்துள்ளன. இதன் வரலாறு மனித குலத்தைப் போன்றே மிகவும் தொன்மையானது.

இனத்தூய்மையும் கலப்பும்

மனித இனங்கள் (human races) தொடக்கக் காலத்தில் காக்கேசிய இனம், மங்கோலிய இனம், நீக்ரோ இனம் ஆகிய மூன்று பெரும் இனங்களாகப் பாகுபடுத்தப்பட்டன. பன்னெடும் நூற்றாண்டு களாக மனித இனத்தவர்கள் உலகெங்கும் பரவியும், புலம் பெயர்ந்தும் வாழத் தலைப்பட்ட பின்னர் மேற்கூறிய இந்தப் பிரிவுகளினூடே புவியியல் இனங்கள் (geographical races), வட்டார இனங்கள் (local races), நுண்ணினங்கள் (micro-races) ஆகியவற்றையும் இனங்காண முடிந்தது.

இன்று உலகளாவிய நிலையில் மனித இனங்களிடம் அந்தந்த இனத்திற்கான தனித்துவக் கூறுகளை ஒருபுறம் இனங்கண்டாலும், இனங்களுக்கிடையில் தனித்தன்மைகளை இழக்கும் போக்கையும் காணமுடிகிறது. ஆங்கிலேயர்கள் இந்தியாவில் இரண்டு நூற்றாண்டுகள் தொடர்ந்து தங்கியதால் 'ஆங்கிலோ இந்தியர்' எனும் பூகோள இனம் உருவானது.

இஸ்ரேல் நாட்டிலிருந்து கி.மு. 175 வாக்கில் கொங்கண் கடற்கரைக்கு வந்தவர்கள் இங்குள்ளவர்களோடு கலந்து

இன்று 'பெனி இஸ்ரேல்' எனும் ஒரு வட்டார இனமாகக் காணப் படுகின்றனர். 'இந்திய யூதர்கள்' என்று அழைக்கப்படும் இவர்கள் இங்குள்ளவர்களுடன் கலந்துவிட்டதன் காரணமாக 'கருப்பினத்தார்' என்றும் 'வெள்ளை இனத்தார்' என்றும் வகைப் படுகின்றனர். கொச்சின் பகுதியில் வந்தேறி யூதர்கள் 'கொச்சின் யூதர்கள்' என்று ஒரு நுண்ணினமாக உள்ளனர்.

இந்தியாவில் இஸ்லாமியர் இன அடிப்படையில் அரேபியர், துருக்கியர், இந்தியர் என்ற அடையாளங்களுடன் காணப் படுகின்றனர். பேசும்மொழியின் அடிப்படையில் உருது பேசுவோராகவும், அந்தந்த மாநில மொழிகளைப் பேசுவோ ராகவும் பாகுபடுகின்றனர். தொடக்கத்தில் வணிகத்தின் பொருட்டு இந்தியாவுக்கு வந்தவர்கள் சமய ரீதியில் ஷாஃபி பிரிவினர். அடுத்து, படையெடுப்பின் மூலம் வந்தவர்கள் ஹனஃபி பிரிவினர். அரேபிய வணிகர்கள் முதலில் மலபார் கடற்கரைப் பகுதிக்கு வந்து குடியமர்ந்ததால் அங்குள்ள உள்ளூர் மக்களுடன் கலப்புற்றதால் 'மாப்பிள்ளை' என்ற ஒரு நுண்ணினம் உருவாகி விட்டது.

கி.பி. 13-14ஆம் நூற்றாண்டுகளில் டில்லி சுல்தான் ஆட்சிக் காலத்தில் அரேபிய வணிகர்கள் கிழக்கு ஆப்பிரிக்கக் கடற்கரைப் பகுதியிலிருந்து நீக்ரோ இனத்தைச் சேர்ந்தவர்களை அடிமை களாகக் கொண்டு வந்தார்கள். இவர்கள் 'சிடி' (Sidi) என்றும் 'ஹப்ஷி' (Habshi) என்றும் அழைக்கப்படுகின்றனர். இவர்கள் கர்நாடகம், மகாராட்டிரம், குஜராத் ஆகிய மூன்று மாநிலங்களில் பெரிதும் காணப்படுகின்றனர். இந்து, இஸ்லாம், கிறித்தவம் ஆகிய மூன்று சமயங்களைப் பின்பற்றினாலும், குஜராத்தில் இஸ்லாம் சமய இரவலர்களான பக்கீர்களுக்குப் பணியாட்களாக உள்ளனர். சிடி இனத்தாரும் இந்தியாவில் குடியேறிய காலம் முதல் உள்ளூர் மக்களுடன் கலப்புற்று வருகின்றனர்.

இந்தியாவில் ஆரியர்கள் குடியறியது முதற்கொண்டு எண்ணற்ற சமூகத்தார் வடபுலம் முழுவதும் பரவி வாழ முற்பட்டனர். அத்தகைய சமூகத்தாரின் சமூகத் தூய்மை ஒருபுறம் அகமணத்தால் பேணப்பட்டு வந்திருப்பினும், கலப்பு மணத்தால் அந்தச் சமூகத்தாரின் மரபணுச் சேர்மத்தில் (gene pool) புதிய கூறுகளின் விரிவாக்கம் தொடர்ந்துகொண்டே வருகிறது.

உயர்குல மணமும் கீழ்க்குல மணமும்

வருணாசிரமத்தை போதித்த மனுஸ்மிருதி திருமணங்கள் எவ்வாறு நடைபெற வேண்டும் என்ற விதிமுறைகளை வகுத்தது. அதன்படி ஓர் ஆண் அவனது சாதியிலிருந்தோ அதற்குக் கீழான சாதிகளிலிருந்தோ மணப்பெண்ணைத் தேடி மணம் செய்துகொள்ள வேண்டும். அவ்வாறு திருமணம் செய்துகொண்டால் அது 'உயர்குடி மணம்' (அனுலோம மணம்-hypergamy) ஆகும். பிராமண, சத்திரிய, வைசிய வருணத்தார் தத்தம் வருணப் பெண்களை மணப்பதுதான் பொருத்தமான மணம் ஆகும். ஆயினும் இந்தச் சாதிகளைச் சேர்ந்த ஆண்களின் முதல் மனைவி மட்டும் இவ்வாறு இருந்தால் போதுமானது என்கிறது மனுநூல். ஏனைய மனைவிகளைக் கீழுள்ள வருணங்களிலிருந்து மேல் வருண ஆண்கள் தேர்ந்தெடுத்துக் கொள்ளலாம் என்றும் விதிமுறை வகுத்தார் மனு. 'அனுலோம' என்னும் வடமொழிச் சொல் 'இயற்கைக்கு உகந்தது' எனும் பொருளைக் கொண்டதாகும்.

மேற்கூறிய அனுலோம முறைக்கு மாறாக அமையும் திருமணங் களைப் 'பிரதிலோம' என மனுநூல் வரையறை செய்தது. பிரதி லோம என்றால் 'இயற்கைக்குப் புறம்பானது' என்று பொருள். நெறிமுறைகள் மாறி நிகழும் பிரதிலோம உறவுகள் ஏற்கத் தக்கவையல்ல என்றாலும் அவை தொடர்ந்து நிகழ்ந்து வருவதால் அவ்வகை உறவுகளால் தோன்றிய மக்களை இழிபிறப்புகளாகக் கருத வேண்டும் என மனுநூல் கூறியது.

பிரதிலோம முறையில் பிராமண, சத்திரிய, வைசிய வருணப் பெண்கள் தத்தம் வருணத்திற்குக் கீழான வருணங்களைச் சேர்ந்த ஆண்களை மணந்துகொள்ளும்போது அது பொருத்தமற்ற, இயற்கைக்குப் புறம்பான மணவுறவாக அமைந்துவிடுகிறது என மனுநூல் கூறுகிறது. பெண்கள் கீழ் வருணங்களைச் சேர்ந்த ஆண்களை மணப்பது என்பது 'கீழ்க்குடி மண'மாக (பிரதிலோம - hypogamy) அமைந்துவிடும்.

ஆணும் பெண்ணும் யாரை விரும்பித் திருமணம் செய்துகொள் கிறார்கள் என்பதைப் பொறுத்து அந்தத் திருமணம் உயர்குல மணமாக, கீழ்க்குல மணமாக அமையும் என்கிறார் மனு.

உயர்குடி மணம் (அனுலோமம்)

கணவர்களின் வருணம்		மனைவியின் வருணங்கள்
பிராமணர்	-	பிராமணர், சத்திரியர், வைசியர், சூத்திரர்
சத்திரியர்	-	சத்திரியர், வைசியர், சூத்திரர்
வைசியர்	-	வைசியர், சூத்திரர்
சூத்திரர்	-	சூத்திரர்

கீழ்க்குடி மணம் (பிரதிலோமம்)

கணவர்களின் வருணம்		மனைவியின் வருணங்கள்
சூத்திரர்	-	சூத்திரர், வைசியர், சத்திரியர், பிராமணர்
வைசியர்	-	வைசியர், சத்திரியர், பிராமணர்
சத்திரியர்	-	சத்திரியர், பிராமணர்
பிராமணர்	-	பிராமணர்

மனுவின் வகையினர்

வருணாசிரம சமூக அமைப்பில் நிகழ்ந்துகொண்டிருந்த கலப்பு மணங்களைக் கருத்தில்கொண்டு மனுதரும சாத்திரத்தில் பின்வரும் சமூகப் பிரிவுகள் வகுக்கப்பட்டுள்ளன.

1. சங்கரா பிரிவு

நான்கு வருணத்தாரும் தங்கள் பிரிவுக்குள்ளேயே விபச்சாரத்தில் ஈடுபடாத தரும பத்தினிகளை மணந்துகொண்டு அதன்வழி பிறந்த மக்கள் அந்தந்தப் பிரிவினராக அறியவேண்டும் (அத்தியாயம் 10).

2. அனுலோம பிரிவு

பிராமணன், சத்திரியன், வைசியன் ஆகிய வருணத்தார் தத்தம் வருணத்திற்குக் கீழேயுள்ள வருணங்களைச் சேர்ந்த பெண்களை மணப்பதால் உருவாகும் மக்கள் அனுலோம பிரிவைச் சேர்ந்தவர்கள் ஆவார்கள். இவ்வகையான அனுலோம மணத்தால் உருவானவர்கள் பின்வருமாறு அழைக்கப்பட்டனர்:

கணவனின் வருணம்	மனைவியின் வருணம்	பிறக்கும் மக்களின் வருணம்
1. பிராமணர்	சத்திரியர்	ஸீதர்
2. பிராமணர்	வைசியர்	அம்பஷ்டன்
3. பிராமணர்	சூத்திரர்	நிஷாதன்
4. சத்திரியர்	வைசியர்	மாஹிஷ்யர்
5. சத்திரியர்	சூத்திரர்	உக்கிரன்
6. வைசியர்	சூத்திரர்	அயோகவன்

3. பிரதிலோம பிரிவு

கீழ் வர்ணங்களைச் சேர்ந்த ஆண்கள் மேல் வர்ணங்களைச் சேர்ந்த பெண்களை மணந்துகொள்வதால் உருவாகும் பிரிவு இது. அனுலோம முறையை 'இயற்கைக்கு இயைந்தது' என்று வரையறுக்கும் மனு, பிரதிலோம முறையை 'இயற்கைக்குப் புறம்பானது' என்று வரையறுக்கிறார். பிரதிலோம முறையில் பிறக்கும் மக்கள் பின் வருமாறு அழைக்கப்பெற்றனர்:

கணவனின் வருணம்	மனைவியின் வருணம்	பிறக்கும் மக்களின் வருணம்
1. சத்திரியர்	பிராமணர்	சூதன்
2. வைசியர்	பிராமணர்	வைதேகன்
3. வைசியர்	சத்திரியர்	மாகதன்
4. சூத்திரர்	வைசியர்	அயோகவன்
5. சூத்திரர்	சத்திரியர்	க்ஷத்தா
6. சூத்திரர்	பிராமணர்	சண்டாளர்

4. அந்தராளப் பிரிவு

நான்கு வருணத்தினர் அனுலோம, பிரதிலோம வகையிலான மணங்களால் பிறந்தவர்களுடன் ஏற்பட்ட கலப்பு மணத்தால் உருவானவர்களே அந்தராளப் பிரிவினர். இவர்கள் எல்லாம் சாரமில்லாதவர்கள் (அபசதான்) என்றும், தரும காரியங்களுக்கு ஏற்றவர்கள் அல்ல என்றும் தரம் தாழ்த்தப்பட்டவர்கள். சாதி

ஆசாரத்தால் நிந்திக்கப்பட்டவர்கள் என்றும் அடையாளப் படுத்தப்பட்டார்கள்.

5. விராத்திய பிரிவினர்

துவிதா பிரிவினர் என்று சொல்லப்படுகின்ற பிராமண, சத்திரிய, வைசிய வருணங்களில் தன்னுடைய சாதிப் பெண்களுக்குப் பிறந்தவர்களுக்கு உபநயனம் முதலானவற்றை உபதேசிக்கவில்லை எனில் அவர்கள் விராத்திய பிரிவினர் என்று வரையறுக்கப்படு கின்றனர்.

6. பாகிய பிரிவினர்

பிரதிலோமத்தாரும் அனுலோமத்தாரும் சம்பந்தம் செய்து கொண்டு (மணவுறவு கொண்டு) அதன்மூலம் பிறந்தவர்களைப் பாகிய பிரிவினர் என்று மனு வரையறை செய்கிறார். அருகே வரத்தகாதவர்கள் என்ற இழிநிலைக்குள்ளானவர்கள்.

இனி தமிழ் மரபில் காணப்பட்ட சமூகத் தூய்மை, சமூகக் கலப்பு பற்றிய நடைமுறைகளைப் பார்ப்போம்.

சங்க இலக்கியம்

கலப்புத் திருமணங்கள் பற்றிச் சங்க இலக்கியம், புராணங்கள், காப்பியங்கள், இதிகாசங்கள் ஊடாகக் காண முடிகிறது. மருதநிலத் தலைவன் நெய்தல் நிலத் தலைவியுடன் களவு வாழ்வில் ஈடுபட்டதை நற்றிணை (45) விரிவாகவே கூறுகிறது. அவ்வாறே குறிஞ்சியில் வாழும் மலைவாழ்நன் நெய்தல் திணைக்குரிய உமணன் மகளைக் காதல் கொள்கிறான்; களவு மணம் செய்கிறான். இதனை அகநானூறு (390) விவரிக்கிறது.

சேர மன்னனாகிய நெடுஞ்சேரலாதன் வேளிர் குலத்தைச் சேர்ந்த வேளாவிக் கோமான் பதுமன் எனும் குறுநில மன்னனின் மகளை மணந்துகொண்டதைப் பதிற்றுப்பத்து (4:1-3) கூறுகிறது. பதிற்றுப்பத்தில் எட்டாம் பதிகம் வேறொரு கலப்பு மணத்தைக் கூறுகிறது. செல்வக் கடுங்கோ வாழியாதன், வேளாவிக் கோமான் பதுமன் என்பவனின் மகளைத் திருமணம் செய்துகொண்டான்.

பொய்இல் செல்வக் கடுங்கோவுக்கு
வேளாவிக் கோமான் பதுமன் தேவி ஈன்ற மகள்

....

பெருஞ்சேரல் இரும்பொறை' (பதிற். 8: 1-2, 10)

மேலுமிரண்டு சேர மன்னர்கள் குறுநில மன்னர்களின் மகள்களைத் திருமணம் செய்துகொண்டதைப் பதிற்றுப்பத்து கூறுகிறது. குட்டுவன் இரும்பொறை எனும் சேர மன்னன் வேளிர் குலத்து வேண்மாள் அந்துவஞ்செள்ளை எனும் மங்கையை மணந்து கொண்டான் (பதிற். 9:1-2). இவ்வாறே, உதியஞ்சேரலாதன் எனும் சேர மன்னன் நல்லினி எனும் வேளிர் குலப் பெண்ணைத் திருமணம் செய்து கொண்டான் (பதிற். 2:2-3).

திருமுருகாற்றுப்படை (100-102) வர்ணிக்கும் முருகன்-வள்ளி திருமணம் ஒரு கலப்பு மணமாகும். சிவனுக்கும் உமைக்கும் பிறந்த விண்ணுலக முருகன் மண்ணுலகத்துக் குறவர் குடி வள்ளியைத் திருமணம் செய்துகொள்கிறான். தமிழனான முருகன் தேவர்குல தெய்வயானையை மணப்பதும்கூட கலப்பு மணமாகும்.

இதிகாசங்கள்

இந்த இயலின் முதற் பகுதியில் கூறப்பட்ட ஆறு வகையான திருமணங்களும் அனுலோம (உயர்குடி மணம்) வகையைச் சேர்ந்தவை. மணப்பெண் உயர்குடியைச் சேர்ந்த மணமகனைத் திருமணம் செய்வது அனுலோம வகைக்குரியது. குறிஞ்சி நிலத்துக்குரிய முருகன் மருத நிலத்துக்குரிய இந்திரனின் மகளாகிய தெய்வானையை மணந்துள்ளான். இதுவும் கலப்பு மணமே. ஆனால் இது பிரதிலோம மணம் (கீழ்க்குடி மணம்) எனும் வகையில் அமைந்ததாகும். மணப்பெண் தன்னைவிட குலத்தில் தாழ்ந்தவனை மணந்துகொள்ளுதல் பிரதிலோம மணமாகக் கருதப்படும்.

சங்ககால மன்னர்களைத் தொடர்ந்து வேறுபல மன்னர் குடும்பங்களிலும் அனுலோம/பிரதிலோம வகையிலான கலப்பு மணங்கள் நிகழ்ந்துள்ளன.

மகாபாரதம் அனைத்திந்திய தன்மை கொண்டதாகும். இந்தியாவில் ஏராளமான சமூகங்கள் மகாபாரதத்தைத் தன்வயப் படுத்தியுள்ளன; மேலும் தங்களையும் அதோடு இணைத்துக் கொண்டுள்ளன. பாரதத்தில் பன்னிரண்டுக்கும் மேற்பட்ட கலப்புத் திருமணங்களைக் காண முடிகிறது.

பிருகு முனிவர் ஓர் அந்தணர். அவருடைய மகன் சவுனிகன். இவன் யயாதி எனும் மன்னனின் மகளாகிய சுகன்னி என்பவளைத் திருமணம் செய்து கொள்கிறான். பாரதத்தில் இன்னொரு இடத்தில் சலற்காரன் என்ற முனிவர், நாகலோகத்தைச் சேர்ந்த தஷகன் என்பவனின் மகள் சலற்காரை என்பவளை மணந்து கொள்வதைக் காண முடிகிறது.

சத்திரிய குலத்தைச் சேர்ந்த யயாதி எனும் மன்னனுக்கும் அந்தணர் குலத்தைச் சேர்ந்த சுக்கிராச்சாரியாரின் மகளாகிய தேவயானிக்கும் திருமணம் நடைபெறுகிறது. பாரதத்தின் இன்னு மொரு காண்டத்தில் சந்தனு மகாராசாவுக்கும் சத்தியவதி என்கிற பரிமளகந்தி எனும் மீனவப் பெண்ணுக்கும் திருமணம் நடைபெறுகிறது. மேலுமொரு சூழலில் குருகுலத்து அரசனாகிய பாண்டு மன்னனுக்கும், யாதவ குலத்து மன்னனாகிய சூரன் என்பவன் மகள் பிரதை என்பவளுக்கும் திருமணம் நடக்கிறது.

கிருஷ்ண பரமாத்மா வளர்ப்பால் யாதவர். ருக்மணியோ சத்திரிய குலத்தவர். இவ்விருவரும் கலப்புத் திருமணம் செய்து கொள்கின்றனர். பிரதிலோம வகையைச் சேர்ந்த திருமணமாக இது அமைந்ததால் பெண் வீட்டார் எதிர்ப்புத் தெரிவித்தனர். ஆனால் கிருஷ்ண பகவானின் சகோதரர் பலராமன் படையுடன் வந்து சகோதரரின் திருமணத்தை நடத்தி வைத்தார்.

பாரதத்தில் இன்னுமொரு இடத்தில் இடையர் குலத்தில் வளர்ந்த கிருஷ்ணர் வேடர் குலத்தில் தோன்றிய ஜாம்பவான் என்பவனின் மகள் ஜாம்பவதியைத் திருமணம் செய்துகொண்டதைக் காண்கிறோம்.

மகாபாரதத்தில் அர்ச்சுணன் எனும் பாத்திரம் மூலம் நான்கு வகையான அனுலோம வகைத் திருமணங்களைக் காண்கிறோம். முதலாவதாக, அர்ச்சுணன் அந்தணர் வேடமிட்டுத் திரௌபதியை மணக்கிறான். இரண்டாவதாக, சத்திரிய குலத்தைச் சேர்ந்த அர்ச்சுணன் அரக்கர் குல இடும்பியைத் திருமணம் செய்து கொள்கிறான். மூன்றாவதாக, சத்திரிய குலத்தைச் சேர்ந்த அர்ச்சுணன், நாகலோகத்தைச் சேர்ந்த பெண்ணாகிய உலூபியைத் திருமணம் செய்து கொள்கிறான். இறுதியாக, குருகுல அர்ச்சுணன், இடையர் குலப் பெண்ணாகிய சுபத்திரையைத் திருமணம் செய்துகொள்கிறான்.

பாரதத்தில் இன்னுமொரு இடத்தில் இடம்பெறும் கலப்பு மணம் நம் கவனத்திற்குரியது. ருஷ்யசிருங்கர் எனும் முனிவர் சத்திரிய குலத்தைச் சேர்ந்த ரோமபாதன் எனும் மன்னனின் மகளான சாந்தை என்பவளைத் திருமணம் செய்து கொள்கிறார்.

இவையன்றிப் பாற்கடலில் தோன்றிய ஐராணியை இந்திரன் மணந்து கொள்வதும், திருமகளைத் திருமால் மணந்துகொள்வதும், கலைமகளைப் பிரம்மன் மணந்ததும் கலப்புத் திருமணங்களே.

காப்பியங்கள்

முற்காலக் காப்பியங்களில் கலப்புத் திருமணங்கள் பல பதிவாகி உள்ளன. பாசண்ட சாத்தன் எனும் தெய்வம் குழந்தையாகத் தோன்றி வளர்ந்து தேவந்தி எனும் பெண்ணை மணந்துகொண்ட நிகழ்வு சிலப்பதிகாரத்தில் உள்ளது. அவ்வாறே கண்ணன் நப்பின்னையை மணந்த செய்தியும் சிலப்பதிகாரத்தில் இடம் பெற்றுள்ளது. சத்திரிய குலத்தைச் சேர்ந்த வசுதேவனுக்கும் தேவகிக்கும் பிறந்தவன் கண்ணன். இவன் இடையர் குல நப்பின்னை என்பவளை ஏறு தழுவி ஆயர் குல மரபுப்படி திருமணம் செய்ததைச் சிலப்பதிகாரம் *(16: 49-53)* கூறுகிறது.

செங்குட்டுவன் எனும் சேர மன்னன், இளங்கோ வேண்மாள் எனும் வேளிர்குலப் பெண்ணைத் திருமணம் செய்து கொண்டதைச் சிலப்பதிகாரம் *(25: 3-5)*.

வானவர் தோன்றல் வாய்வாட் கோதை
விளங்கில வந்தி வெள்ளி மாடத்து

இளங்கோ வேண்மாள் உடனிருந்தருளி' எனப் பதிவு செய்துள்ளது.

பௌத்தக் காப்பியமாகிய மணிமேகலையிலும் இரண்டு கலப்பு மணங்கள் சுட்டப்பட்டுள்ளன. கண்ணனின் மகன் காமன். காமனின் மகன் அநிருத்தன். இவன் சேர மன்னன் வாணன் எனும் மன்னனின் மகளான உழை என்பவளைக் காதலித்து வந்தான். இதனை அறிந்த வாணன் அநிருத்தனைச் சிறையில் அடைத்து விட்டான். இதனையறிந்து கண்ணன் படையுடன் சென்று போரிட்டு வாணனை வென்று அநிருத்தனை மீட்டான். அதன் பின்னர் வாணன் தன் மகளை அவனுக்குத் திருமணம் செய்து வைத்தான் *(மணி. 3: 123-125)*.

கிள்ளி எனும் சோழ மன்னன் பீலிவளை எனும் நாகநாட்டு இளவரசியைத் திருமணம் செய்துகொண்டதை மணிமேகலை (24: 54-57) கூறுகிறது.

சிலப்பதிகாரம், மணிமேகலைக்கு அடுத்துப் பிற்காலக் காப்பியங்க ளாகிய கம்பராமாயணம், சீவக சிந்தாமணி, சூளாமணி, பெருங்கதை முதலானவற்றிலும் பல்வேறு கலப்பு மணங்கள் பதிவாகியுள்ளன. கம்பராமாயணத்தில் ருசியசிங்கர் - சாந்தை மணமும் (கம்ப. வேள்வி. 404), விச்சிரவசு-சாலகடங்கடர் மகள் (கம்ப. சூர்ப. 267) திருமணங்கள் கூறப்பட்டுள்ளன.

சீவகசிந்தாமணியில் சீவகன் - காந்தருவதத்தை, சீவகன் - பதுமையார் (சீவக. பதுமை. 1346), சீவகன் - கேமசரியார் (சீவக. கேமசரி. 1490), சீவகன் - கனகமாலை (சீவக. கனக. 1687), சீவகன் - விமலை ஆகியோரின் மணங்கள் யாவும் கலப்பு மணங்களே.

சூளாமணியிலும் இத்தகைய மணங்கள் இடம்பெற்றுள்ளன. திவிட்டன் - சுயம்பிரிகை (சூளா. அர. 1158), சூளா. அர. 1168), அமிதசேனன் - சோதிமாலை (சூளா. சுயம். 1835) ஆகியோரின் மணங்கள் குறிப்பிட்டுச் சொல்ல வேண்டியவை.

பெருங்கதையில் வருகின்ற உதயணன் - பதுமாவன், உதயணன் - மாணனீகை, நரவாணன் - மதன மஞ்சிகை (பெருங். நர. 149-156), நரவாணன் - வேகவதி, நரவாணன் - அநங்கவிலாசினி முதலானவர் களின் திருமணங்கள் அனுலோம, பிரதிலோம ஆகிய இரண்டு வகைகளிலும் காணப்படுகின்றன.

பக்தி இலக்கியங்களில் இடம்பெற்றுள்ள தேவர்களின் திருமணங் களும் கலப்புத் திருமணங்களாக உள்ளன. சுந்தரர் - பரவை நாச்சியார் (பெரி. ஏயா. 180), சுந்தரர் - சங்கிலி நாச்சியார் (பெரி. ஏயர். 266), நின்றசீர் நெடுமாற நாயனார் - மங்கையர்க் கரசியார் (பெரி. மங்கை. 3), திருவரங்கன் - ஆண்டாள் (நாச். திரு. 5), கண்ணன் - சத்தியபாமா (பெரியா. திரு. 3, 8), கண்ணன் - ருக்மணி (பெரியா. திரு. 4: 1-5), திருமால் - பூமிதேவி (பெரிய. திரு. 4: 1-9), திருமங்கையாழ்வார் - குமுதவல்லி (திருமங். 31) முதலான திருமணங்கள் குறிப்பிடத்தக்கவை. வானுலகிலிருந்து தேவர்கள் இறைநேயர்களை இறைநெறியில் செலுத்தும் நோக்குடன் இத்தகைய மணங்களைப் புரிந்துள்ளனர். அனைத்தும் சமய நெறியின் பாற்பட்டு நடைபெற்ற திருமணங்களாகும்.

பின்னுரை

பண்டைத் தமிழகத்தில் நால் வருணப் பாகுபாடும், சாதிப் பாகுபாடும் அறவே இல்லை. சங்க காலத்தில் திணை சார்ந்த தொழிலும், தொழில் சார்ந்த பழக்க வழக்கங்களும் இருந்தன. தொல்காப்பியர் முதற்பொருள், கருப்பொருள், உரிப்பொருள் என்றே வாழ்வியலைப் பகுத்துக் காட்டினார். ஒவ்வொரு திணைக்குமான முதல், கரு, உரிப் பொருள்கள் தனித்தனியாக இருந்தன. திணைகளும், அந்தந்தத் திணைகளில் வாழ்ந்த மக்களும் ஒரு நேர்க்கோட்டு வரிசையில் வகைப்படுத்தப்படவில்லை. அந்தந்தத் திணைகளின் சூழலியலே வாழ்வைத் தீர்மானித்தன. ஒவ்வொரு குடியும் தனித்தனியான வாழ்வுமுறையைக் கொண்டிருந்தன.

சங்ககாலத்தில் திணை சார்ந்த வாழ்க்கைமுறையில் ஒவ்வொரு குடியினரும் சுதேசித்தன்மை (autonomous) கொண்டிருந்தார்கள். மற்ற குடியினருடன் இணைத்து யார் யாரைச் சார்ந்திருக்கிறார்கள் என்றோ; எவர் உயர்ந்தவர், எவர் தாழ்ந்தவர் என்றோ படிநிலைப் படுத்தும் போக்கு இல்லை. மேலும் சங்ககாலத்தில் நிலவிய திருமண முறைகளை மானிடவியல் நோக்கில் கருத்தூன்றி நோக்கினால் குடிகளின் சுதேசித் தன்மைகளைக் கண்டறியலாம்.

சங்ககாலத்தில் புறமண முறை (exogamous marriage) பல்வேறு நிலைகளில் நடந்துள்ளது. புறமண முறையானது அக்காலத்தில் சுதேசித் தன்மையைப் பறைசாற்றும் ஒரு முக்கியமான கூறு எனலாம். 'யாயும் ஞாயும் யார்ஆகியரோ, எந்தையும் நுந்தையும் எம்முறைக் கேளிர்' எனும் குறுந்தொகைப் பாடல் (40) மனிதகுல முன்னேற்றத்திற்குத் தமிழர் தந்த கொடை எனலாம். குடிப் புறமணமாக (kudi exogamy) அமைந்த இத்திருமணம், மேலும் வெவ்வேறு வகைகளிலும் நிகழ்ந்தது. அகநானூறு (110), நற்றிணை (45) உள்ளிட்ட பல பாடல்கள் குடிப் புறமணத்தைக் கூறுகின்றன.

சங்ககாலத்தில் நிலவிய 'ஊர்ப் புறமணம்' பற்றி அகநானூறு (118, 272, 300) முதலான பல பாடல்கள் வழி அறியலாம். 'பிரதேசம் சார்ந்த புறமணம்' (territorial exogamy) பற்றி நற்றிணை (67) கூறுகிறது. 'திணைக் கலப்பு மணம்' (interregional marriage) பற்றிக் குறுந்தொகை (311) கூறுகிறது. இதன் தொடர்ச்சியாக அமையும் 'திணைசார் புறமணம்' (territorial exogamy) பற்றிப் பல்வேறு இடங்களில் (அகம். 140, 390; பட்டின. 29; நற். 331) காணலாம்.

இதன் இன்னொரு வடிவமாக விளங்கும் 'வட்டாரப் புறமணம்' (regional exogamy) பற்றிக் கலித்தொகையில் *(108)* காணலாம்.

இவ்வாறாகப் பண்டைத் தமிழ்ச் சமூகத்தில் மக்கள் தங்கள் குழுவுக்கு வெளியே வாழ்க்கைத் துணையைத் தேடும் நடைமுறை களைப் பல்வேறு நிலைகளில் கொண்டிருந்தார்கள். இதன் பொருட்டு இயற்கைப் புணர்ச்சி, இடந்தலைப்பாடு, பாங்கற் கூட்டம், தோழியற் புணர்ச்சி காதறகளங்கள் முதலான நடைமுறைகளைப் பின்பற்றிவந்தார்கள். பின்னாளில்தான் அகமணம் (endogamy) மெல்ல மெல்ல வேரூன்றியது. அகமணம் வலுவடைந்த பின்னர்தான் சாதிச் சமூகங்கள் உருப்பெற்றன (விரிவுக்குக் காண்க: இயல் *1*).

இன்று புரையோடியுள்ள சாதியக் கட்டமைப்பைத் தகர்ப்பதற்கு உடனடியான தீர்வு ஒன்று இருக்குமானால் அது சாதிமறுப்புத் திருமணமாகத்தான் இருக்க முடியும். சாதியை மறுப்பதால் மட்டுமே சாதியமைப்பை வேரறுக்க முடியும். இது தமிழ்ச் சமூகத்திற்குப் புதிய ஒன்றல்ல. ஆரம்ப காலம் முதல், புராண, இதிகாச காலங்கள் ஊடாக சாதி மறுப்பும் கலப்பு மணங்களும் வந்து கொண்டிருக்கின்றன. இவற்றை விவாதிக்கும் முகமாகவே இந்த இயலின் விவரங்கள் ஒழுங்கமைக்கப்பட்டுள்ளன.

'மனிதகுலத்தின் மிகப்பெரும் மாயையாக இருப்பது இனம் (race) பற்றிய கற்பிதம்' என்று புகழ்பெற்ற இனவியல் அறிஞர் ஆஷ்லி மாண்டகு தனியொரு நூலை (*Man's Most Dangerous Myth theFallacy of Race*) எழுதியிருந்தார். ஆப்பிரிக்காவில் நிறவெறியும், அமெரிக்காவில் கருப்பர்களுக்கு எதிரான இனவெறுப்புக் கொள்கையும் தலைவிரித்தாடிய போது இந்த நூல் அதிகம் பேசப்பட்டது. அதுபோலவே இந்தியாவில் சாதி எனும் கற்பிதம் தீண்டாமையை வேரறுக்க விடாமல் காப்பாற்றி வருகிறது. தமிழ்ச் சாதிகளில் உயர்சாதிக்கும் கீழ்ச் சாதிக்கும் 'சமூக இடைவெளி' (social distance) மட்டுமே அதிகம்; 'மரபணு இடைவெளி' (genetic distance) மிகக் குறைவு என்பதை மானிடவியல் ஆய்வுகள் நிரூபித்துள்ளன (விரிவுக்குக் காண்க: *திராவிட மானிடவியல்*, பக்தவத்சல பாரதி, *2014*). இச்சூழலில் சாதி, சாதியம் ஆகிய கொடுமைகள் மறைய வேண்டுமானால் கலப்புமணங்களே உடனடித் தீர்வாக இருக்கும்.

5

இந்து-முஸ்லிம் இயைபு: சமயங்களுக்கிடையிலான உரையாடல்

கடலூர் மாவட்டம், விருத்தாச்சலத்திற்கு அருகிலுள்ள ஸ்ரீமுஷ்ணம் (திருமுட்டம்) ஊரில் எழுந்தருளியுள்ள ஸ்ரீ வராகப் பெருமாள் மாசி மகத்தின் போது ஆண்டுதோறும் 65 கி.மீ. பயணம் செய்து சிதம்பரத்திற்குக் கிழக்கேயுள்ள கிள்ளை என்னும் கடற்கரையூரில் கடலாடி அங்கு எழுந்தருளுகிறார். இது மாசிமக விழாவின் முக்கியமான நிகழ்வாகும்.

ஸ்ரீமுஷ்ணத்திலிருந்து பெருமாளின் நீண்ட பயணத்தில் கிள்ளைக்கு முந்தைய ஊரான தைக்கால் கிராமம் மாசிமக விழாவில் முக்கிய இடம்பெறுகிறது. இது இந்து-முஸ்லிம் ஒற்றுமைக்கு மிகச் சிறந்த எடுத்துக்காட்டாக விளங்குகின்றது. மதநல்லிணக்கத்தைப் போற்றும் இந்த மாசிமக நிகழ்வுகள் தைக்காலில் காலங்காலமாய்ப் போற்றிப் பின்பற்றப்பட்டு வருகின்றன. பன்மைப் பண்பாட்டுச் சூழலில் சமயங்களின் உரையாடல் எப்படி அமைய வேண்டும் என்பதற்குத் தமிழகம் கண்டெடுத்துள்ள முதன்மையான பல முன்னுதாரணங்களில் இதுவும் ஒன்று.

ஸ்ரீவராகப் பெருமாள் தைக்கால் கிராமத்திற்கு வரும்போது இஸ்லாமிய அரண்மனையில் உற்சாக வரவேற்பு காத்திருக்கிறது. வரவேற்பவர்கள் இந்துக்களல்லர்; அனைவரும் இஸ்லாமியர்கள். அரண்மனைக் குடும்பத்தார் பெருமாளுக்குப் பட்டுப் பீதாம் பரத்தையும், மலர் மாலையையும் அணிவித்து மேளதாளத்துடன் பாரம்பரிய முறையில் வரவேற்பளித்து எதிரில் உள்ள தர்காவுக்கு அழைத்துச் செல்கின்றனர். அங்குப் பெருமாளுக்குத் தட்டில் சர்க்கரை, பழம், நைவேத்தியம் வைத்துக் கற்பூர தீபாராதனையுடன் மேளதாளத்துடன் மசூதிக்குள் கொண்டு செல்கின்றனர்.

தர்காவுக்கு எதிரே நாதசுர இசை முழங்குகிறது. தர்கா மேடையின் மீது அன்பர்கள் நாம சங்கீர்த்தனம் செய்கிறார்கள்.

மசூதிக்குள் நவாப் (ஏறக்குறைய 250 ஆண்டுகளுக்குமுன் இறந்த ஹஸரத் சையத் ரஹமத்துல்லாஹ் ஷுத்தாரி) அடக்கம் செய்யப்பட்டிருக்கும் தர்காவுக்குப் போய், அம்மேடையை வலமாக வந்து, படிக்கட்டு வழியே மேடைமீது ஏறி, உள்ளே சென்ற பெருமாளுக்குத் தீபாராதனை காட்டி, கற்பூரத் தட்டைச் சமாதிக்கருகில் வைக்கின்றனர். அங்குள்ள காஜியார் (இஸ்லாமிய மதகுரு) பெருமாளிடமிருந்து மாலையைப் பெற்று சமாதியின் மேல் சார்த்துகிறார். தட்டில் எரியும் கற்பூரத்துடன் மேலும் சில கற்பூரத் துண்டுகள் வைக்கப்பட்டுக் கற்பூர தீபம் மேலும் பிரகாசமாகச் சுடர்விட்டெரிகிறது. கற்பூர தீபம் எரியும் வரை காஸியார் குர் ஆனிலிருந்து ஃபாத்திஹா ஓதுகிறார். பின்னர் நைவேத்தியச் சர்க்கரையை எல்லோருக்கும் விநியோகிக்கிறார்கள்.

இதன் பின்னர் பெருமாள் மசூதி வாசலுக்குக்கொண்டு வரப்பட்டு மீண்டும் தீபாராதனை காட்டி, மசூதிக்கு எதிரிலுள்ள இஸ்லாமியப் பெரியவரின் அரண்மனை முன் நிறுத்துகின்றனர். அதன்பின் ஐயர் கொடுக்கும் பிரசாதம் நவாப் சந்ததியாரின் அரண்மனைக்குள் கொண்டு செல்லப்படுகிறது. அரண்மனைக் குடும்பத்தார் வாசலுக்கு வந்து வழியனுப்ப பெருமாள் பல்லக்கில் கிளம்புகிறார். ஏறக்குறைய மூன்று மணிநேரம் தைக்காலில் தரிசனம் கொடுத்த பிறகு காலை 10 மணியளவில் பெருமாள் கடற்கரைக் கிராமமான கிள்ளைக்குக் கிளம்புகிறார். தைக்காலில் இஸ்லாம் சமயத்தாருடன் இணைந்து வாழும் இந்துக்கள் இந்த நிகழ்வைக் கண்டுகளிக்கின்றனர்.

ஒரு இந்துச் சமய விழாவின் போது இஸ்லாமியர்களின் ஒத்திசைவான, தன்னார்வமான ஒருங்கிணைப்பும் உரிமை கொண்டாடுதலும் எந்தப் பின்புலத்தைச் சார்ந்தவை என்பதை ஆராய்வதற்கு முன்னர், சாதி இந்துக்களின் திருவிழாக்களில் பெரிதும் மீனவர்கள் மாசிமகத்தின்போது முதன்மையாகப் பங்கேற்பதும் அதற்கான உரிமை பெற்றிருப்பதும் அறிய வேண்டியவையாகும்.

இந்து - முஸ்லிம் ஓர்மையில் வைணவமும் ஏகத்துவ இஸ்லாமும் நீண்டதொரு ஓர்மையைப் பெற்றுள்ளன. திருச்சி திருவரங்கத்தில்

மூலவர் ரங்கமன்னாரின் (அழகிய மணவாளர்) பொன்னாலான திருமேனி கி.பி. 1311இல் நிகழ்ந்த மாலிக்காபூர் படையெடுப்பின் போது கொள்ளைப் பொருளுடன் தில்லிக்கு எடுத்துச் செல்லப் பட்டது. பெருமாளை நாள்தோறும் வணங்கி வந்த சேவிகை ஒருத்தி அறுபது பேருடன் தில்லி சென்று அங்குள்ள தில்லி பாதுஷாவை ஆடல் பாடல்களாலும், 'ஜக்கினி' எனும் களியாட்டத் தாலும் மகிழ்வித்து ரங்கமன்னாரின் திருமேனியைப் பரிசாகப் பெற்று வந்தாள். இதனால் இந்த சேவிகை 'பின் சென்ற வல்லி' எனப் பெயர் பெற்றாள் (கமால், எஸ்.எம். 2016: 123).

இஸ்லாமிய அரண்மனைக்குச் சென்று திரும்பிய காரணத்தால், தாயாரைக் கருவறைக்குள் வைக்காமல் வெளியே ஓவியமாக வரைந்து சேவிக்கத் தொடங்கினார்கள். தில்லி நாச்சியாருக்கு கோதுமை ரொட்டியும் இனிப்புச் சுண்டலும் பருப்புப் பாயசமும் படைக்கப்படுகின்றன. தில்லியிலிருந்து மீட்டுக் கொண்டு வரும்போது தில்லி பாதுஷாவின் மகள் தான் படுக்கையில் வைத்து விளையாடி வந்த திருமேனி காணாமல் போனதை அறிந்து ஒரு படையை அனுப்பி மீட்டு வரச் சொன்னாள். படையினர் பின் தொடர்வதை அறிந்து திருவரங்கத்துக்குக் கொண்டு வராமல் வழியில் திருப்பதியில் மறைத்து வைத்துவிட்டார்களாம். இந்த வரலாறு பற்றிய வழக்காறுகளைக் கோயில் ஒழுகு கூறுகிறது.

இந்து-முஸ்லிம் ஓர்மை வரலாறு நெடுக இணக்கம் பெற்று வந்துள்ளது. மதுரையில் சொக்கநாதர் திருவிழாவில் திருவாதவூரடி களுக்காக நரிகளைப் பரிகளாக்கும் திருவிளையாடல் நிகழ்த்தப் படுகிறது. ஆதியில் மாணிக்கவாசகருக்காகக் கிழக்குக் கடற்கரை யிலிருந்து குதிரைகளைக் கொண்டு வந்த அரபு வணிகருக்குப் பதிலாக இஸ்லாமியர் ஒருவரைக் குதிரையைக் கொண்டுவரச் செய்து விழா நடத்தப்படுவது அண்மைக்காலம் வரை நிகழ்ந்தது (மேலது: 124).

இராமநாதபுரம் சீமையில் உள்ள குணங்குடி சையது முஹம்மது புகாரி (இறைநேசர்) அவர்களுடைய தர்காவைப் பராமரித்துவரும் உரிமை, அந்த ஊருக்கு அண்மையில் உள்ள துடுப்பூர் அம்பலக் காரராகிய இந்துக் குடும்பத்தாருக்கு இருந்துவருகிறது. புதுக்கோட்டைக்கு அருகில் உள்ள திருவாப்பூர் கன்னி ஒருத்திக்கும் திருச்சியைச் சேர்ந்த இஸ்லாமிய இளைஞன் மலுக்கன் என்பவனுக்கும் மாறாத காதல் மலர்ந்தது. ஒவ்வொரு நாளும் இரவில் குதிரையில் வந்து காதலியைச் சந்தித்து வந்தான். தனது

எல்லையில் களவொழுக்கம் நடைபெறுவதை விரும்பாத காவல் தெய்வம் மலைக்கறுப்பர் மலுக்கனைக் கொன்றுவிட்டதாம். கொலையுண்ட இடத்தில் காதலி ஒரு நினைவிடம் அமைத்தாள். அந்த நினைவிடம் நாளடைவில் மலுக்கன் கோவிலாகப் பெயர் பெற்றுவிட்டது.

இஸ்லாமிய விழக்களில் இந்து விழாக்களின் சாயல் காணப் படுவது இந்து - இஸ்லாம் ஓர்மையின் மற்றுமொரு வெளிப்பாடு. நபிகளாரின் வழித்தோன்றல்கள் அழிக்கப்பட்ட 'கர்பலா' படுகொலையை நினைவூட்டும் விழாவில் தாஜியா (அலங்கார ரதம்) வுக்கு முன்பு வாள் சண்டை, மற்போர், சிலம்பம், தீப்பந்த விளையாட்டு முதலான களரிகள் நிகழும். மேலும், நாகூரில் சாகுல் ஹமீது ஆண்டகை கந்தூரி, ஏறுபதியில் (ஏர்வாடி) சுல்தான் சையது இப்ராஹீம் ஷஹீது (இறைநேசர்) கந்தூரி, மதுரையில் முகையதீன் ஆண்டவர் கந்தூரி முதலான விழக்களில் அலங்காரத் தேர்கள் ஆரவாரத்துடன் வாணவேடிக்கைகளுடன் ஊர்வலமாக எடுத்துச் செல்லப்படுகின்றன. இத்தகு விழாக்களில் இந்து மக்கள் ஆழ்ந்த பற்றுடன் ஆர்வத்துடன் பங்கேற்கின்றனர். 'அல்லா பண்டிகை' என்று இந்துவயப்படுத்தி அவ்விழாக்களை அழைக்கின்றனர். இத்தகைய இன்னும் பல எடுத்துக்காட்டுக்களை ஒப்பிட்டு நோக்க முடியும். இவையாவும் இனத்துவம் சார்ந்த அரசியல் முன்னெடுப்பு களைத் தாண்டி பண்பாட்டுத் தளத்தில் நிகழ்ந்துவருகின்ற ஓர்மையைக் காட்டுகின்றன. இந்தியச் சமூகப் பண்பாட்டு ஒழுங்கமைவில் இத்தகைய ஓர்மைகள் பன்மைத்துவத்திற்கு ஆதார சுருதியாக விளங்குகின்றன.

மாசிமகத்தில் மீனவர்களின் உரிமை

மாசி மகத்தின்போது நாகை மாவட்டம் மயிலாடுதுறைக்கு அருகிலுள்ள திருக்கண்ணபுரத்திலிருந்து ஸ்ரீசெளரிராஜப் பெருமாள் 18 கி.மீ. பயணம் செய்து காரைக்கால் மீனவர் கிராமமான பட்டினச்சேரியில் கடலாட வருகிறார். திருக்கண்ணபுரத்திலிருந்து வழிநெடுக மக்களுக்குத் தரிசனம் கொடுத்து வருகின்ற ஸ்ரீசெளரி ராஜப் பெருமாள் கடற்கரைக்கு அருகிலுள்ள திருமலைராயன் பட்டினத்தில் வெள்ளை மண்டபத்தில் எழுந்தருளி திருமஞ்சனம் பெற்று உபயதாரர்களின் தளியல் தீபாராதனைகளையும் ஏற்றுக் கொள்கிறார்.

இதன் பிறகு பெருமாளுக்குக் கருட வாகனத்தில் அலங்காரச் சாத்துபடிகள் செய்யப்பட்ட பவளக்கால் சப்பரத்தில் அமர்த்தப் படுகிறார். இங்கிருந்து பெருமாளைச் சப்பரத்தில் தூக்கிச் செல்லும் உரிமையை மீனவர்கள் கொண்டுள்ளனர். பவளக்கால் சப்பரத்தில் உள்ள பெருமாளைக் கொண்டு செல்வதற்குமுன் அவருக்கு மீனவர்கள் தம் செலவில் பட்டுப் பீதாம்பரங்கள், மாலைகள் அணிவித்து மேளதாளத்துடன், வாணவேடிக்கைகளுடன் பக்கத் திற்கு 25-30 பேர் வீதம் நான்கு பக்கத்திலும் 100- 120 பேர் தோளில் சுமந்துகொண்டு 3 கி.மீ. நடந்து பட்டினச்சேரி அடைவார்கள்.

பட்டினச்சேரியில் தங்கள் வாழ்வைக் காக்கும் கட்டுமரங்கள், பாய்மரங்கள் ஆகியவற்றை மட்டுமே பயன்படுத்திப் போடப் பட்ட பந்தலின் கீழ் பெருமாளைக் கடலாடி கொலுவிருக்கச் செய்கின்றனர். மீனவர்களும் மீனவர் அல்லாதாருமாகச் சேர்ந்த பெருங்கூட்டத்தினர் பெருமாளையும் தீர்த்தவாரி காணும் பிற தெய்வங்களையும் வழிபடுகின்றனர்.

இஸ்லாமியர், மீனவர் தொன்மங்கள்

ஸ்ரீமுஷ்ணம் முதல் கிள்ளை வரை வழங்கிவரும் வாய்வழித் தொன்மத்தின்படி பெருமாள் ஓர் இஸ்லாமிய நங்கை மீது அன்பு கொண்டு அவரை மணந்ததாலேயே இஸ்லாமியர்கள் தைக் காலுக்குப் பெருமாள் வரும்போது மருமகன் வருவதாக எண்ணி மரியாதை செய்கின்றனர்.

விஷ்ணு முஸ்லிம் பெண்ணொருத்தியை விரும்பி மணந்த தொன்மத்தை மதுரைக் கள்ளழகர் தொன்மம் வாயிலாகவும் அறிய முடிகிறது. மதுரை சித்திரைத் திருவிழாவின்போது கள்ளழகர் ஓர் இரவு வண்டியூரில் டில்லி சுல்தானின் மகளாகிய துளுக்க நாச்சியாருடன் சேர்ந்து இருக்கிறார் என்னும் தொன்மம் அனைவரும் அறிந்த ஒன்றே. இந்தத் தொன்மத்தை இந்துத் தாய் தெய்வங்களின் திருக்கல்யாண முறைகளை ஆராய்ந்த வில்லியம் ஹார்மன் (1992:84), அழகர் கோயில் பற்றிய நுட்பமான ஆய்வை மேற்கொண்ட தொ. பரமசிவன் (1989) போன்றோர் பதிவு செய்துள்ளனர். இவ்வகையான உறவுமுறை அடிப்படையிலேயே சித்திரைத் திருவிழாவில் இஸ்லாமியர்கள் சிறிய அளவில் பங்கேற்பதாகவும் ஹார்மன், பரமசிவன் கூறுகின்றனர்.

காரைக்கால் மீனவர்களின் தொன்மமும் மேற்கூறிய அடிக்கருத்தை உறுதிப்படுத்துவதாக உள்ளது. மயிலாடுதுறைக்கு அருகிலுள்ள திருக்கண்ணபுரத்திலிருந்து கிளம்பும் ஸ்ரீ சௌரிராஜப் பெருமாள் திருமலைராயன்பட்டினத்திற்கு வந்து சேர்ந்ததும் பட்டினச்சேரி மீனவர்கள் அங்கு சென்று பெருமாளைத் தங்கள் ஊருக்குத் தோள்மீது சுமந்து செல்கின்றனர். சப்பரத்தில் உள்ள பெருமாளைத் தூக்கும்போது 'மாப்பிளே', 'மாப்பிளே', 'மாப்பிளே' என்று குரல் எழுப்பிக்கொண்டு தீர்த்தவாரிக்குச் செல்கின்றனர்.

இந்நிகழ்வின்போது மீனவப் பெண்கள் மற்றவர்களைப் போல் சப்பரத்திற்கு எதிரே நின்று பெருமாளை வணங்குவதில்லை. பெண்கள் மருமகனின் எதிரில் நிற்பதும் வணங்குவதும் வெட்கத்திற்குரியவை என்ற பழமைச் சமூகங்களுக்கே உரிய மரபுவழிக் கூச்சத்தால் ஓரத்தில் நின்று முறத்தால் முகத்தை மூடிக்கொண்டு வணங்குவர். இச்சடங்கியல் முறை இன்றும் நிகழ்கிறது. மீனவப் பெண்களின் கருத்துப்படி முறம் மங்கள கரமான பொருள்களில் ஒன்றாகும். இது முகத்தை மூடிக்கொள்ள வசதியாக இருப்பதால் பெருமாளுக்கு மாமியார்களாகக் கருதும் முது பெண்டிர்கள் தங்கள் முகத்தை மறைத்துக் கொள்ள முறத்தைப் பயன்படுத்துகின்றனர் (பரமசிவன் 2001: 167, பக்தவத்சல பாரதி 2003: 4).

ஸ்ரீசௌரிராஜப் பெருமாள் மீனவர் பெண்ணை விரும்பிய தற்கான காரணத்தைப் பின்வரும் தொன்மம் கூறுகிறது. ஒரு முறை பெருமாள் கடலாடியபோது அவர் அணிந்திருந்த அழகிய மோதிரம் கடலில் விழ அதனை மீன் விழுங்கிவிட்டதாம். அவ்வூரைச் சேர்ந்த பத்மினி நாச்சியார் என்னும் மீனவப் பெண் கறி சமைக்க மீனை அரிந்தபோது மீனின் வயிற்றிலிருந்து அந்த அழகிய மோதிரம் வெளிப்பட்டது. அந்த மிக அழகிய மோதிரத்தைக் கண்ட பெண் அது மிக உயர்ந்தவர்கள் அணிவது என அறிந்து உரியவரிடம் சேர்ப்பித்தாள். மோதிரத்தைப் பெற்றுக்கொண்ட பெருமாள் அந்த அழகிய பெண்ணையும் மணந்து கொண்டார்.

மதுரையில் ஸ்ரீ சுந்தரேசுவரர் மணந்து கொண்டுள்ள அருள்மிகு மீனாட்சியம்மனும் ஒரு மீனவ மன்னனின் பெண் என்பது பட்டினச்சேரி மீனவர்களுடைய தொன்மத்தின் தொடர்ச்சியாக அமைகிறது. காரைக்கால் மீனவர்களிடம் வழங்கும் இத்தொன்மம்

திருக்கண்ணபுரம் ஸ்ரீ சௌரிராஜ பெருமாள் கோயிலில் அழகிய வண்ண ஓவியமாகத் (மணக்கோலம்) தீட்டப்பட்டு உள்ளதைக் காணலாம்.

இன்னொரு தொன்மமும் இதுகுறித்துக் கூறப்படுகிறது. அந்தக் காலத்தில் மீனவர்கள் கடலில் வலை வீசிய போது நாச்சியார் சிலை ஒன்று கிடைத்ததாம். அதனைத் திருகண்ணபுரப் பெருமாளுக்குத் துணைவியாக வைத்தனராம். அன்று முதல் திருக்கண்ணபுரப் பெருமாள் தீர்த்தவாரிக்கு வரும்போது தன் மனைவியைக் கண்டெடுத்துக் கொடுத்த மீனவர்களுக்கு ஆசி வழங்குவது மரபாம். மீனவர்களும் பெருமாளின் துணைவியாருக்கு நெருங்கியவர்களாகத் தங்களை பாவித்துக்கொண்டனர். அதனால்தான் மீனவ மகளிர் தங்களின் மாப்பிள்ளை பெருமாளைக் காணும் போது கூச்சத்தின் காரணமாகத் தங்கள் முகம் அவருக்குத் தெரியாமல் இருக்கும்படி முறத்தால் மறைத்துக் கொண்டு பார்க்கும் மரபு இன்றும் காணப்படுகிறது.

மட்டையடி விழா

ஸ்ரீவராகப் பெருமாள் கிள்ளையில் தீர்த்தவாரி காணச் செல்லும் வழியில் தைக்காலில் முஸ்லிம் சமூகத்தாரின் மரியாதையை ஏற்றுக்கொள்கிறார். தங்கள் ஊர் வழியாகச் செல்லும் மருமகனுக்குக் கொடுக்கும் மரியாதை இது என்கிறது முஸ்லிம்களின் வாய்வழித் தொன்மம். தீர்த்தவாரி முடிந்து மீண்டும் திரும்பும் பயணத்தில் பல ஊர்களிலும் எழுந்தருளி ஸ்ரீ முஷ்ணம் வரும்போது வராகப் பெருமாள் கோயிலின் 10 நாள் திருவிழா முடியும் தருவாயை அடைகிறது.

இறுதி நாளன்று பெருமாளை நாச்சியார் கோயிலுக்குள் வரவிடாமல் கதவைச் சாத்திக் கொள்கிறார். தன் கணவர் முஸ்லிம் இனப் பெண்ணுடன் பழகிவிட்டு வந்ததற்கான கோபத்தைக் காட்டுவதாக இந்நிகழ்வு அமைகிறது. இதன் பின்னர் பெருமாளை மட்டையால் அடிக்கும் சிறு சடங்குடன் (தண்டனை அளித்தல்) அவர் கோயிலுக்குள் அழைக்கப்படுகிறார். இது 'மட்டையடித் திருவிழா' என்று சிறப்பாகக் கூறப்படுகிறது (பக்தவத்சல பாரதி 2003: 4).

சித்திரைத் திருவிழாவில் மதுரை மீனாட்சியம்மனின் கணவ ரான சுந்தரேசுவரரும், தஞ்சை பெரிய கோயில் சித்திரைத்

திருவிழாவில் பெரியநாயகியம்மனின் கணவரான சிவ பெருமானும் திருவிழாவின் இறுதியில் கோயிலுக்குள் வருவதற்குத் தடை விதிக்கப்படுகிறது. இதற்கான காரணங்களை விளக்கும் தொன்மங்களும், மட்டையடி விழாச் சடங்குகளும் இன்றும் நடைமுறையில் உள்ளன (முத்தையா, இ. *1996*).

பட்டினச்சேரியில் கடலில் மீன் பிடிக்கும் பட்டனவரின் கூற்று இவ்வாறிருக்க, ஆற்றில் மீன்பிடிக்கும் செம்படவர்களும் தங்கள் குடியின் சிறப்பைச் சமயத்தின் கூறுகளைத் தொடர்புபடுத்தி விவரிக்கின்றனர். தங்களைப் பருவதராஜ குலத்தவர் என்றும், பருவதராஜனின் மகள்தான் பார்வதி என்றும், சிவனுக்குப் பார்வதியைத் திருமணம் செய்துகொடுத்துச் சிவன் படையினர் (செம்படவர்) ஆனவர்கள் என்றும் பெருமை பேசிக் கொள்கின்றனர். இவ்வாறான இன்னும் பல சாதிப் புராணங்களும் உள்ளன.

மேற்கூறிய பரந்த நாட்டாட்சிப் பரப்பில் வாழும் ஒவ்வொரு சமூகமும் தன்னை மன்னனோடும் தெய்வங்களோடும் தொடர்பு படுத்திக்கொள்ளும் வெளிப்பாடாகவே அமைகின்றன. இந்தத் தொடர்பானது சமூகத்திற்குச் சமூகம் மாறுபட்டாலும் அதனைச் சமய அடிப்படையிலான தொடர்பாகச் சொல்லாடல் செய்வதால் அது திருவிழா என்னும் தளத்தில் தன் இருத்தலை வெளிப்படுத்துகின்றது. இந்தியச் சமூகத்தில் பிச்சை எடுத்தலும் சமய அங்கீகாரத்துடனும் ஆதரவுடனும் நடைபெறும்போது, சமூகங்களுக்கிடையிலான உறவுகளும் மன்னனுடனான உறவுகளும் சமயத்தின் ஆதரவில்லாமல் நிற்குமா?

ஒவ்வொரு நாட்டாட்சிப் பரப்பிலும் சாதிகள் தங்களின் இருத்தலைச் சாதிப் புராணங்கள் வழியாகச் சொல்லாடல் செய்கின்றன. மேலும் அச்சொல்லாடலை மையமிட்டே சமூகங்களுக்கிடையிலான உறவுகளும் பொருண்மைகளும் சமயம், திருவிழாக்கள் ஆகிய தளங்களின் ஊடாக வெளிப்படுகின்றன.

பின்னுரை

மேற்கூறிய தரவுகளைக் கருத்தில் கொண்டு பார்த்தால் தொகுப்புரை யாகச் சில மையக் கருத்துகளை இனங்காணலாம். மாசிமகம் என்றால் மாசிமாதம் மக நட்சத்திரத்தன்று கடவுள ரெல்லாம் கடலில் தீர்த்தவாரி காணுதலும், மக்கள் புனித நீராடுதலும்,

பாவங்களைக் கழுவிக்கொண்டு புண்ணியத்தைத் தேடுதலும், செல்வந்தர்கள் உபயதாரர்களாக நின்று தெய்வங்களுக்குப் பெரும் பொருட்செலவில் சடங்கியல் வைபவம் செய்து திருவருள் பெறுதலும், குடிமக்கள் சாமிகளைக் கும்பிட்டு தரிசனம் பெறுதலும், எளியோர் கையெடுத்துக் கும்பிட்டு தரிசனம் பெறுதலும் என்னும் நிகழ்வு முறையே முதன்மையான நிகழ்வுகள் என எண்ணத் தோன்றும். இவை புறநிலையில் வெளிப்படுபவையாகும்.

கிராமத் திருவிழாக்கள் இந்து முடியாட்சியின் நுண்ணியல் வடிவமாகப் பன்னெடும் நூற்றாண்டுகள் நிலைபெற்றுவருகின்றன. மாசிமகம் போன்ற பெரும்பரப்பிற்குரிய திருவிழாக்கள் பேரரசுகளின் பரந்த நாட்டாட்சிப் பரப்பை வளப்படுத்தவும் ஒருங்கிணைக்கவும் உதவியாக அமைந்தன. இந்நிலையில் மாசிமகத் திருவிழாவானது மரபான கிராமியத் திருவிழாக்களின் நிலையிலிருந்து விலகி பெரும் நாட்டாட்சிப் பரப்பை ஒன்றிணைக்க உதவியுள்ளது.

தமிழ் மண்ணின் நீண்ட பரிணாமத்தில் அமைப்பு அடிப்படையில் வேறுபடும் இரண்டு வகையான திருவிழாக்கள் நிலைபேறு கொண்டன. ஒன்று; ஆண்டாண்டுக் காலமாகக் குட்டிக் குடியாட்சி களாகத் திகழ்ந்து வரும் கிராமத்தை மையமிட்ட, மக்களை மையமிட்ட 'கிராமத் திருவிழாக்கள்'. மற்றொன்று; மன்னனின் முடியாட்சிக்குரிய பெரும் நிலப்பரப்பின் வளமைக்கும் ஒன்றியத் திற்கும் வழிகோல ஏற்பட்ட 'பெருந்திருவிழாக்கள்.' இவற்றின் புதைநிலை அசைவியக்கம் வேறானவை. இச்சமய நிகழ்வின்போது கடவுளர்களின் பயண எல்லைக்கு உட்பட்ட நிலப்பரப்பு ஒருங்கிணைக்கப்படுதலும், மக்களின் மரபான சமூக உறவுகள் புதுப்பிக்கப்படுதலும், புத்தாக்கம் பெறுதலும், உறுதிப் படுத்தப்படுவதும் மாசிமகத்தின் கண் நிகழும் அசைவியக்கத்தில் ஆழ்நிலைப்பட்டவை.

மாசிமகத்தின்போது தெய்வங்கள் பரந்த நிலை எல்லை களையும் சமூக எல்லைகளையும் தன்வயப்படுத்திக் கொள் கின்றன. இந்துத்துவத்திற்குள் செயல்படும் சமூக எல்லைகளின் அடையாளம் இப்பெருவிழாவில் ஒருகணம் அவற்றின் இறுகிய நிலையிலிருந்து நீர்மைத்தன்மைக்கு மாறுகின்றன என்றாலும், மறுநிலையில் சமூக உறவுகளின் தொடர் அசைவியக்கம்

சடங்கியல் தளத்தின் அடையாளத்தோடு மேலெழுந்து உறுதிப் படுத்தப்படுகின்றன.

தெய்வங்கள் தீர்த்தவாரிக்கு வருகின்ற பயணத்திலும் தீர்த்தவாரி முடிந்த பிறகு மீண்டும் திரும்பிச் செல்லும் பயணத்திலும் ஆண்டுக்கொருமுறை பரந்துபட்ட நிலப்பரப்பில் நீண்ட தூரம் பயணம் செய்கின்றன. இப்பயணத்தின்போது இப்பரந்துபட்ட நிலப்பரப்பில் வாழும் பலதரப்பட்ட மக்கள் தங்களின் நடைமுறையில் உள்ள இயல்பான சமூக உறவுகளையும், மாற்றத்தை நோக்கிய உறவுகளையும், முரண்பாட்டு உறவுகளையும் சமயம் சார்ந்த இத்திருவிழாத் தளத்தின் அசைவியக்கத்தில் வெளிப்படுத்துகின்றனர். இதனால் மரபான சமூக உறவுகள் தக்கவைக்கப்படுதலும் மாறிவரும் உறவுகளின் வெளிப்பாடு பெறுதலும் மாசிமகத்தின்கண் நிகழும் அசைவியக்கத்தில் ஆழ்நிலைப் பட்டவை.

வேதநெறிக்குட்பட்ட பெருங்கோயில்களின் சாமிகள் தீர்த்த வாரி காண முற்பட்ட சூழலுக்குப் பின் கிராமத் தெய்வங்களும் அவற்றை அடியொற்றி தீர்த்தவாரி காணமுற்பட்டன. வைதிக மயமாக்கலின் தொடர்ச்சியால் இன்று அதிக எண்ணிக்கையில் சாமிகள் தீர்த்தவாரி காண்கின்றன.

சுருக்கமாகச் சொல்வதாயின் மாசிமகம் என்னும் இச்சமய நிகழ்வில் 'நிலம்-சாதி-சாமி' என்னும் தளங்களின் ஊடான ஒரு விரிவெல்லை கொண்ட அசைவியக்கம் தமிழர் திருவிழாக் களிலே பல தனித்துவங்களைக் கொண்டதாக உள்ளது. இத்தகைய அசைவியக்கத்தில் இஸ்லாமியர்களையும் ஒருங்கிணைக்கும் மரபை மாசிமகத் திருவிழா ஏற்படுத்தியுள்ளது. வேறு பல இந்துத் திருவிழாக்களிலும், இஸ்லாமியரின் கந்தூரி விழாக் களிலும் இந்து-முஸ்லிம் ஓர்மை இயைபு பெற்றுள்ளதைக் காண்கிறோம்.

6
ஆதியில் பெண் சுயாட்சி:
பெண்ணே முதல் விவசாயி

மனித குலத்தின் படிமலர்ச்சி (evolution) மிக நீண்டது. பழங்கற்காலம் முதல் புதிய கற்காலம் தோன்றும் வரை மனித குலம் உணவு தேடும் சமூகமாகவே இருந்துள்ளது. இதன் பொருட்டு அது மிகவும் மெதுவாக இடம்பெயர்ந்து செல்லும் சமூகமாகவே (foraging society) இருந்தது.

இக்காலகட்டத்தில் காடுகளிலும் சுற்றுப்புறங்களிலும் கிடைக்கும் உணவு ஆதாரங்களான காய், கனி, கொட்டை, கிழங்கு, தேன், பட்டை, கீரை முதலியவற்றைப் பெண்கள் சேகரித்து வந்தார்கள். இதுவே அந்தக் காலத்தில் முக்கியமான, நிரந்தரமான உணவு ஆதாரங்களாக விளங்கின. காட்டுக்குச் சென்று சேகரித்த இத்தகைய பொருள்கள் அவர்களுக்குத் 'தாவரப் புரதம்' கிடைக்க உதவியது. இந்தக் காடுபடு பொருள்களைச் சேகரிக்கும் பணியைப் பெண்கள் செய்தார்கள்.

ஆண்கள் குழுவாகச் சென்று வேட்டையில் ஈடுபட்டார்கள். வேட்டை என்பது பட்டா பட்டா பாக்கியமாக இருந்தது. அது உடனடியாகவும் கிடைத்தது; காத்திருந்தும் கிடைத்தது. இதன்வழி கிடைத்த 'விலங்கினப் புரதம்' என்பது உயர்வானது என்றாலும், வேட்டை நாள்தோறும் உடனுக்குடன் கிடைக்கவில்லை. அது ஒரு குழு நடவடிக்கையாகவும் இருந்தது.

இந்த வகையில் புதிய கற்காலம் வரை ஆண்கள் வேட்டையையும் பெண்கள் சேகரித்தலையும் செய்து வந்தார்கள். மனித குலத்தின் ஆரம்பகால உணவாதாரம் 'வேட்டையாடி உணவு சேகரித்தல்' (hunting and gathering) என்பதாக இருந்தது.

பெண் சுயாட்சி

மனித குலத்தின் தொடக்க கால வாழ்வாதாரம் வேட்டையாடி உணவு சேகரித்தலை அடிப்படையாகக் கொண்டிருந்த போது பாலினங்களுக்கிடையே தொழிற் பகுப்பு (division of labour) இருவேறு நிலைகளில் இருந்தது. பெண்கள் 'சேகரித்தல்' (gathering) தொழிலைச் செய்தார்கள். இவர்கள் காட்டுக்குச் சென்று செடி, கொடி, கீரைகள், கொட்டைகள், கிழங்குகள், பட்டைகள், பழங்கள், தேன் முதலான உணவுப் பொருள்களைச் சேகரித்து வந்தார்கள்.

பெண்கள் சேகரித்து வந்த பொருள்கள் உணவு ஆதாரத்திற்கு மிகவும் அடிப்படையாக அமைந்தன. கூடவே அது ஒரு நிலையான உணவு ஆதாரத்தைக் கொடுத்தது. காரணம் இத்தகைய காடுபடு பொருள்கள் எளிதில் கிடைக்கக் கூடியவை. காட்டுக்குள் சென்றால் இத்தகைய பொருள்களைச் சேகரித்துக்கொண்டு மாலைக்குள் இருப்பிடத்திற்குத் திரும்பிவிட முடியும். இதனால் பெண்கள் வேட்டையாடி உணவு சேகரிக்கும் தொல்குடிச் சமூகங்களில் நிலையான உணவு ஆதாரத்தை ஈட்டக்கூடிய நிலையில் செயல்பட்டார்கள். எனினும் அவர்கள் 'தாவர உணவு' ஈட்டியவர்களாகப் பங்காற்றினார்கள்.

பெண்களுக்கு மாறாகத் தொல்குடி ஆண்கள் வேட்டையில் (hunting) ஈடுபட்டார்கள். வேட்டை என்பது 'சிறு வேட்டை', 'பெரு வேட்டை' எனும் இரண்டு நிலைகளில் மேற்கொள்ள வேண்டியிருந்தது. இரண்டு வகையான வேட்டைகளும் பெரும்பாலும் குழு நடவடிக்கையாக இருந்தன. குழுவாக வேட்டையாடுவதே பெரும் பயனைத் தரும். அண்மைக்காலம் வரை தமிழகப் பழங்குடிகள் குழுவாகவே வேட்டையாடினார்கள். குழு வேட்டை என்பது பட்டா பட்டா பாக்கியமாக இருந்தது. வேட்டையில் விலங்குகள் விரைந்தும் கிடைக்கலாம். சில வேளை களில் ஓர் இரவு தங்கி பிடிக்க வேண்டிய நிலையும் ஏற்படலாம். இதனால் தொல்குடி வாழ்வில் வேட்டையானது நிலையான உணவு ஆதாரத்தைக் கொடுக்கும் செயல்பாடாக இல்லை. ஆனால் அது அதிகமான புரதத்தையும், கொழுப்பையும் கொடுக்கக் கூடிய 'விலங்கு உணவு' வகையாக இருந்தது.

இவ்வாறாக வேட்டையாடி உணவு சேகரிக்கும் சமூகங்களில் பெண்கள் நிலையான உணவு ஆதாரத்தை ஈட்டியவர்களாகவும்,

ஆண்கள் சமச்சீரற்ற, நிலையற்ற உணவு ஆதாரத்தை ஈட்டியவர்களாகவும் காணப்பட்டார்கள். இத்தகைய படிநிலைப் பட்ட பாலின தொழிற்பகுப்பால் ஆதியில் பெண்களின் சமூகத் தகுதி ஆண்களைக் காட்டிலும் மேம்பட்டதாக இருந்தது. அவர்களுக்கென்று ஒரு சுயாட்சித் தன்மை (female autonomy) இருந்தது. பெண் மிகுதியான சமூகப் பெறுமதி கொண்டவளாகக் கருதப்பட்டாள்.

தொல்குடிச் சமூகங்களில் பெண்களின் சமூகத் தகுதியும் பெறு மதியும் உயர்வான நிலையில் இருந்ததற்குக் காரணம் அத்தகைய சமூகங்களில் காணப்பட்ட உடைமையின்மையாகும். தொல் குடிகளின் குறிஞ்சி, முல்லை சார்ந்த மலை, காடுகள் தனி மனிதருக்கோ, ஒரு தனிக் குழுவுக்கோ உரிமையானது என்று சொந்தம் கொண்டாடப்படவில்லை. சமூக உடைமையாகவே அது கருதப்பெற்றது. காடும் மலையும் அனைவருக்கும் 'பொதுவான சொத்து' (common property). மேலும் தொல்குடியினர் வாழ்வாதாரத் திற்குப் பயன்படுத்திய தொழில்நுட்பம் என்பது அனைவருக்கும் பொதுவானது; சனநாயகத்தன்மை கொண்டது (democratic technology). ஆதியில் உடைமை எனும் கருத்தாக்கம் தோன்றாத காரணத்தால் பெண் சுயாட்சி வலுவுடன் நிலைபெற்றிருந்தது.

இத்தகைய பெண் சுயாட்சித் தன்மையை நெய்தல் திணைச் சமூகங்களிலும் காணலாம். தொடக்ககால கைவினை சார்ந்த மீன்பிடித் தொழிலில் (artisanal fishing) உடைமைகள் எளிமை யானவை; கடல் அனைவருக்கும் பொதுவானது; பயன்படுத்திய தொழில்நுட்பமும் சனநாயகத் தன்மை கொண்டது. ஆண்கள் கடலிலிருந்து மீன்களைப் பிடித்துக் கொண்டு கரை சேருவதோடு அவர்களின் வேலை முடிந்துவிடுகிறது. வலையிலிருந்து மீன்களைப் பிரித்தெடுத்தல், அவற்றை ஏலம் விடுதல் அல்லது ஊர்ச் சுற்றி விற்றல், மீனங்காடிகளில் அமர்ந்து விற்றல், விற்ற பணத்தைக் கொண்டு வீட்டுக்குத் தேவையான பொருள்களை வாங்கி வருதல், கடல் தொழிலுக்குச் சென்ற கணவனுக்குச் சாராயம், கள் குடிக்கப் பணம் தருதல், குடும்பத்தை நிர்வகித்தல் என நெய்தல் நிலப் பெண்ணின் குடும்பப்பணிகள் முதன்மையானவை.

இவற்றால் வேட்டையாடி உணவு சேகரிக்கும் குறிஞ்சித் திணைப் பெண்களைப் போன்றே நெய்தல் பெண்களும் தன்னாட்சி பெற்றவர்களாக விளங்கிவந்தார்கள். பல லட்சம்

மதிப்புடைய இயந்திரப் படகுகள் ஆண்கள் பெயரில் வாங்கத் தொடங்கிய பிறகும், கடல்தொழில் நவீனமயப்பட்ட பிறகும் பெண்களின் சுயாட்சித்தன்மை மெல்ல மெல்ல தேய்மானமடையத் தொடங்கியது.

பண்பாட்டுப் புரட்சி

ஆதி தொல்குடி நிலைக்கு அடுத்துப் புதிய கற்காலத்தில் (neolithic period) ஒரு 'பண்பாட்டுப் புரட்சி' ஏற்பட்டது. அக்காலகட்டத்தில் தான் மக்கள் நீராதாரம் உள்ள இடங்களில் குடியிருப்புகளை ஏற்படுத்திக் கொண்டு நிலையாக வாழத் தொடங்கினார்கள்.

இவ்வாறு வாழத் தொடங்கிய புதிய கற்காலத்தில் இரண்டு முக்கிய புரட்சிகள் உருவாயின. புதிய கற்காலத்தில் என்ன புரட்சி ஏற்பட்டதென்றால் அதுவரை பெண்கள் செய்துவந்த காடுபடு பொருள்கள் சேகரித்தலை விடுத்துத் தங்கள் குடியிருப்பைச் சுற்றி அத்தகைய பொருள்கள் கிடைப்பதற்காகப் பயிரிடத் தொடங்கினார்கள். 'பயிர் விளைவித்தல்' (domestication of plants) தோன்றிய காலகட்டம் அது. அதனால் பெண்களே 'முதல் விவசாயி' எனும் பெயரைப் பெற்றார்கள்.

இதற்கு இணையாக ஆண்கள் அதுவரை காட்டுக்குச் சென்று வேட்டையாடுவதை விடுத்து அத்தகைய விலங்குகளைக் குடியிருப்பிலேயே வளர்க்கத் தொடங்கினார்கள். முதன்முறை யாகக் 'கால்நடை வளர்த்தல்' (domestication of animals) எனும் முறை தோன்றியது.

புதிய கற்காலத்தில் இவ்விரண்டு நிகழ்வுகளும் முதன்முறை யாகக் கண்டெடுக்கப்பட்டதால் அதனைப் 'பண்பாட்டுப் புரட்சி' ஏற்பட்ட காலம் என்கிறோம். தமிழகத்தில் புதிய கற்காலத்தின் காலம் ஏறக்குறைய கி.மு. 12,000 - கி.மு. 8,000 என மதிப்பிடப்படுகிறது (நரசிம்மையா 1980). இக்காலகட்டத்தில் பயிர் விளைவித்தலில் ஈடுபட்ட பெண்கள் பயன்படுத்திய முதல் விவசாயக் கருவி எது தெரியுமா? அதுவே 'தோண்டுகழி' (digging stick). இது ஒரு நான்கைந்து அடி உயரமுள்ள மெலிந்த குச்சியாகும். அதன் முனை கூர்மையாகச் சீவப்பட்டிருக்கும்.

காட்டெரிப்பு வேளாண்மையில் தோண்டுகழி முதன்மையான தாகும். மழை பெய்த பின்னர் மலைச்சரிவுகளில் தோண்டு

கழிகளால் குழி ஊன்றி விதைகளை நட்டார்கள். விதை முளைத்துச் செடியாகி, பயிராகி வளரும் காலத்தில் செடியைச் சுற்றி களைகள் வளர்ந்தன. அவற்றை நீக்குவதற்கு ஏதுவாக கூர்மையான முனைக்கடுத்து வளைவான இரண்டு வடிவங்கள் பக்கவாட்டில் பொருத்தப்பட்டன. அவற்றின் உதவியுடன் களைகளை நீக்கினர்.

களையெடுத்த பின்னர் பயிர்கள் வளர்ந்து மகசூல் தரும் காலத்தில் கிளிகள், குருவிகள் போன்ற பறவையினங்களும், நரி, முயல், காட்டுப்பன்றி, முள்ளம் பன்றி, மயில், மந்தி, யானை முதலான விலங்கினங்களும் சேதப்படுத்தின. ஆண்களும் பெண்களும் பரண் அமைத்துப் பாதுகாத்தார்கள். பெண்கள் பகற்பொழுதில் தோண்டுகழி கொண்டு விரட்டினார்கள். ஒலி எழுப்பும் கருவிகளான தட்டை, கிணை, அரிப்பறை, தண்ணுமை கொண்டும் விரட்டினார்கள். ஆண்கள் இரவில் தீப்பந்தம் காட்டிக் காவல் காத்தார்கள்.

சங்க இலக்கியத்தில் 55 இடங்களில் பெண்கள் தினைப்புனக் காவலில் ஈடுபட்டிருந்ததைக் காணமுடிகிறது.

சிறுகிளி முரணிய பெருங்குரல் ஏனல்
காவல்நீ என்றாளே... (நற். 389:6-7)

எனும் நற்றிணை அடிகள் இதனை நன்கு விளக்குகின்றன. மனித குலத்தில் தோன்றிய முதல் விவசாயக் கருவியாகிய தோண்டுகழி சங்க இலக்கியத்தில் காணப்படுவது ஒரு வியப்புக்குரிய பதிவாகும்.

இரும்புத் தலையாத்த திருந்துகணை விழுக்கோல்
உளிவாய்ச் சுரையின் மிளிர மிண்டி (பெரும்பாண். 91-92)

எனும் அடிகள் மிக முக்கியமானவையாகும். மனித குலத்தின் ஆதி வரலாற்றைக் கூறும் சான்றுகள் வேறெந்த இலக்கியங்களிலும் இருப்பதாகத் தெரியவில்லை (சங்க இலக்கியம் வேறு பல ஆதி சான்றுகளையும் கொண்டிருக்கிறது). தொன்மை சார்ந்த இந்த இலக்கியச் சான்று தவிர வேறெந்தச் சான்றும் இப்போது இல்லை. நிலத்தைக் கிண்டுவதற்கும் கிளறுவதற்கும் தோண்டுகழி பயன்படுத்தப்பட்டது. பெரும்பாணாற்றுப்படை கூறும் தகவலின் படி இக்கருவியின் நுனிப்பகுதி பூண் போன்று இரும்பால் செருகப்பட்டிருந்தது. இது அடுத்தடுத்த கால வளர்ச்சியைக் காட்டுவதாகும். இரும்பு முனைக்கு முன்னர் அதன் நுனிப்பகுதி இயல்பான மரமாகவே இருந்திருக்கும்.

மனிதகுலத்தில் தோன்றிய இந்த முதல் விவசாயக் கருவி இன்றும் தமிழகப் பழங்குடிகளிடம் காணப்படுகிறது. இதனால் தான் தமிழ் மரபை நீண்ட, நெடிய, அறுபடாத மரபு என்கிறோம். ஆனைமலையில் வாழும் காடர் பழங்குடியினர் தோண்டுகழியைப் 'பாறைக்கோல்' எனவும், மேற்குத் தொடர்ச்சி மலைகளில் வாழும் தேன்குறும்பர்கள் இதனைக் 'குழிக்கோல்' எனவும், பளியர்கள் 'காம்பு' எனவும், கிழக்கு மலைத்தொடர்ச்சி அடிவாரங்களில் வாழும் கொண்ட ரெட்டிகள் 'கொங்கி பொரிகி' எனவும் குறிப்பிடுகின்றனர்.

ஆனைமலையில் காடர்கள் யானைகள் வரும் வழியில் கிழங்கு அகழும் தோண்டுகழியை (பாறைக்கோல்) நட்டு வைப்பது வழக்கம். அக்கோலைக் கடந்து இவர்களின் குடிசைகள் இருக்கும் இடத்திற்கு யானைகள் வருவதில்லை. மேலும், குடிசையின் வெளிப்புறத்தில் பாறைக்கோலைத் தயாராக வைத்திருப்பார்கள்.

பொருளியல் தளத்தில் பெண்களின் விவசாயக் கருவியாக இருந்த தோண்டுகழியானது பழையோள், கானமர்செல்வி, காடமற்செல்வி, கொற்றவை எனும் வடிவங்களில் ஆற்றல் மிகுந்த தெய்வங்களாக வடிவெடுத்தபோது, சமயம் எனும் தளத்தில் பின்னாளில் தோண்டுகழி பெண்ணுக்கான மீவியல் ஆயுதமாகப் (சூலாயுதம்) படிமலர்ச்சி பெற்றுவிட்டது.

தமிழகத்தில் ஆண்தெய்வங்கள் இல்லாத ஊர்களைக் காணலாம். ஆனால் தாய்த்தெய்வங்கள் இல்லாத ஊர்களைக் காண இயலாது. அந்த வகையில் இன்றைக்குத் தமிழகத்தின் எல்லா ஊர்களிலும் கண்ணுக்குப் புலனாகின்ற சூலாயுதம் பல பத்தாயிரம் ஆண்டு களைக் கடந்துவந்த பின்னரும் நிலைத்திருக்கிறது. இதனாலும் தமிழ் மரபு நீண்ட, நெடிய, அறுபடாத மரபு என்று கூறலாம். தோண்டுகழி என்பது குறிஞ்சியில் வேட்டைக்குப் பயன்படுத்திய வேல், எறிகோல் ஆகிய வடிவங்களின் அடுத்தகட்ட வளர்ச்சி யாகும். எறிகோல் பற்றிப் புறநானூறு (187) கூறுகிறது. கருவிகளும் தொழில்நுட்பங்களும்கூட ஒரு படிமலர்ச்சிப் போக்கில் தொடர் வதைக் காணலாம்.

தமிழ்ச் சமூகத்தில் சில மரபுத் தொடர்கள் பண்பாட்டு வரலாற்றை மிகச் சிறப்பாக வெளிப்படுத்துகின்றன. புதுமணத் தம்பதியர் மரூ உண்ண வந்திருந்தால் அந்த வீட்டாரைப் பார்த்து

| விதை நடுவதற்கு உதவிய வடிவம் | களை எடுப்பதற்கு உதவிய வடிவம் | இன்று தாய்த் தெய்வங்கள் கையிலுள்ள சூலம் |

தோண்டுகழியின் அடுத்தடுத்த வடிவங்கள்

என்ன விருந்து என்று கேட்பார்கள். 'கோழி அடிச்சி, கிடா வெட்டி விருந்தளித்தோம்' என்பார்கள். கோழியைக் கல்லால், குச்சியால் அடிக்கலாம், கிடாவைக் கத்தியால் மட்டுமே வெட்ட முடியும். இத்தொடரின் மூலம் தமிழ்ச் சமூகத்தில் கல் ஆயுதம், இரும்பு ஆயுதம் ஆகியவற்றின் பயன்பாடு இருந்தது என்பதையும், கல்லுக்குப் பின்னரே இரும்பின் பயன்பாடு வந்ததென்பதையும் அறிகிறோம். இன்றும் பேச்சு வழக்கில் உள்ள இத்தகைய மரபுத் தொடர்கள் நம்முடைய பண்பாட்டு வரலாற்றைக் கூறுபவையாக உள்ளன.

நாம் பயன்படுத்திய பண்டைய ஆயுதங்கள் பண்பாட்டு வரலாற்றைக் காட்டுபவையாக உள்ளன. பண்டைய தமிழ்ச் சமூகத்தில் பெரிதும் பயன்படுத்திய பின்வரும் ஆயுதங்கள் சமூகப் பண்பாட்டுப் படிமலர்ச்சியைக் காட்டுகின்றன:

கல் - இனக்குழுக் காலம்

அம்பு - இனக்குழுக் காலம், சீறூர் மன்னர்கள் காலம்

வில் - இனக்குழுக் காலம், முதுகுடி மன்னர்கள் காலம்

வேல் - குறுநில மன்னர்கள் காலம், அரசு உருவாக்கம் தொடங்கிய காலம்

இந்தியப் பெண்ணும் ஆப்பிரிக்கப் பெண்ணும்

பாலினப் படிநிலை ஓர் உலகளாவியப் பண்பாகக் காணப் படுகிறது. ஆனால் இடத்திற்கிடம் சமூகத்துக்குச் சமூகம் பல வேறுபாடுகளும் உள்ளன. இந்திய, தமிழ்ச் சூழல்களை நாம் அறிய வேண்டுமானால் பிற சமூக அமைப்புகளோடு ஒப்பிட்டுப் பார்க்க

வேண்டும். இத்தகைய ஒப்பியல் கண்ணோட்டத்தின் மூலம்தான் தமிழ்ச் சமூகத்திற்கான தனித்துவங்களையும் பொதுமைப்பாடு களையும் கண்டறிய முடியும்.

நீர்ப்பாசன வேளாண்மைப் பொருளாதாரத்தின் உற்பத்தி உறவில் பாலினப் படிநிலை முன்பு எப்போதும் இல்லாத அளவிற்கு ஏற்றத்தாழ்வு கொண்டதாக மாறியது. வேட்டுவ வாழ்க்கை, காட்டுப் பொருள் சேகரிப்பு வாழ்க்கை, ஆயர் வாழ்க்கை, தோட்டப் பயிர் வாழ்க்கை, காட்டெரிப்பு வேளாண் வாழ்க்கை ஆகிய முந்தைய பொருளியல் முறைகளில் ஏற்பட்ட பாலினப் படிநிலை வேளாண் நாகரிகத்தில் மாறிவிட்டது. நீர்ப்பாசன வேளாண்மை முறையிலும் பாலினப் படிநிலை உலகளாவிய நிலையில் ஒரே தன்மையுடன் காணப்படுகிறது எனக் கொள்ளுதல் கூடாது.

இந்தியச் சூழலில் கங்கைச் சமவெளி முதல் காவிரிப் படுகை வரையில் செய்யப்படும் நீர்ப்பாசன வேளாண்முறையில் ஆணுக்கும் பெண்ணுக்குமான படிநிலை மிகுதி. இது எருது கொண்டு உழுது பயிரிடும் தொழில் நுட்பத்தினால் ஏற்பட்டதாகும். எருதுகளைக் கொண்டு நிலத்தை உழும் முறையில் பெண்களைக் காட்டிலும் ஆண்களே திறம் பெற்றவர்களாக இருந்ததால், பெண்ணின் உழைப்பு இதற்கு முந்தைய தோட்டப் பயிர் வேளாண் முறையில் உயர்வாக, முக்கியமானதாக இருந்ததைப் போன்று இல்லை.

தோண்டுகழி கொண்டு தோட்டப்பயிர் விளைவிப்பதில் ஆணுக்கு நிகராகப் பெண் செயல்பட்டதால் அவ்வகை வேளாண் முறையில் பெண்ணின் பங்கேற்பும் உழைப்பும் மிகுதியாக இருந்தன. வேட்டையாடி உணவு சேகரித்தல், காட்டெரிப்பு வேளாண்மை, தோட்டப்பயிர் வேளாண்மை, உழுது பயிரிடும் நீர்ப்பாசன வேளாண்மை என்னும் வரிசையில் இறுதிநிலையில் தான் பெண்ணின் உழைப்பு மதிப்புமிக்கதாக இல்லை.

இந்தியப் பகுதியில் எருதுகொண்டு உழும் பணியை ஆண்கள் மேற்கொண்டதால் அவர்களின் மேலாண்மை மெல்ல மெல்ல உயர்ந்துவிட்டது. ஆண்களின் தகுதிநிலை உயர உயரப் பெண்ணுக்கான தகுதிநிலை குறைந்துவிட்டது. இவ்வாறு உற்பத்திப் பங்கேற்பில் ஏற்பட்ட படிநிலையானது பாலினப் படிநிலையிலும் பிரதிபலித்தது.

மேற்கு ஆப்பிரிக்க நீர்ப்பாசன வேளாண் முறையை இங்கு ஒப்பீடு செய்யலாம். அங்கு எருதுகளைக் கொண்டு உழும் முறை இல்லை. மாறாகக் குறுந்தடி வடிவத்தில் தோண்டுகழிகளே உழும் பணியைச் செய்ய உதவுகின்றன (Harris 1993: 72). அங்குள்ள ஒருவகை ஈக்கள் (tsetse) எருது வளர்ப்பை ஊக்குவிப்பதில்லை. அதோடு அங்குள்ள மண்வகையானது உழுதபின் நன்கு காய்ந்து உலரும் தன்மையைக் கொண்டிருக்கவில்லை. இதனால் பெண்கள் தோண்டுகழி கொண்டு பெரும்பான்மையான விதைப்புப் பணிகளை மேற்கொள்கின்றனர். இதனால், இந்திய நீர்ப்பாசன வேளாணியப் பெண்களைப் போன்று மதிப்புக் குறையாமல் ஆண்களுக்கு நிகரான உழைப்பாளிகளாகக் கருதப்படுகின்றனர்.

மேற்கு ஆப்பிரிக்க வேளாண்மையின் தொழிற்பகுப்புக்கும் இந்திய வேளாண்மையின் தொழிற்பகுப்புக்கும் இடையே காணப்படும் பாலினப் படிநிலையில் இந்தியப் பெண் தனக்கான இடத்தை இழந்துவிட்டாள்.

இந்நிலையில் ஆண் மையமிட்ட இந்தியச் சமவெளி வேளாண் முறையில் பெண் குழந்தைகள் பொருளாதாரச் சுமையாக மாற்றம் பெற்றார்கள். இதனால், பெண் குழந்தைக் கொலை, வரதட்சணை ஆகியன இப்பொருளாதார முறையின் முக்கிய கூறுகளாக உருவெடுத்தன.

பின்னுரை

மனித குலம் கண்டெடுத்த காட்டெரிப்பு வேளாண்மை, ஏர் கொண்டு உழுது பயிரிடும் வேளாண்மை இரண்டிலும் ஆண், பெண் சார்ந்த வேலைப் பகிர்விலும் உழைப்பிலும் பெரும் மாற்றங்கள் உண்டாயின. காட்டெரிப்பு வேளாண்மையில் பெண் முதன்மை பெற்றிருந்ததால் அந்த விவசாயம் 'பெண் விவசாயம்' என்றும், ஏர் கொண்டு உழுது பயிரிடும் வேளாண்மையில் ஆண் முதன்மை பெற்றுவிட்டதால் அது 'ஆண் விவசாயம்' என்றும் படிமலர்ச்சியாளர்கள் வகைப்படுத்தத் தொடங்கினார்கள் (ஜேக் கூடி 1994 (1976): 33).

பெண்கள் ஈடுபட்டிருந்த காட்டெரிப்பு வேளாண்மையின் போது காடு (நிலம்) சமூகவுடைமையாக இருந்தது. இத்தகைய வேளாண்மைக்குப் பிறகு ஏற்பட்ட உழுது பயிரிடும் வேளாண்மையில்

ஆண் முக்கியத்துவம் பெற்றதோடு நிலம் ஆண் சார்ந்ததாக (தனியுடைமை) மாறியது. இதையொட்டி சமூக நிறுவனங்களும் மாறத் தொடங்கின. நிலம் ஆண்வசம் வந்த பிறகு, நிலத்தில் உழைப்பதற்குப் பெண்கள் கூடுதலாகத் தேவைப்பட்டதால் ஆண்கள் இரண்டுக்கும் மேற்பட்ட மனைவிகளைத் திருமணம் செய்துகொள்ள விரும்பினார்கள். மனைவியர் மட்டும் அல்லாமல் பெற்றெடுக்கும் குழந்தைகளும் உழைப்பிற்குரிய மக்களாகக் கருதப்பட்டார்கள். இதைத் தொடர்ந்து இன்னும் பல்வேறு வகைகளில் பெண்ணின் நிலைப்பாடுகள் மாற்றம் அடைந்தன.

7

பெண் சுயாட்சியின் தேய்மானம்:
தமிழ்ச் சமூகத்தில் பாலினப் படிமலர்ச்சி

வேட்டையாடி உணவு சேகரித்து வாழும் நிலையிலும், அதற்கு அடுத்த தொடக்ககால மலைச்சரிவு, காட்டெரிப்பு வேளாண்மை களிலும் பெண்கள் மிகுந்த சுயாட்சித்தன்மையுடன் இருந்ததை இதற்கு முந்தைய இயலில் கண்டோம். இந்த இயலில் பெண் சுயாட்சியின் தேய்மானத்தைக் காண்போம்.

பாலினப் படிநிலை (gender hierarchy) என்னும் கருத்தாக்கத்தை அனைத்துப் பண்பாட்டிற்கும் பொதுவான, உலகளாவிய நிலையில் பொதுமைப்பட்ட பெண்ணியச் சொல்லாடலாக அணுகுவது ஒருநிலை. இதற்கு மாறாக வெவ்வேறு திணைக்குடிகளின் பெண்ணிய நிலைப்பாடுகளை முன்னிலைப்படுத்தி அவற்றின் வரலாற்றுப் போக்கோடு இன்று பரிணமித்துள்ள பெண்ணியச் சொல்லாடலைக் காண்பது மறுநிலை.

இன்றைய கலாச்சாரப் போக்குகளின் நுண் அரசியலானது வெவ்வேறு ஊடுதளங்களாக வடிவங்கொண்டு பன்முகப் போக்கில் இயக்கம் பெற்றுள்ளது. இந்தியப் பழங்குடிக் கலாச்சாரங் களின் மீது சாதியக் கலாச்சாரமும்/ஊரகக் கலாச்சாரமும், ஊரகக் கலாச்சாரங்களின் மீது நகரியக் கலாச்சாரமும், ஒட்டு மொத்தமாக திணைசார் கலாச்சாரங்களின் மீது இந்துப் பெருங் கலாச்சாரமும், இந்தியா உள்ளிட்ட மூன்றாம் உலகக் கலாச்சாரங்களை மேலைக் கலாச்சாரமும் ஊடுருவுகின்றன.

பன்மைவயப்பட்ட சுதேசிக் கலாச்சாரங்கள் அந்தந்த மண்ணின் மைய நீரோட்டக் கலாச்சாரத்தால் உள்வாங்கப்படுவதென்பதும், உலகவயமாக்கலால் உலகமே ஒரு கிராமமாகச் சுருங்கிவிடுவது என்பதும் கலாச்சாரப் பேரரசின் செயல்பாடாகும். நிலவியல்

காலனியவாதம் போய்க் கலாச்சாரக் காலனியவாதம் கால்கொள் வதாகும். பின்னர் ஒரு கட்டத்தில் திணைக் கலாச்சாரங்களும் சுதேசிக் கலாச்சாரங்களும் தங்களின் தனித்துவத்திற்கும் சுயநிர்ணய வாதத்திற்கும் விடுதலை கேட்கும்.

இவ்வகையான கருத்தியல் போக்கை இந்த இயல் விவாதிக்கிறது. இந்தியாவில் ஏற்பட்ட கலாச்சார வகைமாதிரிகள் குறித்தும் அவற்றில் பெண்நிலைவாதம் குறித்தும் ஒரு பண்பாட்டிடைப் போக்கில் (cross-cultural) விவாதக் குறிப்புகளை முன்னிறுத்துகிறது. இந்திய மண்ணில் தாய்வழிக் கலாச்சாரங்களின் நிலை தொடங்கி இவ்விவாதக் கருத்துகள் அமையும். பண்பாட்டுப் படிமலர்ச்சியில் (evolution) ஏற்பட்ட அடிப்படையான, தனித்துவம் மிக்க மாற்றங்களை மட்டுமே இந்த இயல் விவாதத்திற்குள்ளாக்குகிறது. விவாதப் பொருளின் அடி நீரோட்டத்தில் தமிழ்ச் சூழலுக்கான தனித்துவம் குறித்தும் இந்த விவாதம் அக்கறை காட்டும்.

இந்திய, தமிழ்ச் சூழல்கள்

தமிழ்ச் சூழலைப் பின்புலமாகக் கொண்ட பெண்ணியவாதிகள் இப்பகுதிக்கான பண்பாட்டு அடித்தளங்களை மையமிட்டுப் பெண்ணிய நிலைப்பாடுகளை ஆராய வேண்டும். அவ்வாறு ஆராயும்போது இந்தியா என்ற ஒன்றுபட்ட புவியியல் பரப்பில் அமையும் பண்பாட்டு வேறுபாடுகளை மிகுந்த எச்சரிக்கையுடன் கையாள வேண்டும். ஒரு தளத்தில் நின்று அணுகும்போது தொடர்ச்சியான நில எல்லையைக் கொண்ட 'இந்தியா' என்ற இந்தப் பிராந்தியத்திற்கான பெண்ணியப் பிரச்சினைகள் பொதுவானதாக அமையக்கூடும். ஏன், மார்க்ஸ் வரையறுத்த 'ஆசிய உற்பத்திமுறை' என்னும் கண்ணோட்டத்தில் நோக்கும் போது ஆசியா என்ற நிலவியல் எல்லைவரை இப்பொதுத் தன்மைகளை விரிவு படுத்தலாம். அதன் மூலம் ஆசியா முழுமைக்குமான பெண்ணியக் கருத்தாடலை அணுகவும் இடமுண்டு. இவ்வாறான பண்பாட்டுப் புவியியல் விரிவாக்க அணுகுமுறை இப்பிராந்தியத்திற்குள் அமைந்து வந்துள்ள தனித்தன்மை வாய்ந்த பண்பாடுகளின் ஆளுமைகளை விளிம்புக்குத் தள்ளிவிடும்.

இந்தியச் சமூகம், இந்தியப் பண்பாடு, இந்திய இலக்கியம்... வேற்றுமையில் ஒற்றுமை என்றெல்லாம் பேசப்படும் கருத் தமைவுகள் இப்பிராந்தியத்தின் பொதுப்பண்புகளை மைய

மிட்டவை. இந்தக் கருத்தமைவுகள் வேறுபட்ட பல பண்பாடுகளை ஒரு தேசிய அல்லது மைய நீரோட்டத்திற்குள் கொண்டுவரும் அதிகார உறவுகளுடன் சார்புடையவை. இன்னும் துல்லியமாக வரையறுத்துக் கொள்வதாயின், இப்பிராந்தியத்தைத் தொடர்ந்து ஒன்றுபட்ட பகுதியாகக் கட்டமைத்துச் செல்லும் கருத்தமைவின் நீட்சிகள் இவை.

இந்திய மண்ணில் மேற்கூறிய செயல்பாடானது நீண்ட வரலாறாகக் கட்டமைந்துள்ளது. மிகப்பழமையான மண்ணியல் காலம் எனக் கருதத்தக்க ஆர்க்கியன் காலத்தில் தோன்றிய இந்தியப் பகுதியில் பழங்கற்காலம் முதல் இன்றுவரை பண்பாட்டுத் தொடர்ச்சி காணப்படுவது இப்பகுதிக்கான தனித் தன்மைகளுள் ஒன்று. இந்த நீண்ட பண்பாட்டுக் காலகட்டத்தில் இந்த மண்ணுக்கான திணைப் பண்பாடுகளின் அறுபடாத தொடர்ச்சியும், அயற்பண்பாடுகளின் பரவலும்[1], இவற்றிற்கு இடையிலான கொண்டு-கொடுத்தலும் நிகழ்ந்துள்ளன. திணைப் பண்பாடு களாலும் அயற் பண்பாடுகளாலும் பல நூற்றாண்டுக் காலம் தொடர்ந்து நிலவிய பன்மைப் பண்பாட்டுச் சூழலில் திணைப் பண்பாடு களின் கலாச்சாரத் தனித்துவம் பன்மைக் கலாச்சார அரசியலோடு ஈடுகொடுக்க வேண்டிய நிலைக்குத் தள்ளப்பட்டது.

காலப்பார்வை (diachronic) கொண்ட பெண்ணிய ஆய்வுகளுக்கு இக்கண்ணோட்டம் மிக அவசியமானதாகும். வேற்றுமையில் ஒற்றுமை (unity in diversity) என்பதைவிடவும் ஒற்றுமையில் வேற்றுமை (diversity in unity) என்னும் நிலைப்பாட்டை ஒரு நிலையிலும், இன்றைய ஆண் மைய இந்தியச் சமூகப் பண்பாட்டு அமைப்புகளின் தனித்துவ மூலாதாரங்களையும் (தாய்வழிக் கலாச்சாரங்களின் பதிவுகள்) அவை மாறிய முறைகளையும் மறுநிலையிலும் இனங்காண வேண்டும்.

தாய்வழிச் சமூகத்தில் பெண்

இந்தியாவில் தாய்வழிச் சமூகங்களின் தொடர்ச்சி பரவலாகக்

[1] ஆரியர், கிரேக்கர், பார்சியினர், ஆப்கானியர், முகமதியர் போன்ற முற்றிலும் வேற்றினத்தவர்கள் இந்தியாவிற்குள் வந்ததும், வரலாற்றுக்கும் முற்பட்ட காலத்தில் தமிழர்கள் வடபுலம் வரை பரவியதும், பின்னாளில் தெலுங்கர்கள், சௌராஷ்டிரர்கள், கன்னடர்கள் போன்ற மக்கள் தமிழகம் வந்ததும் சமூக அமைப்பின் அடுக்குகளை விரிவுபடுத்தின.

காணப்படுகிறது. கர்நாடகாவில் துளு பேசும் பண்டுகள், மலைக்குடி, மலேரு, கொரகர், பில்லர், மொகேர், மன்சர், காட்டி, அடியா, பத்தட, பெல்லவா, பம்பாட, பரவன் உள்ளிட்ட இன்னும் சில குடிகள் அளிய சந்தான முறையைப் (மருமக்கள்தாயமுறை) பின்பற்றி வருகின்றார்கள். வடஇந்தியாவில் காசி, கேரோ ஆகிய பழங்குடிகள், லட்சத்தீவினருள் ஒரு பகுதியினர் தாய்வழி மரபைக் கொண்டவர்கள்.

கேரளத்தின் வயநாட்டுப் பகுதியில் வாழும் குறுச்சியர் பழங்குடியினர் மருமக்கள் தாயத்தைப் (தாய்வழிமுறை) பின்பற்றுபவர்கள். இம்மாநிலத்தில் வாழும் காடர், காணிக்காரர், மலைப்பண்டாரம், முத்துவன், ஊராளி ஆகிய பழங்குடியினரும் மருமக்கள் தாய முறையைக் கொண்டுள்ளவர்கள். இதே பகுதியில் உள்ள எரநாடன் செட்டியார் மக்கள் தாயத்தைப் பின்பற்ற (தந்தைவழிமுறை) வயநாட்டுச் செட்டியார் மருமக்கள் தாயத்தைப் பின்பற்றி வந்துள்ளனர். உலகந்தழுவிய நிலையில் தாய்வழிச் சமூகம் பற்றி மானிடவியலில் மிகுதியாகப் பேசப் பட்டுள்ளவர்களுள் கேரள நாயர்களும் ஒருவர். மேலும் கேரளத்தில் சமந்தர், சாக்கியார் நம்பியார், பிஷாரோடி, வாரியார், தெய்யம்பாடி, குரூப், தரகன், ரேவரி, தீயன், ஈழவர், நாயர், வெளுத்தேடன், விளக்குத்தரவன், யோகி குருக்கள், பரவன், வேலன், வண்ணான், கசம்பவன், முக்குவன், மாப்பிள்ளை, மண்ணான் (ஒரு பிரிவினர் மட்டும்) முதலான சமூகத்தாரும் மருமக்கள் தாய முறையைப் பின்பற்றி வந்தவர்கள்.

தமிழகத்தில் சங்ககாலத்திலேயே தாய்வழிச் சமூகமுறை இருந்துள்ளது (பக்தவத்சல பாரதி 2012: 94). அண்மைக்காலம் வரை கோட்டைப் பிள்ளைமார், இல்லத்துப் பிள்ளைமார், நாஞ்சில் நாட்டு வேளாளர், ஆப்பநாடு கொண்டையம்கோட்டை மறவர், காரண மறவர், ஆம்பநேரி மறவர், அஞ்சுகொத்து மறவர், செறுமர், சோனகர், கீழைக்கரை இஸ்லாமியர் முதலான சமூகத்தார் தாய்வழிச் சமூக முறையைக் கொண்டிருந்தார்கள். இச்சமூகத்தார் இப்போது பல மாற்றங்களை ஏற்றுக்கொண்டு வருகின்றனர்.

வடஇந்தியாவில் மிகச்சில தொல்குடிகளிடம் மட்டுமே தாய் வழிச் சமூகமுறை உள்ளது. தென்னிந்தியாவில் உள்ளது போன்று பரவலாக அங்கில்லை. இந்தியச் சூழலில் தாய்வழிச் சமூகங்களின்

இனவரைவியல் தரவுகளை நோக்கும்போது இவ்வகைச் சமூக அமைப்பு மெல்ல மெல்லத் தந்தைவழிச் சமூக அமைப்பை நோக்கி மாறிவிட்டதை அறிய முடியும். இதன்வழி மனிதகுலச் சமூகப் படிமலர்ச்சிப் போக்கை நன்கு அடையாளம் காட்டலாம். இந்தியச் சூழலில் தாய்வழிச் சமூகங்களின் தன்மைகளையும் அவற்றின் மாற்றங்களையும் பின்வருமாறு நோக்குவது பெண்நிலைப்பாட்டின் போக்குகளை விளங்கிக் கொள்ள உதவும்:

தாய்வழிச் சமுதாயமானது அதன் அமைப்பியல் நிலையில் பின்வரும் மூன்று முதன்மையான கூறுகளைக் கொண்டுள்ளது.

1. தாய்வழியில் வம்சாவழியினரை இனங்காணும் முறை
2. பெண்வழியில் சொத்துரிமை பெறும் முறை
3. திருமணத்திற்குப்பின் மனைவியகத்தில் வாழும் முறை

இந்தியாவில் இன்று அனைத்துத் தாய்வழிச் சமூகங்களிலும் மேற்கூறிய மூன்று கூறுகள் ஒரே தன்மையில் காணப்பட வில்லை. அவை பின்வரும் நான்கு பெரும் நிலைகளில் வேறு படுகின்றன:

1. தாய்வழியில் தம் வம்சாவழியை இனங்காணுதல்; சொத்துரிமை பெண்கள் வழிச் செல்லுதல்; திருமணத்திற்குப் பின் கணவன் மனைவியின் தாயகத்திற்குச் செல்லுதல் ஆகிய மூன்று பண்புகளையும் கொண்ட தாய்வழிச் சமூக அமைப்பு மிக அரிதாகக் காணப்படுகிறது. வடகிழக்கு இந்தியாவில் வாழும் கேரோ (Garo), காசி (Khasi) ஆகிய பழங்குடிகள் (tribes) இவ்வகைச் சமூக அமைப்பைப் பெற்றவர்கள்.
2. வம்சாவழி, சொத்துரிமை இவை இரண்டும் தாய்வழியில் அமைந்தாலும் திருமணத்திற்குப் பின் மணமான தம்பதிகள் மணமகளின் தாயகத்தில் தங்குதல் என்ற தாய்வழிச் சமூகத் திற்கே உரிய பண்பானது சில குடிகளிடம் மாறிக் கணவன் வழி, மனைவி வழி ஆகிய இரண்டு இடங்களிலும் தங்கும் முறை (duolocal) ஏற்பட்டது. மேகாலயாவில் வாழும் பினார்[2] (Pnar) பழங்குடிகள் இதற்குச் சிறந்த எடுத்துக் காட்டாவர்.

[2] பினார் பழங்குடியினர் காசிப் பழங்குடியினரின் ஒரு பிரிவாகக் கருதத் தக்கவர்கள். இவர்களைப் போன்றே வார் (War) பழங்குடியினரும் காசியின் ஒரு பிரிவினராக அடையாளங் காண்பார்கள்.

3. தாய்வழிச் சமூகங்கள் சிலவற்றில் வம்சாவழி மட்டும் தாய் வழியில் அமைந்து திருமணத்திற்குப் பின் தம்பதியினர் வாழும் உறைவிடம் அத்தையகமாக (தாய்மாமன் மனைவியகம்: avunculocal) இருக்கும். இன்னும் சில குடிகளில் வம்சாவழி மட்டும் தாய்வழியாக அமைந்து சொத்துரிமை ஆண்கள் வழியும் திருமணத்திற்குப் பின் தம்பதியினர் மணமகனின் தந்தை யகத்தில் தங்கும்முறையும் (patrilocal) காணப்படும். இந்த வகையான சமூகமுறையைப் பெற்றவர்களுள் கேரளத்தின் காடர், காணிக்காரர், மலைப் பண்டாரம், முத்துவன், ஊராளி, குறுச்சியர் ஆகிய பழங்குடிகளும் மேற்கு வங்கத்தின் ராபா (Rabha) பழங்குடியும் சாதி இந்துக்களான கேரள நாயர்களும் குறிப்பிடத்தக்கவர்கள்.

4. சில குடிகளிடம் சமூக அமைப்பானது இன்னும் சற்று மாறுபடுகிறது. வம்சாவழித் தொடர்பைத் தாய்வழியிலும் தந்தை வழியிலும் காணுகின்ற இருவழிமுறை (bilineal) சிலரிடம் உள்ளது. இவர்களிடம் திருமணத்திற்குப் பிந்தைய உறைவிடம் மணமகனின் தந்தையகமாகவும், சொத்துரிமை ஆண்கள் வழிச் செல்வதாகவும் உள்ளன. அசாமில் வாழும் திமசா கச்சாரிப் (Dimasa Kachari) பழங்குடி இதற்குச் சிறந்த எடுத்துக்காட்டு (முக்கர்ஜி 1981).

மேற்கூறிய வேறுபட்ட தன்மைகளைக் காணும்போது வம்சாவழி, சொத்துரிமை, உறைவிடம் ஆகிய மூன்று சமூகக் கூறுகளும் ஒருங்கே கொண்ட தாய்வழிக்குடிகள் இந்தியாவில் மிக அரிதாகவே உள்ளன. முழுமையான தாய்வழிச் சமூகங்கள் குறைவுதான். சமூகப் படிமலர்ச்சியில் (evolution) தந்தைவழிச் சமூகக் கூறுகளை ஏற்றுக்கொண்ட மாற்றத்தைப் பல குடிகளிடம் அறிய முடிகிறது. தாய்வழியிலிருந்து தந்தை வழிக்கு மாற்றமடையும் போது சொத்துரி மையும் உறைவிடமும் முதலில் ஆண்வழிக்கு மாறும். வம்சாவழி தொடர்ந்து தாய்வழியாக அமைந்து வெகுகாலத்திற்குப் பிறகு மெல்ல மெல்லத் தந்தை வழியாக மாறும். இவ்வகையான மாற்றமே உலகம் முழுவதும் பரவலாகக் காணப்படுகிறது என உலக இனவரைவியல் வரைபடம் (World Ethnographic Atlas) தயாரித்த ஜார்ஜ் பீட்டர் மர்டாக் (1949:190) குறிப்பிடுகிறார்.

இந்தியச் சூழலில் தாய்வழிச் சமூகங்களின் தன்மைகளையும் அவற்றின் மாற்றங்களையும் பதிவு செய்து கொண்ட இந்நிலையில்

பெண்நிலைவாதத்திற்கு இவற்றின் பங்களிப்பு எத்தகையது என்பதைக் கவனிக்க வேண்டும்.

முழுமையான தாய்வழி மரபைக் கொண்ட பழங்குடிகளிலும் சாதி இந்துக்களான நாயர் போன்றவர்களிடமும் போர் நடவடிக்கைகள், நிலத்தை உழுது பயிரிடுதல், பொருள்களைச் சந்தைக்குக் கொண்டு செல்லுதல் போன்ற கடினமான பணிகள் ஆண்களிடம் விடப்பட்டன. சொத்துரிமை மட்டும் பெண்கள் வழிவந்தது. மற்ற தளங்களில் ஆண்கள் தகுதி படைத்தவர்களாகவே இருந்து வந்துள்ளனர். நாயர் கணவர்கள் மனைவியரை இரவில் சென்று பார்க்கும் 'பார்வைக் கணவர்'களாகவே (visiting husbands) இருந்தனர்.

தாய்வழி, தந்தைவழிச் சமூகங்கள் இரண்டிலுமே ஓர் ஒற்றுமை நிலவுவதை இங்கு அவதானித்துக் கொள்ளுதல் கூடுதல் புரிதலை ஏற்படுத்தும். தந்தைவழிச் சமூகங்கள் தந்தை, அவரின் மகன்கள் குடும்ப நிர்வாகத்தைக் கவனிக்க, தாய்வழிச் சமூகங்களில் தாயின் சகோதரர்களும், சகோதரியின் மகன்களும் குடும்ப நிர்வாகம் செய்கின்றனர். இருவகைச் சமூகங்களிலும் ஆண்கள் குடும்ப நிர்வாகத்தில் முன்னிலை பெறுகின்றனர். சமூகத்தின் பிற தளங்களிலும் இதன் பிரதிபலிப்பைக் காணலாம்.

உலக இனவரைவியல் வரைபடம் சுட்டிக்காட்டும் மாற்றம் கேரளத்தின் காடர், காணிக்காரர், ஊராளி, மலைப்பண்டாரம், குறுச்சியர், முத்துவன் உள்ளிட்ட பழங்குடிகளிடமும் சாதி இந்துக்களான நாயர்களிடமும் ஏற்பட்டது. நாயர்களிடம் நீண்ட காலத்திற்கு முன்னரே உறைவிட முறை ஆண்வழிக்கு (தந்தையகம்: patrilocal) மாறிவிட்டது. சொத்துரிமை ஆண்வழிக்கு மாறிய நிலை 1930களுக்குப் பின் பரவலாகிவிட்டது (ஃபுல்லர் 1976).

இந்தியாவின் வடகிழக்கு எல்லைப் பகுதியில் வாழும் பினார்களிடம் (Pnar) வம்சாவழியும் சொத்துவழியும் தாய்வழியில் அமைகின்றன. உறைவிடம் மட்டும் தாய், தந்தை ஆகிய இருவழிகளிலும் அமைகின்றது (பேனர்ஜி 1963; 1964: 107). இதே பகுதியைச்சேர்ந்த வார் (War) பழங்குடியினர் குடிவழியையும் உறைவிடத்தையும் தாய்வழியில் கொண்டு சொத்துரிமையை இருவழியினரும் பெறுபவர்களாக உள்ளனர் (தாஸ் குப்தா 1966: 174).

சமூக அமைப்பின் முதன்மையான மூன்று கூறுகளான வம்சாவழி, சொத்துரிமை, உறைவிடம் இவற்றை மட்டும் கொண்டு தாய்வழிச் சமூக அமைப்பை இந்தியச் சூழலில் கண்டோம். இம்மூன்று கூறுகளில் ஏற்பட்ட மாற்றமானது உறவுமுறை, திருமணம், பொருளியல் போன்றவற்றிலும் பெண்நிலைப் பாட்டை மாற்றியமைத்தது.

தாய்மரபைப் பின்பற்றி வந்த கேரளப் பழங்குடியினர் தந்தை வழிச் சமூகத்துக்கு உரிய கூறான தந்தையகத்தில் தங்கும் முறையை ஏற்கத் தலைப்பட்டபின் இப்பழங்குடியினர் திராவிட மண்ணில் தந்தைவழிக் குடிகளிடம் வேரூன்றியிருந்த மாமன் மகள், அத்தை மகளை மணக்கும் முறைமணத்தை (cross-cousin marriage) ஏற்க முற்பட்டனர். முறைஉறவு மணமானது உறவுமுறை, உடைமை இவற்றோடும் பின்னிப் பிணைந்தது என்பதால் பெண்நிலைவாதம் இவ்விரண்டு தளத்தோடும் உறவு கொள்கிறது.

முறைமணமானது வேளாணிய வாழ்க்கைக்கு அடிப்படையாக அமைகின்ற நிலத்தைக் குடும்பத்திற்கு வெளியே போகாமல் காத்துக்கொள்ளும் ஓர் ஏற்பாடு. அதோடு நீர்ப்பாசன வேளாண்மைக்கு முந்தைய பழங்குடிப் பண்பாட்டினர் கொண்டிருந்த பரிசம் கொடுத்து மணப்பெண் பெறும்முறையை விடுத்துப் பரிசம் கொடுக்காமல் திருமணம் செய்துகொள்ளும் முறையாகவும் முறைமணம் தோன்றியது.

தந்தைவழிச் சமூக அமைப்பைக்கொண்ட பழங்குடியினர் பெண்வீட்டாருக்குப் பரிசம் கொடுத்துப் பெண்ணைப் பெற்றார்கள். ஒவ்வொரு தனி மனிதரின் உழைப்பும் சமமாக மதிக்கப்பட்ட பழங்குடிகளின் சமத்துவச் சமூக அமைப்பில் திருமணத்தின் மூலம் பெண் பிறந்த வீட்டைவிட்டு வெளியேறுவதால் ஏற்படும் இழப்பை ஈடுசெய்யும் முகமாகப் பரிசம் கொடுத்து மணம் முடிக்கும் முறை இருந்தது. பரிசம் கொடுக்க முடியாத மணமகன் சிலகாலம் பெண் வீட்டில் சேவை செய்து அதன்பின் திருமணம் செய்த மணமுறைகளும் தமிழ் மண்ணில் இருந்திருக்கின்றன. இந்திய மண்ணில் நீர்ப்பாசன வேளாண்மை நாகரிகத்திற்கு உரியவர்களாக மாறிய திராவிடர்கள் பரிசம் தரும் முறையிலும் உடைமையைப் (வேளாண் நிலம்) பேணும் முறையிலும் மாற்றத்தை ஏற்படுத்தினர். இந்த மாற்றத்தின் பிரதிபலிப்புதான் 'முறைமணம்' (உறவுத் திருமணம்) ஆகும்.

இந்த முறைமணமானது உறவுக் கூட்டத்திற்குள்ளேயே, குறிப்பாக அக்கா மகளை, அத்தை மகளை (தந்தையின் சகோதரி மகள்), தாய்மாமன் மகளை மணப்பதாகும். இதனால் இது உரிமைமணம், கொண்டு கொடுத்தல் மணம், பரிவர்த்தனை மணம் என்னும் கருத்தாக்கங்களில் விளங்குகின்றது. பெண்ணைக் கொடுத்தால் மீண்டும் அங்கிருந்து பெண் வரும் என்ற பரிவர்த்தனைக்கு உட்பட்டதால் இங்குப் பெண்ணின் உழைப்பை எந்தக் குடும்பமும் இழப்பதில்லை. பெண்கொடுத்தால் தற்காலிகமாக இழப்பு ஏற்படும். முறைப்பெண் பெறுவதன் மூலம் உழைக்கும் நபரை மீண்டும் பெறுகிறார்கள். இதனால் பரிசம் கொடுப்பதில்லை. சில குடிகளில் அடையாளத்திற்காகச் சிறுதொகை பெறலாம்.

இந்நிலையில் முறைமணமானது பரிசத்தைக் கட்டுப்படுத்திய தோடு உடைமையைக் (நிலம்) குடும்பத்திற்கு வெளியே செல்லாமல் காக்கும் முறையாகவும் அமைந்தது. இந்த வகையான திராவிடர் திருமணம் ஒரு பொருளியல், உறவியல், சமூகக் கட்டமைவாகக் கருத்தாக்கம் பெற்றது. இது எவ்வகையான பெண்நிலை வாதத்தை முன்வைக்கிறது என்பதே நம்முடைய முதன்மையான விவாதமாகும். முறைப் பெண்கள் குழந்தைப் பருவத்திலிருந்தே யாருடைய வீட்டின் மருமகளாகச் செல்ல உள்ளாள் என்ற உரிமை கொண்டாடப்படுவதால் அப்பெண் குழந்தைப் பருவம் முதலே உரிமையாளர்களால் 'மருமகள்' என்றே அழைக்கப்படுகிறாள். இது வடஇந்தியத் திருமண முறைகளுக்கும் உறவு முறைக்கும் நேர்மாறானது என்பது இங்குக் கவனத்திற்குரியது (விரிவான செய்திகளுக்குக் காண்க: பக்தவத்சல பாரதி 1997).

முறைப் பெண்கள் திருமணத்திற்குப் பின்னர்ப் பெருமளவு சுயாட்சியுடன் செயல்படும் போக்கையும் (கீழ்ப்பணிதலும் அடங்கிப் போதலும் தீவிர முனைப்புடன் இருக்காது) இவ்வகை மணங்கள் ஏற்படுத்துகின்றன. ஆனால் ஆரியர்களிடம் பெண்ணை உயர்ந்த பிறப்புடைய மணமகனுக்குக் கொடுக்க வேண்டும் என்ற உயர்குல மணமுறையில் (hypergamy) கன்னிகாதானம் பின்பற்றப்படுகிறது. இவ்வகையான வடஇந்தியத் திருமண முறைக்கு முற்றிலும் மாறானது திராவிடப் பகுதியின் முறைமணமாகும். (இது குறித்த கூடுதல் விளக்கம் இந்த இயலின் பின் பகுதியில் உள்ளது).

பூர்வகுடித் தந்தைவழிச் சமூகத்தில் பெண்

தென்னிந்திய இனவியலை மையமிட்டு அணுகும் போது இந்தப் பிராந்தியத்தின் தந்தைவழிப் பண்பாட்டைப் பேணி வருகின்ற வேட்டையாடி உணவு சேகரிப்போர், காட்டெரிப்பு வேளாண்மை செய்வோர், தோட்டப்பயிர் வேளாண்மை செய்வோர், ஆயர் வாழ்க்கை நடத்துவோர், நீர்ப்பாசன வேளாண்மை செய்வோர் ஆகிய பண்பாட்டுப் படிநிலைக்குரிய பெண்களைக் கவனத்தில் கொள்ள வேண்டும்.

காடர், மலைப்பண்டாரம், ஊராளி, பணியர், மலைரெட்டி, முத்துவன், குறும்பர், செஞ்சு போன்ற பழங்குடிகள் வேட்டையாடி உணவு சேகரித்தலை முதன்மைத் தொழிலாகக் கொண்டவர்கள். பொருளாதாரச் செயல்பாடுகளில் உடைமையும் ஆண், பெண் தொழிற்பாகுபாடும் (division of labour) எவ்வாறு அமைகிறது என்பதைப் பொறுத்தும், குடும்ப அமைப்பில் சொத்து வழிவழியாக யார் வழியில் செல்கிறது என்பதைப் பொறுத்தும், திருமணத் திற்குப் பிறகு மணமானவர்கள் எங்கு உறைவிடத்தை அமைக் கிறார்கள் என்பதைப் பொறுத்தும், இன்னும் சில காரணிகளை முன்னிறுத்தியும் ஆண் பெண்களுக்கிடையே படிநிலை ஏற்படும்.

வேட்டையாடி உணவு சேகரிக்கும் பழங்குடிகளில் காடும் காடுசார்ந்த நிலமும் அனைவருக்கும் பொதுவானது. ஆண்கள் வேட்டையைக் கவனித்தால் பெண்கள் கொட்டைகள், கனிகள், கிழங்குகள், தேன், பிற காட்டுப் பொருள்களைச் சேகரிப்பதில் பங்கு கொள்கின்றனர். இவ்வகைச் சமூகங்களில் உடைமை (காடு) பொதுவானது. வாழ்வாதாரத்திற்குப் பயன்படுத்தும் தொழில்நுட்பம் சர்வ சுதந்திரமானது. இந்நிலையில் ஆண் பெண் உறவு நிலையில் பெரும் ஏற்றத் தாழ்வு இருப்பதில்லை. சமத்துவச் சமூகம் என்னும் தன்மையைப் பெற்ற இப்பழங்குடிச் சமூகங்களில் பெண்களின் தகுதி ஆண்களை விட சற்று உயர்வாகவே உள்ளது. காரணம் வேட்டையைவிட பெண்கள் சேகரிக்கும் பொருள்கள் நிலையான உணவு ஆதாரத்தைக் கொடுத்தன.

பழங்குடிகளுக்கடுத்து மீனவர் போன்று மிகச்சிலரே உடைமை யைப் பொதுவாகக் கொண்டுள்ளனர். மீனவர்களிடம் கடல் அனைவருக்கும் பொதுவானது. அது போன்று அவர்களின் மரபார்ந்த தொழில்நுட்பம் சர்வ சுதந்திரமானது. நாடோடி களிடமும் இத்தன்மை காணப்படுகிறது. ஆகப் பொதுச் சொத்து,

சர்வ சுதந்திரமான தொழில்நுட்பம் இரண்டையும் கொண்ட எண்ணற்ற திணைக்குடிகளில் ஆண், பெண் ஏற்றத்தாழ்வு இருப்பதில்லை. சமூகச் சமத்துவம் காணப்படுகிறது.

நீர்ப்பாசன வேளாண்மையில் பெண்

நீர்ப்பாசன வேளாண்மைப் பொருளாதாரத்தின் உற்பத்தி உறவில் பாலினப் படிநிலை முன்பு எப்போதும் இல்லாத அளவிற்கு ஏற்றத்தாழ்வு கொண்டதாக மாறியது. வேட்டுவ வாழ்க்கை, காட்டுப்பொருள் சேகரிப்பு வாழ்க்கை, ஆயர் வாழ்க்கை, தோட்டப் பயிர் வாழ்க்கை, காட்டெரிப்பு வேளாண்மை வாழ்க்கை ஆகிய முந்தைய பொருளியல் முறைகளில் காணப்பட்ட பாலினப் படிநிலை வேளாண் கலாச்சாரத்தில் படிப்படியாகக் குறைந்து அது தலைகீழாக மாறிவிட்டது. நீர்ப்பாசன வேளாண்மை முறையில் பாலினப் படிநிலை உலகளாவிய நிலையில் ஒரே தன்மையுடன் காணப்படுகிறது எனக் கொள்ளுதல் கூடாது.

இந்தியச் சூழலில் கங்கைச் சமவெளி முதல் காவிரிப் படுகை வரையில் செய்யப்படும் நீர்ப்பாசன வேளாண்முறையில் ஆண் பெண் படிநிலை மிகுதி. இது எருது கொண்டு உழுது பயிரிடும் தொழில்நுட்பத்தின் மீது கட்டப்பட்டதாகும். எருதுகளைக் கொண்டு நிலத்தை உழும் முறையில் பெண்களைக்காட்டிலும் ஆண்களே திறம் பெற்றவர்களாக இருந்ததால் பெண்ணின் உழைப்பு இதற்கு முந்தைய தோட்டப்பயிர் வேளாண் முறையில் இருந்ததைப் போன்று இல்லை. தோண்டுகழி கொண்டு தோட்டப் பயிர் விளைவிப்பதில் ஆணுக்கு நிகராகப் பெண் செயல்பட்டதால் அவ்வகை வேளாண் முறையில் பெண்ணின் பங்கேற்பும் உழைப்பும் மிகுதியாக இருந்தன. வேட்டையாடி உணவு சேகரித்தல், காட்டெரிப்பு வேளாண்மை, தோட்டப்பயிர் வேளாண்மை, உழுது பயிரிடும் நீர்பாசன வேளாண்மை என்னும் வரிசையில் தொழில்நுட்பத்தின் மாற்றம் ஒரு நிலையிலும், அம்மாற்றத்தின் எதிர்வினையாக அமைந்த பாலினப் படிநிலை மறுநிலையிலும் படிமலர்ச்சி பெற்று வந்துள்ளன.

இந்தியப் பகுதியில் எருது கொண்டு உழும் பணியை ஆண்கள் மேற்கொண்டதால் அவர்களின் மேலாண்மை உயர்ந்து பெண்ணுக்கான தகுதிநிலை குறைந்துவிட்டது. உற்பத்திப் பங்கேற்பில் ஏற்பட்ட படிநிலையானது பாலினப் படிநிலையிலும் பிரதிபலித்தது.

மேற்காப்பிரிக்க நீர்ப்பாசன வேளாண் முறையை இங்கு ஒப்பீடு செய்துகொள்வது ஒரு புதிய புரிதலை நமக்கு ஏற்படுத்தும். அங்கு எருதுகளைக் கொண்டு உழும் முறை இல்லை. மாறாகக் குறுந்தடி வடிவத்தில் தோண்டுகழிகளே உழும் பணியைச் செய்ய உதவுகின்றன (ஹேரிஸ் 1993: 72). அங்குள்ள ஒருவகை ஈக்கள் (tsetse) எருது வளர்ப்பை ஊக்குவிப்பதில்லை. அதோடு அங்குள்ள மண்வகையானது உழுதபின் நன்கு காய்ந்து உலரும் தன்மையைப் பெறுவதில்லை. இதனால் பெண்கள் மண்வெட்டி கொண்டு பெரும்பான்மையான விதைப்புப் பணிகளை மேற்கொள்கின்றனர். இதனால் இந்திய நீர்ப்பாசன வேளாணியப் பெண்களைப் போன்று மதிப்புக் குறையாமல் ஆண்களுக்கு நிகரான உழைப்பாளிகளாகக் கருதப்படுகின்றனர்.

மேற்காப்பிரிக்க வேளாணிய உற்பத்தி உறவுக்கும் இந்திய வேளாணிய உற்பத்தி உறவுக்குமிடையே காணப்படும் பாலினப் படிநிலையில் பெண் தனக்கான இடத்தை எவ்வாறு நிர்ணயித்துக் கொள்கிறாள் என்பதை இப்போது ஒப்பீடு செய்ய முடிகிறது.

இந்நிலையில் ஆண் மையமிட்ட இந்தியச் சமவெளி வேளாண் முறையில் பெண் குழந்தைகள் பொருளாதாரச் சுமையாக மாற்றம் பெற்றார்கள். இதனால் பெண் குழந்தைக் கொலை, வரதட்சணை ஆகியன இப்பொருளாதார முறையின் முதன்மையான கூறுகளாக உருவெடுத்தன எனப் பொருள்முதல்வாதப் பண்பாட்டியக் (cultural materialist) குழுவைச் சேர்ந்த மார்வின் ஹேரிஸ் *(1993: 57-79)* வாதிடுகிறார்.

சாதியும் பெண்ணும்

இன்றைய தமிழ்ச் சமுதாயம் படிநிலைக் கருத்தாக்கத்தின் (hierarchy conception) மீது கட்டப்பட்டதாகும். இப்படிநிலை என்பது சமூக அடுக்கமைப்பில் செயல்படும் சாதிப்படிநிலை, திருமணம், குடும்பம், சொத்துரிமை, பால்சார்ந்த கருத்தமைவு, சடங்கு எனப் பண்பாட்டின் பல தளங்களில் இயங்கும் கருத்தாக்கத்தைக் குறிக்கிறது.

சாதியச் சமூகங்களில் பெண்களின் பாலியல் கட்டுமானமும் சாதியப் படிநிலைக் கட்டுமானமும் பரிவர்த்தனைத் (complementary) தளங்களாகக் கருத்துருவாக்கம் பெற்றுள்ளன. சாதியச்

சமூகத்தில் ஒவ்வொரு சாதியும் அதற்கான சமூக எல்லையைக் காத்துக்கொள்ளுவதற்குப் பெண்களின் பாலியல் முன்னிலைப் படுத்தப்படுகிறது. பெண் உடலின் தூய்மையும் அவளின் பாலியல் ஒழுக்கமும் அச்சாதியின் ஒழுக்கத்திற்கு அடிப்படையாக அமைகின்றன. வேற்றுச் சாதியினருடன் பாலுறவு வைத்துக் கொள்ளுதல் சாதித் தூய்மைக்குக் கேடு எனப்படுகிறது.

தமிழகத்தில் குடுகுடுப்பை அடித்துக் குறிசொல்லி வாழும் நாடோடிக் கம்பளத்து நாயக்கர்கள் வெளியூர்களுக்குச் சென்று கூடாரம் அமைத்துத் 'தங்கல்' (camp) மேற்கொள்வார்கள். தங்கல் இடத்திலிருந்து வெளியூருக்குச் சென்று இராத் தங்கி மறுநாள் வந்தால் கணவனும் அவனது சமூகமும் அவளை ஏற்றுக்கொள்வதில்லை. அவ்வாறே சுத்தலுக்குச் செல்லும்போது இம்மக்கள் தீண்டத்தகாத சாதியினரிடமும் முஸ்லிம் வீடுகளிலும் உணவு பெறக்கூடாது. அவ்வாறு பெற்றுக்கொண்டால் அவர் சமூகத்திலிருந்து சில காலம் ஒதுக்கி வைக்கப்படுவார் (பக்தவத்சல பாரதி 1994).

இங்கிலாந்து, கலிபோர்னியா பகுதிகளில் வாழும் ஜிப்சிகளின் சமூக எல்லையானது அவர்களின் பாலியல் சார்ந்த தூய்மையால் காக்கப்படுகிறது (ஆக்லே 1983). மலபார், இலங்கைப் பகுதியைச் சேர்ந்த சாதிப் பெண்களின் தூய்மை குறித்து நூர் யால்மனும் (1963), நேபாளப் பெண்கள் குறித்து பென்னட்டும் (1983), மேற்கு வங்கப் பெண்கள் குறித்து ஃப்ரூசெத்தியும் (1983) விளக்குகின்றனர்.

மேற்கூறிய விளக்கங்கள் வழிப் பெண்கள் இருதளங்களில் தூய்மையைப் போற்ற வேண்டியது அவசியமாகிறது. சமூகத் தளத்தில் பல்வேறு சாதியினரிடம் ஊடாட்டம் செய்யும்போது சமூக இடைவினையில் தூய்மை பேண வேண்டும் (உணவு பெறுதல், நீர் அருந்துதல் போன்றவை), பாலியல் தளத்தில் சாதிக்குள்ளேயே மணவுறவு வைத்துக்கொள்ள வேண்டும் (சாதி அகமணம்).

மானிடவியலில் குறியீட்டியல் ஆய்வுகளைச் செய்த மேரி டக்லஸ் (1960) சமூகத்தின் குறியீட்டுத் தளமாக எவ்வாறு உடல் செயல்படுகிறது என்று விளக்குகிறார். ஒரு சமூகத்திலுள்ள பல சாதிகளைச் செங்குத்துப் படிநிலையில் வரிசைப்படுத்தும் படிநிலைக் கருத்தாக்கமானது ஆண், பெண் என்ற பாலினப் படிநிலையில் செயல்படும்போது ஒவ்வொரு சாதிக்குள்ளும்

அது கிடைநிலையாகச் செயல்படுகிறது. அதற்கான தர்க்கவியலை லெவிஸ்ட்ராஸ் பின்வருமாறு விளக்குகிறார்:

பண்பாட்டின் ஒவ்வொரு கருத்தாக்கமும் அதன் பௌதிக இயக்கத்தில் தர்க்கவியலாகப் பரவி நிற்கும் இயல்புடையது. இதனை லெவிஸ்ட்ராஸ் (1969) குறிப்பிடும்போது, ஒவ்வொரு கருத்தாக்கத்தின் தர்க்கவியல் கூறுகள் வாய்பாட்டு (paradigm) ரீதியில் பல தளங்களில் உறவு கொண்டிருக்கும் என்பார். அதாவது மூலப்படிவக் கூறு (primordial unit) பல துண்டுகளாகப் (segments) பிரிந்து பண்பாட்டின் பல உறவுத் தளங்களில் ஊடுருவி சமிக்ஞைகளாகவோ (transformed codes) உருவகங்களாகவோ எதிரிணைகளின் (binary opposition) ஒரு பகுதியாகவோ காணப்படும் பண்புடையன என்பார் லெவிஸ்ட்ராஸ்.

இக்கருத்தாக்கத்தை அறியப் பின்வரும் சில நிகழ்வுகளை உய்த்துணர்தல் வேண்டும். வைதீகத் திருமணத்தின் நீண்ட சடங்கு வரிசையில் தாலி கட்டும் முன் வலிமை மிக்க வலப்பக்கம் நிற்கும் மணப்பெண் தாலிகட்டியபின் வலிமை குறைந்த, அடங்கிப்போகும் தன்மையுடைய இடப்பக்கத்திற்கு மாற்றப்படுகின்றாள். நடைமுறை வாழ்வியலில் கூட அதனைப் பல நிலைகளில் வெளிப் படுத்துகிறாள். தெருவில் கணவனுடன் நடக்கும் போதுகூடப் பணிந்துபோகும் 'இடப்பக்கம்' செல்வதோடு கணவனுக்குக் கீழ்ப்படியும் பண்பைக் காட்டுபவளாக இரண்டு, மூன்று அடிகள் இடைவெளி கொண்டு 'பின்தொடர்ந்து' செல்கிறாள். அதோடு ஹார்ப்பர் (1964) கூறுவதுபோல 'மரியாதைத் தீட்டு' (respect pollution) பின்பற்றுபவளாகவும் இருக்கிறாள். கணவன் உண்ட தட்டில்/இலையில் அதனைக் கழுவாமலேயே தானும் உண்கிறாள். இது பெண்ணின் படிநிலைப்பட்ட கருத்தாக்கத்தின் தொடர்ச்சி ஆகும்.

பெண்ணுக்கான திருமணஉறவு ஒரே சாதிக்குள்ளும் படிநிலையை எவ்வாறு கட்டியமைக்கிறது என்பதைச் சாதி குறித்த தொன்மங்கள் (myths) நன்கு வெளிப்படுத்தும். புதுவை, காரைக்கால் பகுதிகளில் கடலில் மீன்பிடிக்கும் மீனவர்களிடம் (பட்டனவர்) வழங்கும் தொன்மமானது அவர்களிடமுள்ள 'சின்ன பட்டனவர்', 'பெரிய பட்டனவர்' ஆகிய இரு பிரிவு களுக்கான விளக்கத்தைத் தருகிறது (பக்தவத்சல பாரதி 1999: 6).

இச்சாதியினரின் ஆதிகால மூதாதையர் முதலில் தன் சாதியைச் சேர்ந்த பெண் ஒருத்தியை மணந்துகொண்டார். பின்னர் முறையான திருமணமில்லாமல் வேற்றுச் சாதிப்பெண்ணுடன் உறவு கொண்டிருந்தார். முறையான மனைவி மூலம் தோன்றியவர்களே 'பெரிய பட்டனவர்' என்று தொன்மம் கூறுகிறது. இந்தத் தொன்மமானது மேலும் ஒரு கருத்தை முதன்மைப்படுத்துகிறது. இன்று பெரிய பட்டனவர்கள் மக்கள்தொகையில் மிகக் குறைந்தவர்களாகவும் சின்ன பட்டனவர்கள் பெரும்பான்மை எண்ணிக்கையில் வாழ்பவர்களாகவும் உள்ளனர் என்பதே அந்த விளக்கமாகும். (மேலது: 6). முறையான திருமணத்தால் வம்சம் பெருகாததையும், முறையற்ற திருமணத்தால் வம்சம் பெருகுவதையும் இத்தொன்மங்கள் விளக்குகின்றன.

தமிழர் வாழ்வியலில் பாலினப் படிநிலை இன்னும் பல தளங்களில் விரிந்துள்ளது. ஆணுக்குப் பெண் அடங்கிப்போதல் என்னும் பாலினப் படிநிலையானது பெண்கள் தலைமயிரின் அமைப்புப் பொருண்மையில் புதைந்துள்ளது. மணமான கட்டுக் கழுத்திகள் (சுமங்கலிகள்) தங்கள் தலைமயிரை எப்போதும் படியவாரி முப்பிரிச்சடையாகப் போட்டுக்கொள்வர். இரண்டு மூன்று குழந்தைகள் பெற்றபின்பு வயதேறிய நிலையில் கொண்டை போட்டுக்கொள்வார்கள். அதில் முப்பிரிச்சடையோ, இறுகக் கட்டிக்கொள்ளும் அமைப்போ இருக்கும். இது கட்டுக்கழுத்தி களின் பணிந்துபோகும் குறியீடு. பெண்கள் தம் கணவரை இழந்த நிலையில் மட்டுமே மிகவும் இறுக்கமான சடை போடும் நிலையிலிருந்து விடுபட்டு, விரிந்தநிலையில் வாரிக்கட்டிக் கொள்ளும் நிலைக்குச் செல்கிறாள். இது நேரடிப் பணிவிலிருந்து விடுபட்ட நிலையைக் குறிக்கும்.

இப்பாலினப் படிநிலை சடங்கியல் தளத்திலும் வெளிப்படுகிறது. ஆண் தலைமைச் சமுதாயத்தின் நிஜவாழ்வில் பெண்கள் ஆண் களுடைய ஒடுக்குதல்களின் குறியீடாய் உள்ளனர். ஆனால் சமயம் என்னும் தளத்தில் 'தலைகீழ் மாற்றம்' (role reversal) பெறுகின்றனர். திருவிழாக்களிலும், குலதெய்வ வழிபாட்டிலும், வாக்குக் கேட்ட லின் போது பெண்கள் மருள்பெற்றுச் சாமியாடுவார்கள். நிஜவாழ்வில் வாக்கெடுத்து, படிய சீவி, சடை போட்டிருந்த பெண்கள் சாமியாடுதலின் போது தலைவிரி கோலத்துடன் ஆடுகின்றனர். இது ஆண்களுக்கெதிராக அடக்குதல்களிலிருந்து

விடுபடுவதாகும். அதோடு சாமியாடும்போது 'வாடா' 'போடா' என்ற நிஜவாழ்வில் பயன்படுத்த முடியாத சொற்களைத் தளமாற்றம் பெற்ற நிலையில் பெண்கள் பயன்படுத்துவது என்பது ஆழ்மன அடக்குதலின் வெளிப்பாடாகும். அதோடு வழிபாட்டுத் தளத்தில் ஆண் குறியீடுகளாய் உள்ள எருமை, கிடா, சேவல் போன்றவை பெண்களால் பலி கேட்கப்படுகின்றன. பெண்கள் ஆழ்மனதில் அடக்கி வைத்திருந்த பழிதீர்த்தலின் ஒரு வடிவமே ஆண் குறியீடுகளைப் பலியிடுதல் ஆகும்.

பாலினப் படிநிலையை முன்னிறுத்தி விளக்கும்போது திருமணச் சடங்கில் வலமிருந்து இடம் சுற்றுதலும் இறப்புச் சடங்கில் இடமிருந்து வலம் சுற்றுதலும், சகுனம் பார்த்தலில் வலப்பக்கம் நன்மைக்கும், இடப்பக்கம் தீமைக்கும் உரியது என்பதும், திருமணச் சடங்கில் அரசாணிப்பானையில் மஞ்சள் கலந்த மங்கள நீரைச் சேமித்து வைப்பதும், சுடுகாட்டில் மங்களமற்ற வெற்று நீரை மூன்று துளையிட்டு வெளியேற்றுவதும் போன்ற எண்ணற்ற படிநிலைக் கருத்தாக்கங்களைப் பாலினப் படிநிலை சார்ந்து விளக்கிக் கொண்டே செல்லலாம்.

ஆண் ஆதிக்கம், பெண் ஆதிக்கம்: பரிவர்த்தனைகள்

எந்த ஒரு பண்பாட்டிலும் பாலின உறவுகளுக்கிடையில் கட்டப் பட்டுள்ள கருத்துருவாக்கம் எதிரிணை (binary oppositon) சார்ந்த தாகும். இது அப்பண்பாட்டின் பிற தளங்களின் கருத்தியலையும் தழுவியதாக இருக்கும். பண்பாட்டின் பௌதிக இயக்கத்தில் தர்க்கவியலான இயங்குநிலை பல தளங்களில் உள்ளமைப்பு ஒழுங்குகளில் (sub-systems) செயல்படுகின்றன[3].

பாலின உறவு நிலையில் ஆண், பெண் இருபாலாரின் அமைப்புத் தளங்கள் (structural domains) முறையே பண்பாடு/இயற்கை என அமைப்பாக்கமாகின்றன (ஆர்ட்னர் 1974: 67-68). இன

[3] இத் தர்க்கவியலான இயங்கு விசையானது பூமியின் இயக்கத்தில் வடபுலம் தென்புலம் போன்றதோடும், மின்கலத்தில் செயல்படும் நேர்மின் விசை எதிர்மின்விசை போன்றதோடும், அணுவின் இயக்கத்தில் புரோட்டான் எலக்ட்ரான் போன்றதோடும், உயிரிகளின் ஆண், பெண் இனப்பெருக்க உறவு போன்றதோடும், இவை போன்ற உலகின் அனைத்துப் பொருண்மைத் தளத்தில் இயங்கக் கூடிய எல்லா வகையான எதிரிணை (binary opposition) இயக்கத்தோடும் பொருத்திப் பார்க்க வேண்டிய ஒன்று.

உற்பத்தியோடும் (குழந்தை பெறுதல்) தீட்டு, விலக்கு போன்ற வற்றோடும் பெண் தொடர்பு பெறுவதால் பெண்ணின் நிலை இயற்கை சார்ந்தது ஆகிறது. ஆண் சமூக வாழ்வின் எல்லாக் காலகட்டங்களிலும் தொடர்ந்து பங்கேற்பதால் (தீட்டு, விலக்கு இல்லாமல்) இவனின் நிலை பண்பாடு சார்ந்தது ஆகிறது (மேலது: 67-88).

மேற்கூறியவாறு பண்பாட்டின் உள் அமைப்பொழுங்குகளின் ஒருங்கிணைவானது அவற்றின் பல்வேறு தளங்களின் (domains) ஊடாட்டத்தின் ஒருங்கிணைவால் அமைகிறது. இவ்வகையான தள ஊடாட்டங்களில் ஆண், பெண் பாலின உறவானது சமூகத்தளம், குடும்பத்தளம் (வீடு மட்டும்), சடங்கியல் தளம், ஒழுக்கநிலைத் தளம் (moral domain) போன்ற பல தளங்களில் எவ்வாறு அமைகிறது என்பதே ஒரு பண்பாட்டின் பாலின உறவைப் பற்றிய சரியான புரிதலாகும்.

ஒட்டு மொத்தமாகத் தமிழ்ச் சமூகத்தை ஆண் ஆதிக்கச் சமூகம் என்று அடையாளப்படுத்துவது தமிழ்ப் பண்பாட்டின் முழுமைக்குள் (whole) ஒருங்கிணைந்துள்ள உள் தளங்களின் இயங்கியலை நுணுகிப் பார்க்காத பார்வையாகும். ஒரு தளத்தில் ஆதிக்கம் அடையும் ஆண்நிலை மறுதளத்தில் பணிந்து போகும் நிலையை ஏற்கிறது. இன்னொரு தளத்தில் பணிந்து நிற்கும் பெண்கள் மறுதளத்தில் ஆதிக்கம் பெறும்நிலை ஏற்படுகிறது. இது இரு தளங்களுக்கிடையில் ஒருங்கிணையும் இயங்கியல் பரிவர்த்தனையாகும். யாருக்கு முடிசூட்டுவது என்ற சிக்கல் 'பண்பாடு' என்னும் தளத்தில் எழுந்தபோது ராமனைக் காட்டுக்கு அனுப்புவது என்ற முடிவால் பாண்பாட்டிலெழுந்த சிக்கல் 'இயற்கை' க்கு மாற்றப்பட்டது. இவ்வாறு இருவேறு தளங்களின் ஒருங்கிணைவை முன்னிருத்திச் சமூகம்/பண்பாடு என்னும் முழுமையை விளங்கிக்கொள்ள வேண்டும்.

பாலின நிலையில் ஒருங்கிணையக்கூடிய தள உறவுகளை இந்நிலையில் அணுகும்போது ஆண் ஆதிக்கம் மிகுந்துள்ள தமிழ்ப் பண்பாட்டில் ஆண், பெண் உறவுநிலை நேர்க்கோடாக (unilinear) அமைகிறது என்று வரையறை செய்துவிடக் கூடாது. நேர்க்கோடானது வளைகோடாக (curvilinear: கொண்டை ஊசி போன்ற 'U' வளைவு) அமைகிறதா என்பதையும் ஆராய வேண்டும்.

சமூகத்தின் பொது வாழ்வுத் தளத்தில் (public domain) ஓங்கி நிற்கும் ஆண் ஆதிக்கம் சடங்கியல், ஒழுக்கநெறி ஆகிய தளங்களில் தலைகீழ் மாற்றத்தைப் பெறுகிறது.

நிஜ வாழ்வில் அதிகாரம் இல்லாத நிலையில் வாழும் பெண்கள் சடங்குக் குறியியல் தளங்களில் (domain) பரிணமிக்கும்போது அவர்களின் நடத்தைமுறை மாறும். அப்போது நிஜவாழ்வின் அடக்குதலிலிருந்து விடுபட்டு அவர்களின் அமுக்கப்பட்ட உணர்வு களை வெளிப்படுத்துவார்கள். இதனாலேயே சடங்கு/குறியியல் போன்ற தளங்களில் பெண்களின் வெளிப்பாடுகளை நோக்க வேண்டியது அவசியமாகிறது.

சடங்கியல் தளத்தில் பெண்கள் அமைப்புச் சாராத ஆற்றல் களால்[4] (extra-structural powers) ஆண்களைத் தங்களின் கட்டுப் பாட்டுக்குள் கொண்டு வருகிறார்கள் அதே வேளையில் 'வீடு' (domestic) என்னும் தளத்திலும் ஆணைக் கட்டுப்படுத்துபவர் களாகவே பெண்கள் உள்ளனர். இங்கும் முறைசாராத (informal), அமைப்பு கடந்த (extra-structural) நிலைகளால் ஆண்கள் மீது பெண்கள் கட்டுப்பாடு செலுத்துகின்றனர்.

வீடு என்னும் தளத்தில் ஆண்கள் உளவியல் ரீதியாகப் பெண்களைச் சார்ந்து நிற்க வேண்டியவர்களாகத் தளமாற்றமடை கின்றனர். இத் தளத்தில் கணவர்கள் தங்கள் மனைவியரிடம் பலவற்றை எதிர்நோக்குகிறார்கள். ஒரு குழந்தை தாயிடம் என்னவெல்லாம் எதிர்நோக்குமோ அவற்றையெல்லாம் எதிர்பார்ப்பவர்களாக உள்ளனர். பாலியல் சுகம் வேண்டுபவர் களாக, ஒரு நண்பன் போல ஒருவருக்கொருவர் ஆதரவு நோக்குபவர்களாக, சகோதரன்-சகோதரி போன்று அன்பு கோருபவர்களாக, இன்னும் பலவகையான எதிர்பார்ப்புகளைக் கொண்டவர்களாக மாறுகின்றனர். இதன் மூலம் வீடு என்னும் தளத்தில் ஆண்கள் பலவீனமாக மாறிவிடுகின்றனர். உணர்வு சார்ந்த நிலையிலும் உளவியல் சார்ந்த நிலையிலும் ஆண்கள் பெண்களின் ஆதரவைக் கோரி நிற்கும் தலைகீழ் மாற்றமே பெண்களுக்கு அமைப்புச் சாராத ஆற்றலைக் கொடுக்கிறது.

[4] 'சாண் பிள்ளையானாலும் ஆண் பிள்ளை' என்ற கருத்தாக்கம் பிறக்கும் குழந்தை தனக்கான 'அமைப்பு சார்ந்த' ஆண் அதிகாரத்தைப் பிறந்தவுடனேயே பெறுகிறது. பெண்கள் சடங்கியல் தளத்தில் ஈட்டும் அதிகாரம் 'அமைப்பு சாராதது'.

இந்நிலையில்தான் தமிழ்ப் பெண்கள் பின்வரும் இருபெரும் சக்திகளாகக் கருத்துருவாக்கம் பெற்றுள்ளனர்.

1. பாலியல் ரீதியாகச் சக்தி பெற்றவள் (sexually dangerous female)

2. ஒழுக்க ரீதியாகச் சக்தி பெற்றவள் (morally dangerous female)

பாலியல் வகையில் பெண்ணானவள் ஆணைக் காட்டிலும் சக்தி மிக்கவளாக உருவாக்கம் பெற்றுள்ளாள். ஆண்களின் உடலியல் அமைப்பிலிருந்து மாறுபட்ட உடலமைப்பைக் கொண்டவர்கள் பெண்கள் என்பதால் அவர்களின் பாலியல் வேட்கை ஆணைக் காட்டிலும் பலமடங்கு அதிகமானது (ரேனால்ட்ஸ் 1980). அடுத்துப் பெண்ணின் இனஉறுப்பு தீட்டு உண்டாக்கத்தக்கது. மாத விடாய்விலக்கு ஆண்களைப் பெண்களிடம் நெருங்காமல் செய்கிறது. மாதவிடாய் ரத்தமும், மாதவிடாய் காலத்தில் உடலுறவும் ஆண்களுக்கு ஆபத்தாகவே அமைகின்றன. இக்குறிப்பிட்ட பாலியல் தளத்தில் பெண்கள் ஆண்களைக் காட்டிலும் ஆற்றல் பெற்றவர்களாகவே உள்ளனர் (ஆர்ட்னர் 1974).

ஒழுக்க நெறியில் கற்பைப் போற்றும் பத்தினித் தமிழ்ப் பெண் எவ்வளவு ஆற்றல் படைத்தவள் என்பது நாம் அறிந்ததுதான். மதுரையை எரித்த கண்ணகி முதற்கொண்டு கற்புக்குச் சந்தேகம் வந்தபோதெல்லாம் தீயில் நுழைந்து தெய்வமான தீப்பாய்ந் தம்மன்கள், திருமணமாகாத கன்னித் தெய்வங்கள், காளி போன்ற தேவி தெய்வங்கள்[5] வரை இவர்கள் எவ்வளவு ஆற்றல் படைத்த வர்கள் என்பது நாம் புராண, வாய்வழி வழக்காறுகள் மூலம் அறிந்தவையே. ஒழுக்க நெறியில் வலிமையானவர்கள்.

இயல்பான பெண்ணின் நிலையிலிருந்து கற்புப் பெண்ணின் நிலை மேலும் மாறுபட்டது. பத்தினிப் பெண் கட்டிக் காத்துவரும்

---

[5] இந்தியச் சூழலில் மூன்று வகையான பெண் தெய்வங்களை இனங் காணலாம் (கின்ஸ்லி 1987: 44) 1. கன்னித் தெய்வம் (ஏழு கன்னிமார்கள்: இவர்கள் இளம் பெண்கள்) 2. தேவி தெய்வம் (காளி, மாரியம்மன் போன்ற கணவனின் துணையறியாத பெண்கள்) 3. மனைவி தெய்வம் (பார்வதி, லட்சுமி போன்ற கணவன்மார்களைக் கொண்ட தெய்வங்கள்.) கன்னித் தெய்வங்கள் வீரிய ஆற்றல் கொண்டவர்களாகவும், தேவித் தெய்வங்கள் கட்டுக்கடங்காத சீற்றத்தை வெளிப்படுத்துபவர்களாகவும், மனைவி தெய்வங்கள் கட்டுப்படுத்தக் கூடியவர்களாக, சாந்தமானவர்களாக, நன்மை மட்டுமே செய்பவர்களாகவும் உருவாக்கம் பெற்றுள்ளனர்.

பதிவிரதத்தன்மை அவளுக்குள் தொடர்ந்து பெருகிவரும் ஆற்றலாகும். இவ்வாற்றல் வெளிப்படும் சூழல் என்பது ஆணால் கட்டுப்படுத்த இயலாததாகும். பத்தினியின் பதிவிரதத் தன்மையும் ஒழுக்கநெறியும் பெண்ணுக்கு எல்லையில்லா ஆற்றலைத் தந்துவிடுகின்றன. இந்தப் பண்பாட்டுக் கருத்துருவாக்கம் பெண்ணை மாபெரும் சக்தியாக மாற்றியிருக்கிறது.

இவ்வாறு தமிழ்ச் சூழலில் பெண்கள் ஒழுக்க நெறியிலும் பாலியல் நிலையிலும் ஆணைக்காட்டிலும் பெரும் சக்திமிக்கவர் களாகக் கருத்துருவாக்கம் பெற்றுள்ளனர். இந்நிலையில் ஆண், பெண் படிநிலையானது ஒருதிசை நோக்கிய நேர்க்கோடாக அமையாமல் மறுதிசையிலும் செல்லும் 'U' வடிவக் கோடாக அமைகிறது. பண்பாட்டின் சில இடங்களில் பெண் ஆணைக் காட்டிலும் ஆற்றல் பெற்றவளாக மாறுகிறாள்.

திருமணமும் பெண்ணும்

பெண்களின் சுயாட்சித்தன்மை பற்றியும், அதில் ஏற்பட்ட தேய்மானம் பற்றியும் அறிய வேண்டுமானால் பண்பாட்டின் பல்வேறு களங்களிலும் அவற்றைத் தேடவேண்டும்.

திருமணம் என்னும் நிறுவனத்தை கவனத்தில் கொண்டு பெண் சுயாட்சியின் தேய்மானங்களை அறியலாம். திராவிடப் பண்பாட்டுப் பகுதியில் வரதட்சணை பெறுதல் என்பது பல சாதிகளிடம் ஊடுருவிவிட்டது. இம்மண்ணுக்கான மரபார்ந்த பெண்ணிய விழுமியங்களைஅது மாற்றிவருகிறது. பரிசம், அன்பளிப்பு, தமக்கைப் பரிமாற்றம் போன்ற பல பண்டைய விழுமியங்கள் கால ஓட்டத்தில் மறைந்துவிட்டன.

திராவிடப் பகுதியில் தந்தைவழிக் கலாச்சாரம் வேரூன்றிய பின்னர் இம்மண்ணில் தோன்றிய பாரம்பரிய முறைமணம் (cross-cousin marriage) பரிசப் பணத்தை ஒரு குறியீடாக மட்டுமே ஏற்றுக்கொண்டது. இதற்கு நேர்மாறாக வடஇந்தியாவில் ஆரியர் களின் தாக்கத்தால் ஏற்பட்ட உயர்குல மணமுறை பெண்களுக்கான இருத்தலையே மாற்றியமைத்தது. திராவிடப் பகுதியின் முறை மணமும் வடஇந்திய உயர்குல மணமுறையும் எவ்வாறு கருத்தியல் நிலையில் வேறுபடுகின்றன என்பதை அட்டவணையில் பின்வருமாறு காணலாம். இவ்வகைத் திருமணங்களின் பிற பரிமாணங்களை அறிய காண்க: பக்தவத்சல பாரதி(1997).

தென்னிந்திய மணம் (முறைமணம்)	வட இந்திய மணம் (உயர்குல மணம்)
1. தன் கிராமத்தைச் சேர்ந்த பெண்ணைத் திருமணம் செய்யும் அகமணம் ஏற்பு உடையது.	கிராம அகமணம் ஏற்புடையதல்ல. வேற்று கிராமத்துப் பெண்ணையே மணம் செய்ய வேண்டும்.
2. அக்காள்மகள், மாமன்மகள், அத்தை மகள் போன்ற நெருங்கிய உறவுடன் திருமணம் செய்யலாம்.	நெருங்கிய உறவைத் (சபிண்ட உறவு) தவிர்ப்பர். தந்தைவழியில் 7 வரிசை, தாய்வழியில் 5 வரிசை சபிண்ட உறவுள்ளவர்கள்.
3. சம தகுதியுடைய குடும்பங்கள் மணஉறவு வைத்துக் கொள்ளலாம். ஆக சம்பந்திகள் சமமானவர்கள்.	பெண் தனக்கும் மேலான குலத்துப் பையனையே மணக்க வேண்டும். ஆக பெண்வீட்டார் தகுதி குறைந்தோர்.
4. கொண்டு-கொடுத்தல் உண்டு; தமக்கைப் பரிமாற்றம் உண்டு.	பெண்எடுத்தவர் சம்பந்திக் கால்வழியினருக்குப் பெண் கொடுக்கக்கூடாது. தமக்கைப் பரிமாற்றம் இல்லை.
5. பெண் கொடுப்போர், பெண் எடுப்போர் இருகுழுவினரும் சமமாக அன்பளிப்புக் கொடுப்பார்கள்.	பெண் கொடுத்தவர் மட்டுமே தன் சம்பந்திக்கு அன்பளிப்பு தருவார். பரிவர்த்தனை இல்லை.
6. பரிசத் திருமணம்	கன்னிகாதான மணம்

பெண்ணிய மானிடவியலர்கள் திருமணம், உறவுமுறை, குடும்பம் ஆகிய மூன்று நிறுவனங்களை ஆராய்வதில் மிகுந்த கவனம் செலுத்துகின்றனர். சமூகத்தில் சரிபாதியாக விளங்கும் பெண்கள் திருமணம் வழி ஒரு கால்வழியிலிருந்து (குழுவி லிருந்து) இன்னொரு கால்வழிக்கு மாற்றப்படுகிறார்கள். இவ்வாறு

மறுவொழுங்கு (rearrangement) செய்யும் பணியைத் திருமணம் செய்கிறது (லெவிஸ்ட்ராஸ் 1969).

திருமணம், மணவழியில் அமையும் உறவுமுறை, குடும்பம் இவையனைத்தும் மக்கள் தங்கள் வாழ்வை எதிர்கொள்ள ஏற்படுத்திக்கொண்ட குழுக்களாகும். தொழிற்சாலை, அலுவலகம் போன்று இக்குழுக்களும் சமூகம்/சுற்றுச் சூழலோடு வினைபுரிந்து அவற்றிற்கான வாழ்வாதாரங்களை அடைவதற்கு அமைத்துக் கொள்ளும் ஏற்பாடு. இந்த ஏற்பாட்டின் உருமாறாத நகல்கள் தாம் குடும்ப அமைப்பு, திருமணமுறை, உறவுமுறை ஆகியன. இம்மூன்றிலும் ஆண், பெண் உறவு நிலையும் அது சார்ந்த அனைத்துக் கட்டுமானமும் பொதிந்துள்ளதால் பெண்ணியலார் திருமணம், உறவுமுறை, குடும்பம் ஆகிய ஆய்வுகளுக்கு முக்கியத்துவம் தருகின்றனர்.

பெண், பொருள், உரிமை, உழைப்பு இவையனைத்தும் ஒருங்கிணையக்கூடிய திருமணத்தில் பெண் ஒரு குழுவிலிருந்து இன்னொரு குழுவிற்கு மாற்றப்படுகிறாள். இந்த நிகழ்வானது இருபெரும் திருமணப் பொருளியலை உருவாக்குகிறது. பெண் வீட்டாருக்கு மணமகன் வீட்டார் பொருள் கொடுத்துப் பெண் எடுக்கும்முறை 'பரிசத் திருமணம்' ஆகும். இதற்கு மாறாக, பெண் வீட்டார் பொருளையும் கொடுத்துப் பெண்ணையும் கொடுக்கும் முறை 'வரதட்சணைத் திருமணம்' ஆகும்.

மணப்பெண் வீட்டாருக்குப் பொருள்கள், கால்நடைகள் கொடுத்துப்பெண் எடுக்கும் தொழில் துறை சாராத் (pre-industrial) திணைக்குடிகளிடம் பெண்ணின் உழைப்பையும் அவள் பெற்றுக் கொடுக்கும் பிள்ளைகளையும் அனுபவிக்கும் உரிமையை எதிர்நோக்குகிறார்கள். உழைக்கும் நபரை இழக்கும் பெண் வீட்டாருக்கு ஏற்படும் இவ்வகை இழப்பை ஈடுசெய்யும் முகமாக 'மணப்பெண் பொருள்' (bride wealth) கொடுக்கப்படுகிறது. இப்பொருள் கொடுத்துப் பெண் பெறுகின்ற குடும்பத்தார் மருமகளைத் திடீரென இழக்கும் நிலைஏற்பட்டால் மணப் பெண்ணின் தங்கையைப் பெறும் திருமணமுறை (sororate) இச்சமூகங்களில் காணப்படுகிறது. 'மணப்பெண் பொருள்' கொடுத்துப் பெண் எடுக்கும் நிலையில் மணமகன் வீட்டுக்கு அவளுடைய உழைப்பு கிடைக்கக்கூடிய அதே வேளையில் இன்னொரு உரிமை உடைக்கிறது. மணவிலக்கும் மறுமணமும்

மிகச் சுதந்திரமாக நடைபெறும் அவ்வகைச் சமூகங்களில் மணவிலக்கின் போது தாய்ப்பால் மறவாக் குழந்தையைத் தவிர மற்ற பிள்ளைகள் பெரும்பாலும் தந்தையிடம் ஒப்படைக்கப்படும். மனித உழைப்பை மையமிட்ட தொழில்துறை சாராச் சமூகங்களின் உற்பத்திமுறைக்கான திருமண முறையாக இவ்வகை உருவெடுத்தது.

மேற்கூறிய முறைக்கு முற்றிலும் மாறாக, பெண்ணையும் கொடுத்து வரதட்சணையும் கொடுத்துத் திருமண ஒப்பந்தம் செய்யும்முறை ஆரியர்களிடம் உருவானது. இவ்விரண்டு வகையான திருமணமுறைகள் குறித்து மானிடவியல் ஆய்வுகள் ஏராளமாக நடைபெற்றுள்ளன. தமிழ்ச்சூழலில் இத்தகைய விவாதங்கள் முன்னெடுக்கப்படவில்லை. மேலைத்தேய பெண்ணிய விவாதங்களை இறக்குமதி செய்து 'ஐரோப்பியப் பெண்ணியம்' மட்டுமே பேசப்படுகிறது.

வரதட்சணை கொடுப்பதன் மூலம் மணப்பெண் அவளது தந்தையின் சொத்தில் ஒரு பகுதியைப் புகுந்த வீட்டிற்குக் கொண்டு செல்கிறாள். இது பெண்தன் வாழ்நாளின் 'முதற் கட்டத்திலேயே பெறும் சொத்தாக' (pre-mortem inheritance) அமைந்துவிடுகிறது என்பது தம்பையா, கூடி (கூடி & தம்பையா 1973; கூடி 1976) போன்ற அறிஞர்களின் கருத்தாகும்.

குறிப்பிட்ட மதிப்புடைய வரதட்சணையுடன் புகுந்த வீட்டில் நுழைவதால் மணப்பெண் தனக்கான ஒரு தகுதிப்பாட்டை, கௌரவத்தை, சுயேச்சைத் தன்மையைப் பெறுகிறாள் என்பது இன்னொரு கருத்தாகும். பெண்தன் தந்தைவீட்டின் உடைமையில் ஒரு பகுதியைப் பெறும் உரிமையை வரதட்சணை காட்டுகிறது என்பதும், பெண் வரதட்சணை கொண்டு செல்வதால் புகுந்த வீட்டில் ஓரளவு சுயச்சார்பு பெறுகிறாள் என்பதும் பெண்ணிய மானிடவியலில் மறுபரிசீலனை செய்யப்படுகிறது.

எர்னஸ்டைன் ஃபிரிடல் (Ernestine Fridel 1967: 105) சுட்டிக் காட்டியது போல கிரேக்கச் சிற்றூர்களில் திருமணத்தின் போது பெண்களுக்கு நிலம் எழுதிக் கொடுப்பதன்வழிப் பெண் புகுந்த வீட்டில் கௌரவத்தையும், சுயேச்சைத் தன்மையையும், ஓரளவு சுதந்திரத்தையும் அனுபவிக்க முடிகிறது. ஏனெனில் அந்த நிலத்தைப் பெண்ணின் அல்லது பெண்வீட்டாரின் அனுமதியின்றி எதுவும் செய்யவியலாது. ஆனால் பெரும்பாலான சமூகங்களில்

வரதட்சணையானது இந்நிலையில் இல்லை. மணப்பெண் தான் கொண்டு சென்ற உடைமை மீது மிகச் சொற்பமான உரிமை கூடப் பெற இயலா நிலையே பரவலாகக் காணப்படுகிறது.

சமூகப் படிமலர்ச்சியில் இருபெரும் நிலைகளில் ஏற்பட்ட பரிசத் திருமணம், வரதட்சணைத் திருமணம் ஆகிய இரண்டு முறை களையும் பெண்ணிய மானிடவியலர்கள் ஆண் மையவாதத்தின் இருபெரும் பிரதிபலிப்புகள் எனச் சுட்டுகின்றனர். இருவகையான திருமண முறைகளிலும் ஆண்களே உடைமையை அனுபவிக்கும் நிலையில் உள்ளனர். பெண்கள் திருமணம்வழி இடமாற்றம் அடையும் நபர்களாக மட்டுமே காணப்படுகின்றனர் என்ற மையக் கருத்தை வலியுறுத்துகின்றனர் (கப்லான் 1985; கப்லான் & புர்ஜா 1978; ரொசால்டோ 1974; சேண்டி 1981; மூர் 1986).

பின்னுரை

தாய்வழிக் கலாச்சாரம் தொடங்கி இந்துத்துவக் கட்டுமானம் வரை உருவாக்கப்பட்டுள்ள பல்வேறு பெண்ணிலைத் தரப்பாடுகள் பெரும் சமூக, கலாச்சார உருவாக்கத்தின் பின்புலத்தில் உருவானது என்பதைப் புரிந்துகொள்ள வேண்டும். இந்தப் பன்மைவயப்பட்ட பெண் நிலைகளை ஒரு பொதுப் பெண்ணியச் சொல்லாடலுக்குள் அடக்கிவிடுவது சரியாகாது. இந்தியா என்ற ஒரு பொதுச் சட்டகத்தை உருவாக்கிப் பொதுக் கலாச்சார விவாதத்தை முன்னெடுப்பதும் பயன்தராது.

இவ்வாறு செய்வது திணைக் குடிகளின் கலாச்சார சுயநிர்ணய வாதத்தை மறுப்பதாகும். ஆகவே பொதுமைப்பாடுடைய பெண்ணிய விவாதங்களை ஒரு நிலையிலும், சுயநிர்ணயவாதப் போக்கில் தமிழ்ச்சூழல் போன்ற எண்ணற்ற சுதேசி நிலைப்பாடுகளை மறுநிலையிலும் இனங்காண்பது அவசியமானதாகும். பன்மைப் பண்பாட்டுச் சூழல் கொண்ட பரந்த இந்தியப் பரப்பில் தமிழ்ச் சூழலுக்கான அடித்தளத்தை அடையாளம் காட்டும் ஒரு முயற்சியை இந்த விவாதம் முன்வைத்துள்ளது. தமிழ்ச் சூழலிலும் பழங்குடிப் பண்பாடு, வேளாணியப் பண்பாடு, நகரியப் பண்பாடு, விளிம்புநிலைப் பண்பாடு முதலானவற்றில் பெண்களின் பாலினப் படிநிலை பன்மை நிலைப்பட்டதாகவே காணப்படுகிறது. இவற்றை இனம் பிரித்து ஆராய வேண்டியது அவசியமாகும்.

8

சுதேசி இனவரைவியல்:
தமிழில் வட்டார நாவல்கள்

மானிடவியலும் இலக்கியமும்

மனித சமூகங்களைப் படிப்பது மானிடவியல். மனித வாழ்வைப் பொருளாகக் கொண்டது இலக்கியம். ஆதலின் இயல்பாகவே இவ்விரு துறைகளும் நேரடியான 'முன்மொழி'வைக் (thesis) கொண்டுள்ளன. மானுட வாழ்வில் இலக்கியம் ஓர் ஆதார சுருதி என்றாலும் மனிதர்களின் நாளாந்த வாழ்வை அப்படியே படம் பிடித்துக் காட்டுவதல்ல இலக்கியம். வாழ்வைக் கலாபூர்வமாகச் சித்திரிக்கும் போதே இலக்கியம் பிறக்கிறது. அதாவது, அன்றாட வாழ்வைக் காவியமாக்குவதே இலக்கியம்.

மானிடவியலோ முற்றிலும் எதார்த்தம் சார்ந்தது. இவையே இவ்விரண்டு புலங்களுக்குமான 'எதிர்முன்மொழிவு' (anti-thesis) ஆகும். எதார்த்த வாழ்வோடு இலக்கியமும் இலக்கியத்தோடு எதார்த்த வாழ்வும் இணையும் போதெல்லாம் ஒரு 'கூட்டு முன்மொழிவு' (synthesis) ஏற்படுகிறது. அப்போது மானுட வாழ்க்கையில் ஜீவன் கிடைக்கிறது; அர்த்தம் கிடைக்கிறது.

இராமாயணம், மகாபாரதம், சிலப்பதிகாரம் தொடங்கி கதைகள், பாடல்கள், சொலவடைகள், புதிர்கள், வழிபாடுகள் ஊடாக எண்ணற்ற எடுத்துரைப்புகளின் மூலம் தமிழ் மக்கள் தங்கள் வாழ்க்கையில் நிகழும் இன்ப துன்பங்களுக்கு உபாயம் தேடுகின்றனர். எழுத்திலக்கியங்களும் வாய்மொழி இலக்கியங் களும் வாழ்வியல் உபாயங்களை நேரடியாகவே பிரதிபலிக்கின்றன. உளச்சோர்வுக்கும், மகிழ்ச்சிக்கும், புத்தாக்கத்திற்கும் இலக்கிய மானது பக்க பலமாகவும் மருந்தாகவும் அமைகின்றது. இந்நிலையில் மானுட சமூகத்தைப் படிக்கும் மானிடவியலும் மானுட வாழ்வைப் படைக்கும் இலக்கியமும் ஒன்றுக்கொன்று ஊடாட முடியும்.

இனவரைவியல்

இன்று தமிழகத்தில் மானிடவியல் கல்விப் புலத்தின் தாக்கத்தால் அதன் ஒரு பகுதியாகிய இனவரைவியல் (ethnography) பரவலாகி வருகிறது. ஒரு தனிமனிதர், குடும்பம், குழு, சாதி, சமூகம், வட்டாரம், பரந்த பரப்பு அல்லது ஒரு நாடு சார்ந்த மக்களைப் பற்றிய பண்பாட்டு எடுத்துரைப்பே இனவரைவியலாகும். சமூக ஒழுங்கு முறையையும் பண்பாட்டு ஒழுங்குமுறையையும் தர்க்கப் பார்வையோடும் அர்த்தப் பார்வையோடும் பொருள் கோடலோடும் விவரிப்பது இனவரைவியல் கலையாகும். இத்தகைய பார்வைகள் தவிர்த்து எளிமையாக விளக்க முறையில் விவரிப்பதும் இனவரைவியலாகவே அமையும்.

மானிடவியலை ஒரு தனித்த கல்விப் புலமாகப் பயின்று அதில் ஒரு பிரிவாகிய இனவரைவியலில் ஈடுபடுவது தொழில்முறை சார்ந்த நிலை. பண்பாட்டு மரபில் பற்று கொண்டு அதனைப் பதிவு செய்யும் பிரக்ஞை கொண்ட பண்பாட்டுப் பேணுநர்கள் (culture bearers) தொழில்முறை சாராத இனவரைவியலர்கள் எனலாம். இவ்வாறான பண்பாட்டுப் பேணுநர்களில் வட்டார நாவல்களைப் படைக்கும் படைப்பாளிகள் முதலிடம் வகிக்கின்றனர். அவர்களிடம் ஒரு சுயாதீனமான இனவரைவியல் பார்வை உள்ளது. அவர்களின் படைப்புகளை இனவரைவியல் பனுவல்களாகக் கொள்ளலாம்.

இனவரைவியல் என்பது ஒரு சமூகத்தின் வாழ்வு முறையை மக்களோடு மக்களாக இணைந்து, அவர்களுடன் ஒன்றி வாழ்ந்து, அவர்களின் வாழ்வு முறையை ஓர்ந்து எழுதுவதாகும். நேரடியாகப் பங்கேற்று உற்றுநோக்குதல் (participant observation) இனவரைவியலுக்கு அடிப்படையாகும். உற்று நோக்குதல் வாயிலாகவே சமூக மெய்ம்மைகளை (social facts) உருவாக்க வேண்டும். சமூக மெய்ம்மைகளைக் கொண்டே விவரிப்பும் பொருள்கோடலும் அமைய வேண்டும். இதனால் களப்பணியே இனவரைவியலுக்கு உயிர்மூச்சாகும்.

நாவல்கள், அதிலும் குறிப்பாக வட்டார நாவல்கள், இனவரைவியலைவிட மாறுபட்ட ஒரு பனுவலாகும். ஒரு சமூகத்தாருடன் நீண்டகாலம் ஒன்றி வாழ்ந்து, ஓர்ந்து அச்சமூகத்தைப் பற்றி எடுத்துரைப்பது இனவரைவியல். வட்டார நாவல்களும் இனவரைவியல்தான். நாவலாசிரியர் தாம் சார்ந்த சமூகத்தாருடன்

நீண்ட காலம் ஒன்றிக் கலந்து வாழ்கிறார். அவர்களைப் பற்றி நன்கு ஓர்ந்த பின்பே எழுதுகிறார். பெரும்பாலான வட்டார நாவல்களின் தன்மை இனவரைவியலையும் தாண்டி நிற்கிறது. பொதுவாக இனவரைவியல் பனுவல் 3-5 ஆண்டுக்கால களப் பணியில் உருவாக்கப்படுகிறது. நாவலாசிரியனோ அந்தச் சமூகத்தோடு 10-20 ஆண்டுகள் அல்லது அதற்கும் மேலாக வாழ்ந்து எழுதுவதாக அமைகிறது.

வட்டார நாவல்கள்

தமிழ்ச் சூழலில் படைப்பாளிகள் புதிய புதிய சூழல்களையும் புதிய அனுபவங்களையும் தம் வயப்படுத்தி ஆக்கங்களைப் படைத்து வந்துள்ளனர். ராஜம் கிருஷ்ணனின் *குறிஞ்சித் தேன்* தொடங்கி எஸ். ராமகிருஷ்ணனின் *பதின்,* இரா. முருகவேளின் *முகிலினி* வரை தமிழ்ப் படைப்புலகம் ஆழமும் அகலமும் பெற்றிருக்கிறது. ஆதிவாசிகள் வாழ்வு தொடங்கி புலம் பெயர்ந்தோர் இலக்கியம்வரை கவிதைகள், சிறுகதைகள், நாவல்கள் விரிந்துள்ளன.

இன்றைய சமூக வாழ்வை மையமிட்ட இலக்கியப் படைப்புகளை விளங்கிக்கொள்ளவும் விவாதிக்கவும் மானிடவியல், சமூகவியல் அறிவு அவசியமாகும். சடங்குகள், நம்பிக்கைகள், திருமணம், குடும்ப அமைப்பு, இனவியம் உள்ளிட்ட எண்ணற்ற கருத்தினங்களைப் பற்றிய விரிவான புரிதல் இலக்கிய ஆய்வாளர்களுக்கும் திறனாய்வாளர்களுக்கும் அவசியமாகும்.

தமிழில் எழுதப்பட்ட வட்டார நாவல்களில் சிலவற்றை இங்குக் கவனத்தில் கொள்ளலாம்.

சமூகம்	நாவல்	நாவலாசிரியர்
வேளாளர்	*நாஞ்சில் நாட்டு வேளாளர்*	நாஞ்சில் நாடன்
பிள்ளைமார்	*தலைகீழ்விகிதங்கள்*	நாஞ்சில் நாடன்
பிள்ளைமார்	*புதிய மொட்டுகள்*	பொன்னீலன்
கொங்கு வேளாளர்	*தொட்டிக்கட்டு வீடு*	வடிவேலன்
கொங்கு வேளாளர்	*போக்கிடம்*	விட்டல்ராவ்
நகரத்தார்	*யாதும் ஊரே*	தெ. இலக்குவன்
நகரத்தார்	*வையாசி 19*	இன்பா சுப்பிரமணியன்
நாயக்கர்	*கோபல்ல கிராமம்*	கி. ராஜநாராயணன்

இரணியல் செட்டியார்	*தலைமுறைகள்*	நீல. பத்மநாபன்
முக்குலத்தோர்	*காவல் கோட்டம்*	சு. வெங்கடேசன்
வன்னியர்	*கோரை*	கண். குணசேகரன்
நெசவாளர்	*பஞ்சும் பசியும்*	ரகுநாதன்
நெசவாளர்	*வேள்வித்தீ*	வெங்கட்ராம்
கள்ளர்	*கறிச்சோறு*	சி.எம். முத்து
கள்ளர்	*பட்டத்து யானை*	வேல.ராமமூர்த்தி
நாடார்	*ஒரு கோட்டுக்கு...*	சு. சமுத்திரம்
இடையர்	*கீதாரி*	சு. தமிழ்ச்செல்வி
காமகுல ஒக்கிலியர்	*நுண்வெளி கிரணங்கள்*	சு.வேணுகோபால்
இஸ்லாமியர்	*ஏழரைப் பங்காளி ...*	அர்ஷியா
இஸ்லாமியர்	*அஜ்னபி*	மீரான் மைதீன்
கிறித்தவர்	*கீறல்கள்*	ஐசக் அருமைராஜன்
பொற்கொல்லர்	*காலகண்டம்*	செந்தில் குமார்
வண்ணார்	*கோவேறு கழுதைகள்*	இமயம்
ஒட்டர்	*துரத்தப்படும் மனிதர்கள்*	ராதாகிருஷ்ணன்
மீனவர்	*கடலோர கிராமத்தின் கதை*	முஹம்மது மீரான்
மீனவர்	*ஆழிசூழ் உலகு*	ஜோ. டி. குரூஸ்
மீனவர்	*கடல்புறத்தில்*	வண்ணநிலவன்
மீனவர்	*தேடல்*	பொன்னீலன்

(முக்குவர், நுளையர், பரதவர், சவளக்காரர், அம்பலக்காரர், செட்டியார் எனும் பெயர்களில் அழைக்கப்படும் மீனவர்கள் பற்றி 15க்கும் மேற்பட்ட நாவல்கள் உள்ளன. விரிவுக்குக் காண்க: ஆ. சிவசுப்பிரமணியன் 2014: 163-164).

தலித்	*குருதிப்புனல்*	இந்திரா பார்த்தசாரதி
தலித்	*டேனியல் நாவல்கள்*	டேனியல்
தலித்	*பழையன கழிதலும்*	சிவகாமி
தலித்	*கருக்கு*	பாமா
தலித்	*சங்கதி*	பாமா
தலித்	*பாழ்நிலம்*	அறிவுமணி
தலித்	*செடல்*	இமயம்
தலித்	*உப்புவயல், சந்தி*	ஸ்ரீதர கணேசன்
பள்ளர்	*அஞ்ஞாடி*	பூமணி
தேவேந்திர வேளாளர்	*கருப்பாயி(எ)நூர்ஜகான்*	அன்வர் பாலசிங்கம்
தேவேந்திர வேளாளர்	*கூகை*	சோ. தர்மன்
புலையர்	*தாகம்*	சின்னப்ப பாரதி
கொங்கு அருந்ததியர்	*பிறகு*	பூமணி
கொங்கு அருந்ததியர்	*கூளமாதாரி*	பெருமாள்முருகன்
அருந்ததியர்	*கழிசடை*	அறிவழகன்
அருந்ததியர்	*சூரனைத் தேடும்*	சீருடையான்

அருந்ததியர்	ஊர்	ஜனகப்பிரியா
கத்தோலிக்க அருந்ததியர்	தோல்	டி. செல்வராஜ்
கத்தோலிக்க அருந்ததியர்	யாத்திரை	மாற்கு
திருப்பூர் ஊழியர்கள்	கற்றாழை	சு. தமிழ்ச்செல்வி
கடலோர வேளாண்குடி	அளம்	சு. தமிழ்ச்செல்வி
பழவியாபாரம்	கடை	தேனி சீருடையான்
ஈழப் பிரச்சினை	மாயினி	எஸ்.பொ
ஈழப் பிரச்சினை	கனவுச்சிதைவு	தேவகாந்தன்
ஈழப் பிரச்சினை	அப்பால் ஒருநிலம்	குணா கவியழகன்

இனவரைவியல் திறனாய்வு

இனவரைவியலுக்கும் வட்டார நாவல்களுக்கும் அடிப்படையான சில வேறுபாடுகள் இருந்தாலும் இரண்டுக்குமான பொதுமைப் பாடுகள் சில உள்ளன. அந்த வகையில் வட்டார நாவல்களைப் புரிந்துகொள்ளவும் விவாதிக்கவும் இனவரைவியல் பார்வை உதவ முடியும்.

பங்கேற்று உற்று நோக்குதல் என்பது சிறிய அளவுச் சமூகங்களில் நீண்டகாலம் தொடர்புகொண்டு ஆராய்வதால் அம்மக்களின் சமூக வாழ்வின் பருமையான, நுட்பமான விடயங்கள் யாவற்றையும் அறியமுடிகிறது. அச்சமூகப் பண்பாட்டின் முழுமையை அது பிரதிபலிக்கிறது. வாழ்வின் ஒரு பகுதியை மட்டும்கூட இனவரை வியலாக எழுதலாம். ஒரு சமூகத்தின் உணவுமுறை, கலைகள், குடும்ப அமைப்பு என்பன போன்ற பல்வேறு தளங்களில் ஒன்றிரண்டு மட்டும் தேர்ந்தெடுத்து அவற்றை இனவரைவியல் நோக்குடன் ஆராயலாம்.

படைப்பாளிகள் தாம் சார்ந்த வட்டாரம் / சமூகம் பற்றி நீண்ட காலமாக ஏற்படுத்திக்கொண்ட பட்டறிவோடும் தேடுதலோடும் நாவல்களை எழுதுகின்றனர். இதனால் படைப்பாளிகளிடம் ஒரு வகையான சுயாதீனமான இனவரைவியல் போக்கு காணப் படுவதை அவதானிக்கலாம். இதற்கு நீலபத்மநாபனின் *தலை முறைகள்* (1968) நாவலைக் குறிப்பிடலாம். அந்த நாவலின் முன்னுரையில் அவர் பின்வருமாறு குறிப்பிடுகிறார்:

வெறும் கதைப்பிரியர்களுக்கு நான் சொல்வதெல்லாம் கதையின் கருவை எப்படியாவது வருந்திக் கக்கிவிட்டுத் தப்பினோம் பிழைத்தோம் என்று தப்பித்துக்கொள்ள வேண்டுமென்ற குறைந்தபட்ச குறிக்கோளோடு எழுதப்பட்ட நாவல் அல்ல இது.

நான் பிறந்து வளர்ந்து இன்றைய என் வயது அத்தனைக்கும் எனக்குப் பழக்கமான ஒரு சமூகத்தின் நாடித்துடிப்புகள், பூர்வீக வரலாற்று விளக்கங்கள், ஆசார அனுஷ்டானங்கள், சடங்கு சம்பிரதாயங்கள், விழாக்கள், விளையாட்டுக்கள், வாழையடி வாழையாய் வந்தடைந்த கதைகள், பாடல்கள், பழமொழிகள், பிராந்திய கொச்சை வார்த்தைகள், பேச்சு வழக்குகள், தொனி விசேசங்கள், வாக்கிய அமைப்புகள், இத்யாதி இத்யாதி யானவைகளை எல்லாம் கூடிய மட்டும் சிந்தாமல் சிதறாமல் கலாபூர்வமாய் வெளிப்பிரகடனம் பண்ண இங்கே கதை வித்தானது பக்கபலமாய் பயன்படுத்தப் பட்டிருக்கிறது என்பதுதான்.

நீலபத்மநாபனின் *தலைமுறைகள்* போன்றே பல்வேறு படைப்பாளிகள் தம் பட்டறிவின் மூலமும் சுய அனுபவத்தின் மூலமும் நாவல்களைப் படைத்துள்ளனர். இனவரைவியல் நாவல் எழுதும் படைப்பாளிகளிடம் சுய அனுபவம், கள ஆய்வு, நூலறிவு ஆகிய மூன்றும் ஒருங்கிணைகின்றன (சிவசுப்பிரமணியன், ஆ. 2014: 10). இவையே அவர்களிடம் ஒரு சுயாதீனமான இனவரைவியலாக வெளிப்படுகின்றன.

ஒரு சமூகத்தாரைப் பற்றி இன்னொரு சமூகத்தைச் சேர்ந்த ஆய்வாளர் ஆதாரபூர்வமாக எழுத முயல்வது என்பது ஒரு அசாதாரணமான செயலாகவே இருக்கும். என்னதான் மக்களுடன் நீண்டகாலத் தொடர்புகொண்டு பங்கேற்று உற்றுநோக்குதல் மூலம் ஆய்வு செய்தாலும் மேற்கூறிய சிக்கலைக் கொண்டதாகவே இருக்கும். இன்னொரு சிக்கல் என்னவென்றால் பெரும்பாலான இனவரைவியலர்கள் மேற்கத்தியராக இருக்க, ஆராயப்படும் மக்களில் பெரும்பான்மையோர் மேற்கத்தியர் அல்லாதாராக இருக்கிறார்கள். இவ்வகைச் சிக்கல் இப்போது ஓரளவு சுயமாகச் சரிசெய்யப்படும் போக்கு காணப்படுகிறது. மேற்கத்தியர் அல்லாத மாணவர்கள் இப்போது மானிடவியலராகப் பயிற்சி பெறுகின்றனர். மேலும் அவர்கள் தங்கள் சொந்த சமூகத்தையே ஆய்வுக்கு எடுத்துக் கொள்கின்றனர்.

அடுத்ததாக, ஆய்வின் மெய்ம்மைத் தன்மையை (objectivity) நோக்குவது என்பது ஒரு தவறான வாதம் என்று சில மானிடவியலர் அண்மைக் காலமாக வாதிடுகின்றனர். நம்முடைய சமூகச் சூழல்களும் வரலாற்றுச் சூழல்களுமே நம்முடைய நோக்கை

ஒழுங்குபடுத்துகின்றன. இவ்வழியிலேயே நம்முடைய பொருள் கோடலையும் நாம் வருவிக்க வேண்டியுள்ளது. அதனால் மெய்ம்மையை அடைவது என்பது சாத்தியமில்லை. அதில் ஏதாவது ஒரு சார்புநிலை இருக்கத்தான் செய்யும் என்கின்றனர்.

இனி அகத்தார், புறத்தார் பற்றிய மேலும் ஒரு கருத்தைக் கவனிப்போம். வெளியார் ஒருவர் உற்றுநோக்கி எழுதும் முறையையே மானிடவியலர்கள் நீண்ட காலமாக ஒரு முதன்மை யான இனவரைவியல் முறையாக ஏற்றுக்கொண்டு வந்துள்ளனர்.

வெளியாருக்கு மாறாக, ஒருவர் அவரது சொந்தப் பண்பாட்டை விவரிக்க முயலுவது என்பது மீனானது தண்ணீரை விளக்க முற்படுவது போன்றதாகும். அகத்தார் (insider) தன் சொந்தப் பண்பாட்டை ஆராயும்போது வட்டார அளவில் காணப்படும் சில வேறுபாடுகளின் நுட்பமான மாற்றங்களை இனங்கான முடியும். அதே வேலையில், புறத்தார் ஆராயும்போது மக்களின் பொதுப்புத்தி சார்ந்த அல்லது இயற்கையானது (natural) என்று உணர்வனவற்றை நுட்பமாக அறிவர்.

இந்நிலையில் இனவரைவியலர் புறத்தாராக இருப்பது ஒரு வகையில் பலம் என்றாலும் இன்னொரு வகையில் பலவீனம் என்றும் கூறலாம். இனவரைவியலின் வெற்றிக்குப் பலம் முக்கிய மானது என்றாலும் பலவீனமும் இதில் கலந்துள்ளது. வட்டார நாவல்களை எழுதும் படைப்பாளிகள் அனைவரும் அகத்தா ராகவே செயல்படுகின்றனர். புறத்தார் கண்டுணரமுடியாத பல்வேறு நுட்பமான விடயங்களை அகத்தார் மட்டுமே வெளிப்படுத்த முடியும். தமிழ் வட்டார நாவல்கள் பலவும் அகவயமான எடுத்துரைப்பு முறையில் உள்ளன.

இன்றைய இனவரைவியலில் அகத்தாரும், புறத்தாரும் எவ்வாறு செயல்படுகின்றனர் என்பதை மானிடவியலர்கள் தொடர்ந்து விவாதித்து வருகின்றனர். தொழில்முறை சார்ந்த மானிடவியல் கழகங்களும் இவ்வகையான நெறிமுறைகள் குறித்து விவாதம் நடத்தி, ஆய்வாளர்கள் பின்பற்ற வேண்டிய அறவியல் நெறி முறைகளை வகுத்துத் தந்துள்ளன. இதில் முக்கியமான அறவியல் நெறிமுறையானது ஆய்வு செய்யும் மக்களுக்கு அவராலும் அவரது ஆய்வாலும் எவ்வகையான இடையூறும் ஏற்படக்கூடாது என்பதாகும்.

அதனால்தான் பெரும்பாலும் இனவரைவியலர்கள் ஆய்வு செய்யும் இடத்தையும் முக்கியமான தகவலாளிகளையும் சிக்கலுக்கு உட்படுத்தாமல் இருப்பதற்குப் புனைபெயர் கொண்டு எழுது வார்கள். இது அவர்களின் நற்பெயருக்குக் களங்கம் ஏற்படக் கூடாது என்பதற்காக இவ்வாறு எழுதப்படுகிறது. மேலைத்தேய மானிடவியலில் நீண்ட காலமாகப் பின்பற்றப்படும் ஒரு முறையாக இது இருந்து வருகிறது.

நாவலாசிரியர்களும் இத்தகைய அணுகுமுறையைப் பின்பற்றுவதைக் காணமுடிகிறது. ஜோ.டி. குரூஸ் தாம் பிறந்த ஊராகிய உவரியை மையப்படுத்தியே ஆழிசூழ் உலகினைப் படைத்தார். இவருக்கு முன்னர் அதே ஊரைக் களமாகக் கொண்டு வலம்புரி ஜான் ஒரு ஊரின் கதை என்ற தலைப்பில் தன்வரலாற்று நாவல் எழுதினார். அந்நாவல் மூலம் அவருக்குச் சில சிக்கல்கள் நேர்ந்ததால், ஜோ.டி. குரூஸ் உவரியை ஆமந்துறை என்று பெயர் மாற்றம் செய்துள்ளார். இதுபோன்றே கூடுதாழை, கூத்தங்குழி போன்ற ஊர்களும் பெயர் மாற்றம் பெற்றுள்ளன.

இனவரைவியலின் எதார்த்தம்

மானிடவியல், மொழியியல் சார்ந்த ஆய்வுகளில் இரண்டு நிலை உண்டு. ஒன்று, சமகால ஆய்வு (synchronic study). இரண்டு, கடந்த காலங்களை உள்ளடக்கிய காலப்பார்வை சார்ந்த ஆய்வு (diachronic study). இனவரைவியல் பனுவல் என்பது சமகாலக் களப்பணி சார்ந்து எழுதப்படுவதாக (synchronic study) இருக்க வேண்டும் என்பது ஒரு பொதுப் புரிதலாகும். இராமாயணம், மகாபாரதம், சிலப்பதிகாரம் உள்ளிட்ட காப்பியங்கள் யாவும் அவை எழுதப்பட்ட / பேசப்பட்ட காலத்தில் 'சமகாலத்தியப் பனுவல்' களாகவே அமைந்தன. அவற்றை இன்றைய சூழலில் வாசிக்கும் போது அவை வரலாற்று இனவரைவியலாக (historical ethnography) அமைகின்றன.

இந்த நூலின் ஆசிரியர் 1990களில் எழுதிய சோழமண்டல மீனவர் பற்றிய இனவரைவியல் அது எழுதப்பட்ட காலத்தில் ஓர் இனவரைவியலாகும். அது எழுதப்பட்டு இப்போது 20 ஆண்டுகள் ஆகின்றன. இன்னும் சில பத்து ஆண்டுகள் கழிந்த பின்பும் அது ஓர் இனவரைவியல் எனும் தகுதிப்பாட்டையே கொண்டிருக்கும். இவ்வாறாகவே பண்டைய தமிழ் இலக்கியங்களை நாம்

அணுகும்போது அவற்றை வரலாற்று இனவரைவியல் பனுவல் களாகவே கருத வேண்டும்.

இதுபற்றி இந்திய மானிடவியல் அறிஞர் கே. எஸ். சிங் எழுதியுள்ள *வரலாற்று இனவரைவியலை ஆராய்தல் (Diversity, Identity and Linkages: Explorations in Historical Ethnography, 2011)* எனும் நூல் மிக முக்கியமானதாகும். இத்தகைய அணுகுமுறையில் நோக்கும்போது வரலாறு சார்ந்த வட்டார நாவல் யாவும் இனவரைவியல் தகுதி பெறுகின்றன. சு. வெங்கடேசனின் *காவல் கோட்டம்* கி.பி. 1310லிருந்து கதையைத் தொடங்கிவிடுகிறது. வரலாறு சார்ந்த இனவரைவியல் நாவலுக்குக் *காவல் கோட்டம்* ஒரு சிறந்த சான்றாக அமைகிறது. சு. வெங்கடேசன் இப்போது ஆனந்த விகடனில் தொடராக எழுதிவரும் *வேள்பாரி* யும் வரலாற்று இனவரைவியல் பண்புகள் கொண்ட ஒரு மிகச் சிறந்த படைப்பாகும்.

இனவரைவியல் பொருண்மைகள் நிறைந்த பண்பாட்டுப் பனுவல்களாகவே வட்டார நாவல்கள் காணப்படுகின்றன. எந்தவோர் இனக்குழுவைப் பற்றியும் வரைவதே இனவரைவியல் எனும் வரையறையை முன்வைத்துப் பார்க்கும்போது வட்டார நாவல்கள் இனவரைவியல் தகுதி பெறுகின்றன. 'ஓர் எழுத்துப் பனுவல் தகவலாளி'யாக அமையுமானால் (text as informant) அதனை இனவரைவியல் பனுவலாகக் கொள்ளலாம். ஒவ்வொரு வட்டார நாவலும் தகவலாளிகள் போல் நமக்குத் தகவல்களை விவரித்துச் சொல்கிறது. நாவல் ஒரு சமூகமாக அமைகிறது.

வட்டார நாவல்களில் எண்ணற்ற கதைமாந்தர்களின் கூற்றுகள் கதைப் பின்னலின் ஊடாக விரிந்து செல்கின்றன. கதைமாந்தர்கள் யாவும் தகவலாளிகளே. இந்தத் தகவலாளிகளைக் கொண்டே நாவலாசிரியர் சமூக மெய்ம்மைகளைக் கட்டமைக்கிறார். அந்தந்த வட்டாரத்தின் சமூக, பண்பாட்டு வாழ்வு முறையை விவரிக்கிறார்.

மொழியியல் ஆய்வில் 7 தகவலாளிகளைக் கொண்டே ஒரு மொழியை ஆராய முடியும். ஆனால் இனவரைவியல் ஆய்வில் ஒவ்வொரு தகவலையும் குறைந்த அளவு மூன்று தகவலாளிகளிடம் சோதித்து உறுதி செய்ய வேண்டும். அதனால் ஆய்வை முடிக்கும் தருணத்தில் கணக்கெடுத்துப் பார்த்தால் ஏறக்குறைய களத்தில்

உள்ள அனைவரிடமும் தரவுகள் பெற்ற நிலை ஏற்பட்டிருக்கும். வட்டார நாவல்கள் மொழியியல் ஆய்வுக்கும் இனவரைவியல் ஆய்வுக்கும் இடைப்பட்டதாகக் காணப்படுகின்றன. எல்லா மக்களும் படைப்பில் பேசுவதில்லை. அதே நேரத்தில் 7 மாந்தர்கள் மட்டுமே பேசுவதுமில்லை. இந்நிலையில் நாவல் எனும் பனுவல் தகவலாளியாகச் செயல்படுகிறது. அதில் எண்ணற்ற கதைமாந்தர்கள் தங்கள் கூற்றுகளின் வழி தகவலாளிகளாகக் காட்சியளிக்கின்றனர்.

இனவரைவியல் முன்னெடுப்புகள்

இனவரைவியலர்கள் பொதுவாக ஒரு சிறிய பரப்புக்குரிய சமூகத்தாரை ஆராய்வதையே பெரிதும் விரும்புவார்கள். நுண்ணாய்வே (micro study) அவர்களின் விருப்பமாகும். அதனால் ஒரு கிராமத்தை மட்டும் தேர்ந்தெடுத்துக்கொண்டு அங்கு 3-5 ஆண்டுகள் களப்பணி செய்து இனவரைவியலை உருவாக்குவார்கள். இவர்களுக்குக் களப்பணியும் உற்று நோக்குதலும் முதன்மையான உத்திமுறைகளாகும். ஆனால் சமூகவியலர்கள் பரந்த வட்டாரத்தை ஆய்வுக்கு உட்படுத்துவர். மதிப்பாய்வு (survey), வினாநிரல் பயன்படுத்துதல், மாதிரி தகவலாளிகளைத் தேர்ந்தெடுத்தல் போன்றவை அவர்களுடைய உத்தி முறைகளாகும். இவை இனவரைவியல் ஆய்வுமுறை யிலிருந்து மாறுபட்டவையாகும். சமூகவியலுக்கும் இனவரை வியலுக்கும் அடிப்படை வேறுபாடே இதுதான்.

ஆனால் வட்டார நாவலாசிரியர்கள் ஒரு கிராமத்தை மையப் படுத்தி நுண்ணாய்வுக்குரிய பனுவலாக நாவல்களைப் படைப்ப தில்லை. சில நாவல்கள் *(கோபல்ல கிராமம்)* தனித்த கிராமங்களை மட்டும் மையப்படுத்தி எழுதப்பட்டதுபோல் தோற்றமளித்தாலும் வட்டார நாவல்களின் களம் பல கிராமங்களை உள்ளடக்கிய ஒரு விரிந்த பகுதியாக உள்ளது.

நகரத்தாரைப் பற்றி இன்பா சுப்ரமணியன் எழுதியுள்ள *வையாசி 19* (2016) நாவல் காரைக்குடி அருகில் உள்ள கோட்டையூர் கிராமத்தை மையமிட்டதாக உள்ளது. அன்வர் பாலசிங்கத்தின் கருப்பாயி என்கிற நூர்ஜகான் நாவல் 1981இல் மீனாட்சிபுரத்தில் தேவேந்திரகுல வேளாளர் சமூகத்தைச்சேர்ந்த 1500 பேர் (207 குடும்பங்கள்) இஸ்லாமிய மதத்தைத் தழுவியதைப் பற்றியது.

ஜோ. டி. குரூஸின் *ஆழிசூழ் உலகு* நெல்லை மாவட்டத்தில் உள்ள உவரி எனும் அவரது சொந்த ஊரை மையப்படுத்தியது. இந்த நாவல்கள் தனிப்பட்ட கிராமங்களை மையப்படுத்த முனைந்தாலும் கதைப் பின்னலின்போது அவை அந்தந்தக் கிராமங்களை விட்டு வெளியே நகர்வதைக் காணமுடிகிறது. இவ்வாறான இன்னும் பல நாவல்களையும் இனங்காண முடிகிறது.

இனி, கிராமம் பற்றி இனவரைவியல் புரிதலைக் காண்போம். கடந்த காலத்தில் இனவரைவியலர்கள் கிராமங்களைக் 'குட்டிக் குடியரசுகள்' (little republics) என வர்ணித்தார்கள். ஒவ்வொரு கிராமமும் அதனளவில் தனித்துச் செயல்படும் வல்லமை பெற்றது என்று கருதினார்கள். ஆனால் இந்தியச் சூழலில் இன வரைவியலின் வளர்ச்சிக்குப் பிறகு கிராமங்களின் அசை வியக்கத்தை இன்னொரு பரிமாணத்தில் விரிவாகப் புரிந்துகொள்ள முடிந்தது.

ஒரு கிராமம் அல்லது ஒரு சிறு வட்டாரம் எனக்கூடிய நிலையில் ஒரு விரிவுபட்ட அசைவியக்கம் கிராமத்திற்கு வெளியேயும் செல்கிறது. கிராமம் தொடங்கி நகரம் வரையிலான ஒரு தொடர்ச்சி (folk-urban continuum) காணப்படுகிறது. அவ்வாறே பழங்குடியினர் சமவெளியில் வாழும் மைய நீரோட்ட மக்களோடு ஒரு தொடர்ச்சியைக் (tribe-peasant continuum) கொண்டுள்ளனர். இவ்வாறு கால ஓட்டத்தினூடே நிலம் சார்ந்தும் குடிசார்ந்தும் சமூக அசைவியக்கமானது நிகழ்ந்து கொண்டிருக்கிறது. இத்தகைய அசைவியக்கத்தில் ஒவ்வொரு திணையிலும் மக்கள் நிலம் சார்ந்து ஏற்படுத்திக் கொள்ளும் வாழ்வியல் உறவு மிக முக்கிய மானதாகும். இதில் வாழ்விடமே முதன்மையான கூறாக அமைகிறது.

மேற்கூறிய நாட்டுப்புற - நகரத் தொடர்ச்சியின் இடைவிடாத அசைவியக்கத்தின் காரணமாக இன்னுமொரு பண்பு இயக்கம் பெறுகிறது. இந்த இயக்கத்தின் ஊடாகக் 'கிராமங்களில் நகரியம்' (rural- urbanism) எனும் பண்பும், 'நகரங்களில் கிராமியம்' (urban - ruralism) எனும் பண்பும் ஒன்றுக்கொன்று சார்ந்து உயிர்ப்பு பெறுகின்றன. இன்றைய வட்டார நாவல்கள் பலவும் இந்தப் பண்புகளை இலைமறை காயாக மிகச் சிறப்பாகப் பதிவு செய்துள்ளன. இனவரைவியல் சார்ந்த திறனாய்வு மூலம் இதனை மேலும் கவனப்படுத்த முடியும்.

பொன்னீலன் எழுதிய *தேடல்* **(1985)** எனும் நாவல் குமரி மாவட்டக் கிராமங்களில் நகரியம் எவ்வாறு இயக்கம் பெறுகிறது என்பதை விளக்குகிறது. விசைப்படகுகள் அறிமுகத்தின் மூலம் புதிய பணக்காரர்கள் உருவாகுவதையும், நகரியம், நவீனமயம் ஆகியவற்றின் தாக்கங்களையும் மிக்கேல் பாத்திரம் புலப்படுத்துகிறது. ந. முருகேசபாண்டியனின் *கிராமத்துத் தெருக்களின் வழியே* **(2009)** எனும் படைப்பும் கிராமங்கள் அனுபவித்துவரும் நவீனத்துவக் கூறுகளைப் பேசுகிறது.

கடந்தகால நாவல்களில் தமிழகக் கிராமங்களில் காணப்படும் 'கிராமங்களில் நகரியம்' எனும் கருத்தினத்தை மிகவும் இயல்பாக போகிற போக்கில் படைப்பாளிகள் வர்ணனை செய்துள்ளனர். ஆனால் இன்றைய இளம் படைப்பாளர்கள் இத்தகைய சமூக அசைவியக்கங்களை மனதில் இருத்திக்கொண்டு தங்கள் படைப்புகளில் இத்தகைய கூறுகளையும் அசைவியக்கங்களையும் மேலும் நுட்பமாகவும் விரிவாகவும் பதிவு செய்யலாம்.

கிராமங்கள் பற்றிய இனவரைவியல்

தமிழில் வெளிவந்துள்ள எண்ணற்ற வட்டார நாவல்கள் அனைத்தும் கிராமங்களை மையமிட்டவை. கிராமியமே இந்தியப் பண்பாட்டின் நிலைக்களனாக இருந்து வந்திருக்கிறது. இத்தகைய நிலையில் வட்டர நாவல்கள் பற்றிய திறனாய்வில் கிராமங்கள் பற்றிய இனவரைவியல் புரிதல் தேவையாகிறது.

தொடக்க கால ஆங்கிலேயர்கள் இந்தியக் கிராமங்களைக் 'குட்டிக் குடியாட்சிகள்' (little republics) என்றே வர்ணித்ததை ஏற்கனவே கண்டோம். குறிப்பாக இந்தியக் கிராமங்களைக் குறித்து **1810**களில் சர் தாமஸ் மன்ரோ கிழக்கிந்தியக் கம்பெனிக் காக எழுதிய அறிக்கைகளில் கிராமங்கள் தனித்த தன்னாட்சி அமைப்புகள் என்றும், வெளி உலக ஆதரவும் உறவும் இல்லாமல் தனித்து இயங்கக் கூடியவையாக உள்ளன என்றும் குறிப்பிட்டார். இவரது அறிக்கைகளை அடியொற்றி சர் சார்லஸ் மெட்கால்ஃப் எழுதிய விவரங்களிலும் மன்ரோவின் குட்டிக் குடியாட்சிகள் கருத்தை ஏற்றுக்கொண்டு அவ்வாறே பின்வருமாறு விவரித்து உள்ளார்:

> கிராமச் சமூகங்கள் 'குட்டிக் குடியரசுகள்' ஆகும். அவற்றிற்குத் தேவையான அனைத்தையும் தங்களுக்குள் பெற்றிருந்தன.

இங்கு அயலார் தலையீடு பெரும்பாலும் இல்லை. இவை பிற நிறுவனங்கள் வீழ்ச்சியுற்ற போதும் நிலைபெற்று நின்றுள்ளன. அரசகுல மரபுகள் பல வீழ்ச்சியுறுகின்றன; புரட்சிக்குப் பின்னர்ப் புரட்சி தோன்றுகிறது. ஆயினும் கிராமச் சமூகம் மட்டும் அதுவாகவே நிலைபெற்றுள்ளது (கராஷிமா 1995: 65 நூலிலிருந்து எடுத்தாளப்பட்டுள்ளது).

ஆங்கிலேய ஆட்சியாளர்களையடுத்து 1920களில் சாதிகளையும் பழங்குடிகளையும் பற்றிய விவரத் தொகுப்புகளை எழுதிய தொடக்ககால மானிடவியலர்கள் இந்தியக் கிராமங்கள் தற்சார்புடையவை, தன்னிறைவு பெற்றவை என்ற கருத்தை மிக விரிவாக முன்வைத்தனர். 1950கள் வாக்கில் கிராமங்களை ஆய்வுக் களங்களாகக் கொண்டு ஆராய்ந்தவர்கள் கிராமங்களில் சாதிகள் பலவும் ஒன்றுக்கொன்று குடிஊழிய முறையில் (jajmani system) தொழிற்பட்டு வாழிடம், சமூகம், உற்பத்தி, பகிர்வு, நுகர்வு, சமயம், பஞ்சாயத்து, நீதி, நிர்வாகம் போன்ற எல்லா வகையிலும் தற்சார்புடையனவாக, மிகவும் தன்னிறைவு பெற்றவையாக விளங்குகின்றன என்று முன்னிலைப்படுத்தினர்.

கிராமங்கள் தன்னிறைவு பெற்றவை என்னும் கருத்து 1960களுக்குப் பின்னும் பெரிதும் விவாதிக்கப்பட்டது. சில வரலாற்றாசிரியர்களும் மார்க்சியவாதிகளும்கூட தன்னிறைவு பெற்ற கிராமங்கள் பற்றி எழுதினர். மே.து. ராசுகுமார் *தன்னிறைவு பெற்ற கிராமங்களின் தோற்றம்* (1979) என்னும் தலைப்பிலேயே எழுதுமளவிற்கு இக்கருத்தாக்கம் வலுப் பெற்றிருந்தது. எனினும் இக்கருத்துப் போகப்போக மாறத் தொடங்கியது. உண்மையான களப்பணி மூலம் மேற்கொள்ளப் பட்ட மானிடவியல் ஆய்வுகள் கிராமங்களுக்கிடையிலும், சிறு சிறு வட்டாரங்களுக்கிடையிலும் நிகழும் உறவையும் பரிவர்த்தனை முறைகளையும் ஆய்வுக்குட்படுத்திய நிலையில் கிராமங்களின் தற்சார்புப்போக்கு நூற்றுக்கு நூறு முழுமை பெற்றதல்ல என்பதை முன்வைத்தன.

கிராமத்தார் ஒவ்வொரு வேளையும் உண்ணும் உணவிற்குப் பயன்படுத்தும் அடிப்படையான உப்பு எல்லாக் கிராமங்களிலும் உற்பத்தி செய்யப்படுவதில்லை. மளிகைப் பொருள்களுள் பெரும்பான்மை வெளியிலிருந்தே பெறப்படுகின்றன. இது போன்று கிராமிய உணவுமுறையில் வெல்லம் அடிப்படையாக

அமைந்தாலும் கரும்பு பயிரிடுதலும், வெல்லம் காய்ச்சுதலும் அனைத்துக் கிராமங்களிலும் காணப்படுவதில்லை. காலை எழுந்தது முதல் இரவு உறங்கும் வரை கிராமத்தார் மிக விரும்பிப் பயன்படுத்தும் வெற்றிலை, பாக்கு, சுண்ணாம்பு, புகையிலை போன்றவையும் பெரும்பாலும் வெளியிலிருந்தே பெறப்படுகின்றன.

இரும்பை உருக்கிக் கருவிகள் செய்யும் கம்மாளர் தொழில் ஒவ்வொரு கிராமத்திலும் இருந்தாலும் கலப்பை உள்ளிட்ட வேளாண் கருவிகளுக்குப் பயன்படும் இரும்பு வெளியிலிருந்தே பெறப்படுகிறது. அணிகலன்களுக்குத் தேவையான தங்கம், வெள்ளிகூட நகரங்களிலிருந்து பெறப்படுகின்றன. கிராமியப் பொருளாதாரத்திற்கு முதுகெலும்பாக இருக்கும் வாரச் சந்தைகளும், மாதச் சந்தைகளும் எல்லாக் கிராமங்களிலும் கூடுவதில்லை. அந்தந்த வட்டாரத்தின் தேவைக்கேற்ப சில இடங்களில் மட்டுமே கூடுகின்றன. ஆகவே கிராமங்கள் அதனளவில் தற்சார்புப் பெற்றவை என்று கூற முடியாது.

தமிழகக் கிராமங்களில் ஒருசாதிக் கிராமங்கள், பல சாதிக் கிராமங்கள் உள்ளன. இவ்விரண்டு வகையான கிராமங்களிலும் சமூக அசைவியக்கம் வெகுவாக மாறுபடுகிறது. நாவல் படைப்பாளிகளும் திறனாய்வாளர்களும் இத்தகைய கூறுகளைக் கவனப் படுத்துவது துல்லியமான, நுட்பமான புரிதல்களை அடைய வழிவகுக்கும்.

வட்டார நாகரிகம்

அடுத்து வட்டார நாவல்களில் காண வேண்டியது பண்பாடு, நாகரிகம் பற்றிய கருத்தினங்களாகும். மக்கள் வாழ்வியலில் பண்பாடு (culture), நாகரிகம் (civilization) எனும் இரண்டு தளங்கள் ஊடாடுகின்றன. இவை நாணயத்தின் இரண்டு பக்கங்கள் போன்று ஒன்றுக்கொன்று பிரதிபலிக்கக் காணலாம்.

ஒரு வட்டாரத்தின் பண்பாடானது அதற்கான செவ்வியல் கூறுகளை வளர்த்தெடுக்கும் போது அது நாகரிக நிலையை அடைகின்றது. பண்பாட்டின் வளர்ச்சியடைந்த நிலையே நாகரிகம் ஆகும். ஒரு சமூகம் ஒலியன் நெடுங்கணக்கைக் (phonetic alphabet) கொண்டிருந்தால் அது நாகரிகம் அடைந்துவிட்டதாக ஓர் அளவுகோல் உள்ளது. தமிழ்ச் சமூகம் ஒரு பழைமைச் சமூகம் ஆகும். அது நீண்ட நெடிய அறுபடாத ஒரு தொடர்சியைக்

கொண்டுள்ளதால் கிராமம் எனும் அளவிலேயே நாகரிகத்தை வளர்த்துக் கொண்டுள்ளது. உலகில் பல பகுதிகளில் நாகரிகம் என்பது நகரத்தின் வாழ்தளத்தோடு தொடர்புடையது. என்றாலும் இந்தியத் துணைக் கண்டத்தில் கிராமங்களிலேயே நாகரிகத்தைக் காணவியலும். தமிழ்ச் சூழலில் பண்டைய நாட்களிலேயே கிராமங்களிலும் நகரங்களிலும் நாகரிக உருவாக்கத்தைக் காண்கிறோம். பட்டினப்பாலையில் நகர நாகரிகத்தையும், பல மூதூர்களில் (கிராமப் பகுதியில்) நாகரிக உருவாக்கத்தையும் அறிகிறோம். இன்றைய தமிழகத்திலும் அத்தகைய தொடர்ச்சியைக் காண முடிகிறது. இங்கு கிராமங்களிலேயே நாகரிகம் வளர்ந்து நிற்கிறது.

நாகரிகத்தின் அமைப்பியல்புகள் குறித்து மேலும் நுட்பமாக ஆராய வேண்டும். 'மரபுகளின் சமூக அமைப்பொழுங்குகள்' (The Social Organization of Tradition) என்பது பற்றிய ஒரு கோட்பாட்டை முன்வைத்து இதனை ஆராயலாம். இதில் பண்பாட்டு மரபுகளின் கூறுகள் எவ்வாறு ஓர் அமைப்பிற்குள் ஒன்றிணைக்கப்பட்டு அவை ஓர் அமைப்பு ஒழுங்காக உருவாக்கப் பட்டிருக்கின்றன என்பதையும், பண்பாட்டின் மரபார்ந்த வடிவங்கள் எவ்வாறு அடுத்தடுத்த கட்டங்களுக்குக் கொண்டு செல்லப்படுகின்றன என்பதையும் கவனத்தில் கொள்ள வேண்டும்.

இதன் மூலம் நாகரிகத்தின் ஆக்கத்தையும் உள்ளடக்கத்தையும் பற்றிய புரிதலை அடையலாம். எந்த ஒரு வட்டாரத்திலும் பின்வரும் இரண்டு நிலைகள் காணப்படும்.

1. முதன்மை நாகரிகம், துணைமை நாகரிகம் (primary civilization and secondary civilization)
2. தனிமரபு, கூட்டுமரபு (little tradition and great tradition)

இந்த நான்கு கூறுகளுக்கும் இடையில் காணப்படும் ஊடாட்டமே அந்தந்த வட்டாரத்தின் பண்பாடு/ நாகரிகம் சார்ந்த உருவாக்கமாக அமைகிறது. வட்டார நாவலாசிரியர்கள் இத்தகைய கருத்தினங் களை வெளிப்படையாகக் கருதவில்லையானாலும் இன வரைவியல் திறனாய்வில் இவற்றை வெகுவாக விவாதிக்க இயலும். படைப்பாளிகளின் இலக்கு வாழ்வைக் காவியப் படுத்துதல் என்று அமையும் போது அதற்குள் அடங்கியுள்ள மானிடவியல் சார்ந்த உள்ளொளிகள் நம் கவனத்தை ஈர்க்கின்றன.

வட்டார நாவல்கள் முதன்மை நாகரிகத்தின் பகுதிகளாக (parts) அமையும் துணைமை நாகரிகங்களைப் பெரிதும் படம் பிடித்துக்காட்டுகின்றன. நாஞ்சில் நாடனின் *நாஞ்சில்நாட்டு வேளாளர் வாழ்க்கை* நாவலானது அம்மக்களின் வாழ்வைச் சித்திரிக்கிறது. அந்தச் சமூகத்தின் மொழியையும் வட்டாரத்தின் வழக்குகளையும் ஆவணப்படுத்துகிறது. இது முதன்மை நாகரிகத்தின் ஒரு பகுதி மட்டுமே. துணைமை நாகரிகங்கள் அனைத்தும் ஒன்றிணைக்கப்படும் போதே முதன்மை நாகரிகம் பற்றி அறிய முடியும்.

மரபான இனவரைவியலர்கள் மீள் ஆய்வுகளைச் (re-studies) செய்வார்கள். தாங்கள் ஆய்வு செய்த பகுதிக்குப் 10-15 ஆண்டு களுக்குப் பிறகு மீண்டும் சென்று அங்கு ஏற்பட்டிருக்கும் மாற்றங்களைக் கண்டறிவார்கள். இத்தகைய 'மீள் அறிதல்' முறையை வட்டார நாவலாசிரியர்கள் செய்ததாகத் தெரியவில்லை.

பின்நவீனத்துவ இனவரைவியல்

இனவரைவியலர்கள் தாம் ஆராய்ந்த பண்பாட்டின் விவரங்கள் அனைத்தையும் எழுதிவிட்டதாகவே கூறிவந்த பழைய கூற்றின்படி இனவரைவியல் என்பது பண்பாட்டு மொழிபெயர்ப்பு (cultural translation) என்பதாகவே பொருள் கொள்ளப்பட்டது. எனவே மரபு ரீதியில் பார்க்கும்போது ஓர் இனவரைவியலானது அது சார்ந்த பண்பாட்டை முழுமையாக (holistic) விளக்குகிறது என்ற கருத்தே இதுகாறும் கூறப்பட்டு வந்துள்ளது.

ஆனால் மானிடவியலின் நீண்ட பயணத்திற்குப் பின்னர் இப்போது மரபான இனவரைவியல் குறித்து முனைப்பான மாற்றுக் கருத்துகள் பலவும் முன்வைக்கப்படுகின்றன. இன்றைய திறனாய்வாளர்கள் மரபான இனவரைவியலில் ஆய்வாளரின் தன்னிலையும் (subjectivism), தன்னுணர்வுகளும் பிரதிபலிக்கின்றன என்றும், இவை வழியேதான் அப்பண்பாடு மற்றவர்களுக்கு எழுத்து வடிவில் எடுத்துரைக்கப்படுகின்றது என்றும் விமர்சனம் செய்கின்றனர்.

பண்பாட்டின் மெய்ம்மைகள் (facts) யாவும் களப்பணியில் ஆய்வாளரின் புற, அக உணர்வுகளுடன் உணரப்பட்டு எடுத்துரைக் கப்படுகின்றன என்கின்றனர். ஆதலின், பண்பாட்டைப் புரிந்து

கொள்வதிலும் விவரிப்பதிலும் ஆய்வாளரின் தன்னையறியா தன்னிலை உணர்வு இதில் வெளிப்படுகின்றது. இவ்விவரிப்பில் அவரது பிரதிபலிப்புகள் காணப்படும் என்பதால் இத்தகைய இனவரைவியல் 'பிரதிபலிப்பு இனவரைவியல்' (reflexive ethnography) என அடையாளப்படுத்தப்பட வேண்டும் என்கின்றனர்.

இவ்வாறாக ஆய்வாளர்களின் உணர்வுகள் பிரதிபலிக்கும் இனவரைவியல் குறித்து 1980களில் பின்னை நவீனத்துவ மானிடவியலர்கள், குறிப்பாக ஜேம்ஸ் கிளிஃபோர்டு, மார்க்ஸ், ஸ்டீபன் டைலர் போன்றோர் விவாதித்தனர். களப்பணி செய்வதற்கும், அதனையடுத்துத் தரவுகளைக் கொண்டு பண்பாட்டை எழுதும் முறைக்கும் உள்ள நுட்பங்களை அவர்கள் நுண்ணிலையில் திறனாய்வு செய்தனர். மானிடவியலர்கள் எப்போது தாங்கள் பயன்படுத்தும் களப்பணி முறையியலைத் திறனாய்ந்து பார்க்கிறார்களோ அப்போதுதான் மிகச் சரியான இனவரைவியலை எழுத முடியுமென்று பின்னை நவீனத்துவ வாதிகள் பேசத் தொடங்கினர்.

மரபான இனவரைவியலில் ஆய்வாளரின் எழுத்தே பிரதானமாக அமைகிறது. அவரது கூற்றைத் தவிர, அல்லது அவரது பொருள் கோடலைத் தவிர வேறு கூற்றையோ அர்த்தப்படுத்தலையோ அறிய முடிவதில்லை. இம்முறையைப் பின்னைவாதிகள் கடுமையாக ஆட்சேபிக்கின்றனர். ஆசிரியர் கூற்று மட்டுமே உள்ள ஓர் இனவரைவியல் பிரதி உண்மையைக் கூறிவிட முடியாது என்கின்றனர். ஆய்வாளரின் தன்னிலை பிரதிபலிப்புகளைக் காட்டிலும் ஆய்வுக்குரிய மக்களின் அனைத்து வகை பிரதிபலிப்பு களும் இனவரைவியல் பிரதியில் இடம்பெற வேண்டும். அதுவே முழுமையை நோக்கிய ஒரு பிரதியாக வடிவம் பெறுமென்றனர் (Marcus & Fischer 1986; Clifford & Marcus 1986).

வளர்ந்து வந்த காலம்

1970 முதல் 1986 வரையிலான இனவரைவியல் காலகட்டம் 'வளர்ந்து வந்த காலம்' ஆகும். பண்பியல் வகையிலான ஆய்வைச் (qualitative research) செய்தவர்கள் எண்ணற்ற வகைகளில், போக்கில், அணுகுமுறைகளில் ஆய்வுகளை மேற்கொண்டனர்.

கோட்பாட்டியல் பின்புலங்களைப் பொறுத்தவரை குறியீட்டு இடைவினைபுரிதல் (symbolic interactionism) தொடங்கி

நேர்க்காட்சிவாதம், பின்னை நேர்க்காட்சிவாதம் (post-positivism), இயல்நிகழ்வுவாதம் (phenomenology), இனமுறையியல் (ethno methodology), திறனாய்வு மார்க்சியம் (critical Marxism), குறியியல், பொருள் கோடல்முறை (hermeneutics), உளப்பகுப்பாய்வு, அமைப்பியம், பெண்ணியம் முதலான இன்னும் சில முறைகளில் ஆய்வுகள் மேற்கொள்ளப்பட்டன.

கீர்ட்ஸ் இவற்றையெல்லாம் கடந்து பனுவல் உருவக (textual metaphor) ஆய்வு முறை வழி ஒரு புதிய ஆய்வுப் போக்கை உருவாக்கினார். இவரது *பண்பாடு பற்றிய பொருள்கோடல்* (*The Interpretations of Cultures*, 1973), *வட்டார அறிவு* (*Local Knowledge: Further Essays in Interpretive Anthropology*, 1983) ஆகிய இரண்டு நூல்களும் இப்புதிய அணுகுமுறைக்கான மிகச் சிறந்த முன்மாதிரிகளாகும். மேலும், இவரது மூன்று முக்கிய கட்டுரைகளும் முக்கியமானவை.

பழைய அணுகுமுறைகளாக விளங்கி வரும் செயற்பாட்டியம், நேர்க்காட்சிவாதம், நடத்தைமுறை அணுகுமுறை, முழுமையைத் தேடும் அணுகுமுறை ஆகியவை யாவும் பன்மைத் தன்மையையும், மேலும் பொருள்கோடல் (interpretive) செய்ய வேண்டியதையும், முடிவாக எதனையும் கூற இயலாததையும் உணர்த்துகின்றன எனக் கீர்ட்ஸ் சுட்டிக் காட்டினார். அதனால் கீர்ட்ஸ் தம் மானிடவியல் ஆய்வுகளில் 'பொருள்கோடல் செய்ததைப் பொருள் கோடல் செய்தல்' (interpretations of interpretations) எழுத்துக்களாக இருக்க வேண்டும் என வலியுறுத்துகிறார்.

களப்பணியில் உற்றுநோக்கித் தரவுகள் சேகரிக்கும்போதே பொருள்கோடல் செய்ய வேண்டிய அவசியம் இல்லை. மேலும், ஆய்வாளரின் பொருள்கோடல் மக்களின் பொருள்கோடலோடு ஒத்துப்போகிறதா என்பதையும் கவனத்தில் கொள்ள வேண்டும். மேலும், கோட்பாட்டாக்கம் செய்யும் போது அதன்முக்கிய இலக்கானது வட்டாரச் சூழல்களை (local situations) மையப்படுத்த வேண்டும் என்றும் கீர்ட்ஸ் வலியுறுத்துவார்.

இனவரைவயியலில் கிளிஃபோர்டு கீர்ட்ஸ் முன்மொழிந்த இன்னுமோர் அணுகுமுறை 'அடர் வரைவியல்' (thick description) ஆகும். அதுவரை இனவரைவியலர்கள் பின்பற்றிவந்த வண்ணனை முறையிலிருந்து (descriptive method) மாறி பொருள்கோடலை

இனவரைவியல் பிரதி முன்னெடுக்க வேண்டுமென்றார். பொருள் கோடல் சார்ந்த பிரதியாக்கமே அடர் வரைவியலாக அமையும் என்றார். பொருள்கோடலில் ஒவ்வொரு ஆய்வாளருக்கும் ஒரு தனியான கருத்துநிலை நிச்சயம் பிரதிபலிக்கக்கூடும் என்றும் அவர் முன்வைத்தார்.

வட்டார நாவல்களில் *'சமூக மாற்றம்'* எனும் ஒரு கருத்தினத்தை எல்லா நாவலாசிரியர்களும் முன்வைக்கின்றனர். சமூகத்தின் இப்போதைய முறையில் ஒருவகையான முரண்பாடும் சீர்கெட்ட நிலையும் இருப்பதாகவும், அவற்றை மாற்றியமைப்பதற்கான முன்னெடுப்புகளை நாவல் பேசுவதாக நாவலாசிரியர்கள் தங்கள் நாவல்களைப் படைக்கின்றனர்.

சிவகாமியின் *பழையன கழிதலும்* தொடங்கி, இமயத்தின் *கோவேறு கழுதைகள்*, பூமணியின் *நைவேத்தியம்*, *அஞ்ஞாடி*, அறிவழகனின் *கழிசடை* ஊடாக இரா. முருகவேளின் *முகிலினி*, *மிளிர்கல்* வரை ஒவ்வொரு நாவலும் கதைக்கருவாக எடுத்துக் கொண்ட சமூகத்தின் சிக்கல்களைப் படம்பிடித்து அவற்றிற்குத் தீர்வு சொல்வது போன்ற ஒரு முடிவை முன்வைக்கின்றன.

இவ்வகையான அர்த்தப்படுத்தல்களே நாவலின் வெற்றியாக அமைகிறது. இத்தகைய பனுவல்களில் அமையும் எழுத்து முறையைக் கீர்ட்ஸ் 'அடர்வரைவியல்' என்கிறார். எல்லா நாவல்களுமே அடர் விவரிப்பை முன்னெடுக்கின்றன. கோட்பாடு சார்ந்த வண்ணனையும் பொருள்கோடல்களும் நாவல்களில் இடம்பெறுவதில்லை.

இனவரைவியலின் புதிய காலகட்டம்

மேற்கூறிய அணுகுமுறைகளுக்குப் பின்னர் இனவரைவியலைப் புதிய நோக்கில் அணுக வேண்டுமென்று 1980களில் ஓர் இயக்கம் உருவானது. இது *'நான்காம் காலம்'* (fourth movement) எனப்படும். இக்காலகட்டத்தில் இனவரைவியலில் எவற்றையெல்லாம் பிரதிநிதிப்படுத்துவது என்னும் நெருக்கடியைப் (crisis of representation) பற்றிப் பலர் விவாதித்தனர். மார்க்ஸ்-பிஷர் எழுதிய *பண்பாட்டுத் திறனாய்வாக மானிடவியல் (Anthropology as Cultural Critique, 1986)*, டர்னர்-புரூனர் எழுதிய *மானிடவியலின் அனுபவம் (The Anthropology of Experience, 1986)*, கிளிஃபோர்டு மார்க்கஸ் எழுதிய *பண்பாட்டை எழுதுதல் (Writing Culture, 1986)*,

கீர்ட்ஸ் எழுதிய சொற்களும் வாழ்வும் *(Words and Lives, 1988)*, கிளிஃபோர்டு எழுதிய பண்பாட்டின் இடர்ப்பாடானநிலை *(The Predicament of Culture, 1988)* போன்ற நூல்களைக் குறிப்பிடலாம்.

இவற்றையெல்லாம் உள்வாங்கி இனவரைவியலில் மேற்கொள்ள வேண்டிய புதிய மாதிரிகளையும் (models), முறைகளையும் (methods) பண்பாடும் உண்மையும் *(Culture and Truth, 1989)* என்னும் நூலில் ரொசால்டோ விவாதிக்கிறார்.

இப்பணி முடியும்போது ஒலிப்பனுவல் எழுத்துப் பனுவலாகிறது. இது முதல் கட்டமாகும். அத்தரவுகளைக் கொண்டு முதற்கட்டப் பகுப்பாய்வு செய்யும்போது இரண்டாம் கட்டப் பனுவல் உருவாகிறது. அது மீண்டும் ஒப்பிட்டு இறுதி செய்யப்படும்போது இறுதிக்கட்டப் பனுவலாகிறது. இம்மூன்று கட்டங்களிலும் உருவாகும் பனுவலானது இனவரைவியலர் எழுதிய பனுவல் ஆகும். இதில் அதனை எழுதிய ஆசிரியரின் ஒற்றைக் குரல் மட்டுமே வெளிப்படுவதாக இருக்கும்; ஒற்றை உண்மையை மட்டுமே காட்டுவதாக இருக்கும். இந்நிலையில் வாசகர்கள் ஆசிரியரின் குரலுக்கு அப்பால் சென்று யாருடைய குரலையும் கேட்க முடிவதில்லை. அவர் கூறிய உண்மைக்கு அப்பால் கூடுதல் உண்மையைப் பெறமுடிவதில்லை.

ஆதலின் ஒரு பண்பாட்டின் இனவரைவியலை அறியும் வாசகர்களுக்கு அப்பண்பாடு குறித்த நிஜச் சூழல் கண்முன் கொண்டு வந்து அந்த வாசகனும் உண்மையைத் தேடும் முயற்சியில் ஈடுபட வைக்க வேண்டும் என்கிறார்கள் பின்னை நவீனத்துவ வாதிகள். 'இதைத்தான் நான் களப்பணியில் கண்டேன்; கண்டதை, ஓர்ந்ததை எழுதியுள்ளேன், படித்துக்கொள்' என்று வாசகன் தலையில் கட்டக்கூடாது என்று இவர்கள் கூறுகிறார்கள். இதற்குப் பின்வரும் இரண்டு முதன்மையான வழிமுறைகளைக் கூறுகின்றனர்:

1. காட்சிவழி உண்மை வழங்குதல் (presenting visual truth)
2. உரையாடல் வழி உண்மை வழங்குதல் (presenting truth through discourse)

காட்சிசார்ந்த உண்மை வழங்குதல் என்பது நிஜச் சூழலில், நிஜத்தை விளக்கும் டாக்குமென்டரி படம்போல, ஓர் இன வரைவியல் காட்சிப் படம் (ethnographic film) நிஜ உரையாடல்

சுதேசி இனவரைவியல் ♦ 117

களுடன் எடுப்பது அவசியமானது. இப்படிப்பட்ட காட்சிப்படம் தயாரித்தலும்கூட பண்பாடு எழுதுதலின் ஒரு பகுதியாக அமையும் என்கின்றனர். காட்சிப்படம் தயாரிக்க இயலாத போது ஒளிப்படங்கள் பெருமளவு எடுத்து விளக்கங் கொடுப்பதும் இதன் ஒரு நோக்கத்தை நிறைவு செய்வதாக அமையும். வட்டார நாவல்களில் ஒளிப்படங்கள் சேர்ப்பது கூடுதல் அர்த்தத்தைக் கொடுக்கும். எழுதுவதாலேயே அத்தனையும் சொல்லிவிட முடியும் என எண்ணக்கூடாது. பின்நவீனத்துவ எடுத்துரைப்பில் காட்சிவழி எடுத்துரைத்தல் அவசியமாகிறது. ஆகவே வட்டார நாவலாசிரியர்கள் அந்த வட்டாரத்தின் நிகழ்வுகளை/ பொருண்மைகளை ஒளிப்படங்கள் வாயிலாகவும் பதிவு செய்யலாம். இத்தகைய புதுவகை நாவல் எழுத்துமுறை வருங்காலத்தில் உருவாக வேண்டும்.

இவ்வகைக் காட்சிப்படங்களுடன் மக்களிடம் நிகழும் உரையாடல்கள், கருத்தாடல்கள் பனுவலாக்கத்தில் இடம்பெற வேண்டும். பண்பாட்டைப் பேணும் மக்களின் சொந்தக் குரல்கள் வழி வெளிப்படும் உரையாடல்கள் காட்சிசார்ந்த நிஜ உலகத்தை வாசகன் கண்முன் கொண்டு வந்து நிறுத்தும்.

இனவரைவியலர் ஒருவர் எழுதும் பனுவலில் எந்த அளவுக்கு மக்களின் கருத்துகளையும் அவர்களின் அகவயமான உணர்வு களையும் நூற்றுக்கு நூறு முன்வைக்கிறார் என்ற வினாவை பின்னை நவீனத்துவ மானிடவியலர்கள் எழுப்புகின்றனர். ஒரு குடும்பத்தின் ஏழ்மை நிலையை ஆசிரியர் எழுத முயலுவதைக் காட்டிலும், ‘உடுத்த சேலை இல்லேனு சின்னாத்தா வீட்டுக்குப் போனா அவ ஈச்சம் பாயைக் கட்டிக்கிட்டு எதுக்க வந்தாளாம்’ என்ற நிஜ உரையாடல் மூலம் காட்டுவது ஆசிரியர் கூறவந்த உண்மையைக் காட்டிலும் கூடுதல் பொருண்மையைச் சுட்டிவிடும். வட்டார நாவல்களில் இத்தகைய மக்கள் உரையாடல்கள் இயல்பாக வெளிப்படுகின்றன.

உரையாடலானது கூற்று நிலையில் மேலும் சில பரிமாணங் களைக் கொண்டதாகும். களப்பணியில் தகவலாளி சொல்வதை ஒலிப்பதிவு செய்துகொண்டு மீண்டும் ஒலிபெயர்ப்பு செய்து எழுதுவது என்பது ‘சொன்னதையே மீண்டும் சொல்வதாகும்’ (retelling). இதனடிப்படையில் பனுவலாக்கம் செய்வதைவிடவும், மக்களின் உரையாடல்களே பனுவலில் நேரடியாகச் சேர்க்கும்

போது வாசகனிடம் அது ஒரு காட்சிப் பனுவலாகச் சென்று சேருகிறது. இதனால் சொன்னதையே திரும்பச் சொல்லுதல், அதாவது 'retelling' (மீண்டும் சொல்லுதல்) ஆக அமையாமல், new telling' (புதியன சொல்லுதல்) ஆக அமைகிறது. இன்னொரு வகையில் சொல்வதானால், உரையாடல்கள் சூழலைப் பிரதிபலிக்கின்றன என்பதைவிடவும் அவை ஓர் உண்மைச் சூழலை ஏற்படுத்துகின்றன எனலாம். இனவரைவியலர்களை விடவும் வட்டார நாவலாசிரியர்கள் இந்த முறையைச் சிறப்பாகவே கையாளுகின்றனர்.

இவை எல்லாவற்றிற்கும் மேலாக தகவலாளிகளின் உரையாடல் அடிப்படையிலான பண்பாட்டுப் பனுவல் உருவாக்கப்பட வேண்டும். அவ்வுரையாடல்கள் நிகழ்த்திய அனைவரும் அந்தப் பனுவலுக்குரிய இணையாசிரியர்களாக (co-authors) மாறுகின்றனர். இதனால் இனவரைவியலர் மட்டுமே அந்தப் பனுவலுக்குரிய ஆசிரியர் என்ற ஏகபோக உரிமை குறைகின்றது. இந்தப் பனுவலில் ஆசிரியரின் குரலோடு இணையாசிரியர் களின் குரல்களும் ஒலிப்பதால் இது 'பலகுரல் பனுவல்' எனும் வடிவம் பெறுகிறது. உரையாடல் பனுவல்கள் ஒருவகையில் 'நிகழ்த்துதல் பனுவல்' (a text of performance) வடிவம் பெறுகிறது. நாவல்கள் அனைத்தும் உரையாடல் பனுவலாகவும், நிகழ்த்துதல் பனுவலாகவும் காணப்படுகின்றன. நாவலுக்கான பலமும் அதுதான். நாவல்களில் கதைமாந்தர்கள் தன்னளவில் பேசுவ தாகவே கதைப்பின்னல் அமைவதைக் காண்கிறோம். ஓர் இயல்பான பின்நவீனத்துவ இனவரைவியலில் இடம்பெறும் தகவலாளிகளின் கூற்றுகளைவிடவும்நாவல்களில் கதைமாந்தர்கள் நேரடியாகப் பேசும் கூற்றுகள் மிகுதியாகவே இடம்பெறுகின்றன.

இவ்வகையான நிகழ்த்துதல் பனுவல்கள் உருவாக்கப்படும் போது ஒற்றைக்குரல் கொண்ட ஆசிரியரின் அதிகாரம் (authorial authority) இயல்பாகவே குறைகிறது. பல குரல்கள் கொண்ட தகவலாளிகளின் கூற்றுகள் சேருகின்றன. ஆசிரியர் கூறும் ஒற்றை உண்மையுடன், நிகழ்த்துப் பனுவலை உருவாக்கியுள்ள தகவலாளிகளின் பிற உண்மைகளும் சேர்ந்து 'பன்மை உண்மைகள்' (multiple truths) வெளிப்படுகின்றன. பின்னை நவீனத்துவமானது 'துண்டு துண்டான, பன்மை வடிவிலான, தற்செயலான உண்மையை' (fragment, multiple, contingent truth) விரும்புகின்றது.

முந்தைய கால அறிவுவாதிகளின் ஒற்றை நிலையிலான, எல்லை கடந்த உண்மையைப் (singular transcendent truth) பார்க்கும் போது இது முற்றிலும் மாறானதாகும். நாவல்களில் இத்தகைய தெறிப்புகள் அதிகமாகவே காணப்படுகின்றன. பன்மை உண்மைகள் இயல்பாக வெளிப்படுகின்றன.

பின்னை நவீனத்துவ மானிடவியலர் புதிய வகையிலான பண்பாட்டுப் பனுவல்கள் உருவாக வேண்டியதன் அவசியத்தை வலியுறுத்துகின்றனர். இவற்றில் ஆசிரியரும் இணையாசிரியர்களான தகவலாளிகளும் இணைந்து உருவாக்கும் இனவரைவியல் பனுவல் தனிவகை என்கின்றனர்.

பழமலய் எழுதிய *சனங்களின் கதை, இவர்கள் வாழ்ந்தது* இவையிரண்டும் இக்கவிஞரின் தனித்துவமான படைப்புகளாகும். இரண்டுமே அவர் வாழும் வட்டாரத்தின் சாதிய வாழ்வியல் வெளிப்பாடுகளை எதார்த்தமாக வெளிப்படுத்துபவை. இந்தப் படைப்புகள் அவ்வட்டாரத்தின் இனவரைவியலை முன்னிறுத்துகின்றன. *சனங்களின் கதை* (1988) என்னும் கவிதைத் தொகுதியானது கிராமத்திலிருந்து வெளியேறிவிட்ட ஒருவரின் இளமைக்கால நினைவுகளாக, அனுபவங்களின் தொகுப்பாக, தனது உறவுக்காரர்களை, அண்டை அயலாரை, நிலத்தை, மரத்தை, ஊரைப் பற்றிய பதிவாக உள்ளது.

இவர்கள் வாழ்ந்தது (1994) கவிதைத் தொகுதியில் கிராமிய வாழ்வில் உறவுகளைச் சாதிப் பெயர்கள் கொண்டு பட்டவர்த்தன எதார்த்தத்துடன் பதிவு செய்திருப்பது கவிதை எதார்த்தத்தில் தனி வகை என்றே சொல்லலாம். இவரது கவிதை பாணி கதை சொல்வது; நீண்ட கதைப்பாடலாகக் கூறுவது. ராஜாதேசிங்கு, கான்சாகிபு கதைகளைப் போல நாட்டுப்புற மரபுசார்ந்த வரலாறுகளைப் பதிவு செய்கின்றன. இத்தகைய கவிதைகளே *இன்றும் என்றும்* (1998) தொகுதியில் உள்ளன.

பழமலய் கவிதைகளில் மண், மக்கள் சார்ந்த விடயங்களை மட்டுமே காணமுடிகின்றன. மேலும், பழமலய் தன் கவிதைகளில் வெளிப்படுத்தும் மண்ணின் மொழிதான் அவரைத் தனித்த ஆளுமையுள்ள ஒரு கவிஞராக இனங்காணச் செய்துள்ளது. அவர் கையாண்டுள்ள மொழி, பாடுபொருள் இரண்டும் வட்டாரம் சார்ந்ததாக, மக்கள் சார்ந்ததாக நிலைநிறுத்திக் கொண்டன.

பழமலய்யின் கவிதைகள் இனவரைவியல் கவிதைகளா, அழகிய நாயகி அம்மாளின் *கவலை* இனவரைவியல் சுயசரிதையா என வரையறை செய்யும்போது பின்வருவனவற்றைக் கவனத்தில் கொள்ள வேண்டும்: இனவரைவியலின் உயிர் மூச்சு நேரில் கண்டு, ஓர்ந்து எழுதுதலாகும். எழுதப்படும் சமூகத்தின் காலம், இடம், சூழல் இவற்றின் அடிப்படையில் எதார்த்தம் பனுவலில் பிரதிபலிக்கப்பட வேண்டும். பனுவலின் உள்ளடக்கம் நேரடி உற்றுநோக்கலின் அடிப்படையிலான எதார்த்தத்தைக் (empirical reality) காட்டுவதாகவும் இருக்கவேண்டும். புனைவும் பூச்சும் தவிர்க்கப்படல் வேண்டும். பனுவலானது களத்திற்குச் சென்று பரிசோதனைக்கு உட்படுத்தும்போது அது எதார்த்தத்தையும் நடப்பியலையும் நிரூபிக்க வேண்டும். எடுத்துக்கொண்ட பொருளின் முழுமையியத்தை (holism) அடைய முற்படவேண்டும். வாழிடம், காலம், தகவலாளிகள் பற்றிய பதிவுகள் இடம்பெற வேண்டும்.

இந்த அளவுகோல்கள் எல்லாம் பல காலமாகப் பின்பற்றப்பட்டு வந்த செவ்வியல் இனவரைவியலுக்குரியவை. செவ்வியல் இனவரைவியல்கள் ஒரு சமூகத்தை முழுமையாக விவரித்து விடுகிறது எனும் கருத்தியல் கொண்டவை. பின்னை நவீனத்துவம் முழுமை என்பதையே ஆட்சேபிக்கிறது. பனுவல்கள் சிறு சிறு துண்டுகளாகவும் சிதறல்களாகவும் இருக்கலாம் என்கிறது. ஆனால் களப்பணி எதார்த்தத்தை அது நிராகரிக்கவில்லை. இந்த அளவுகோல்களை வைத்துப் பார்க்கும் போது பழமலய் கவிதைகள் இடம், காலம், மக்கள் ஆகிய கூறுகளை அடிக்குறிப்பிலாவது, முன்னுரையிலாவது வரையறை செய்திருக்குமாயின் அவை இனவரைவியல் கவிதைகளே. பாமாவின் புதினங்களையும் இவ்வாறே இனங்காணலாம். லட்சுமணனின் *ஒடியன்* எனும் தலைப்பிலான கவிதை நூல் இருளர்களின் வாழ்வை எதார்த்தமாக எடுத்துரைக்கிறது. மற்ற படைப்புகளையும் இவ்வகையில் அளவிடலாம்.

அழகிய நாயகி அம்மாளை அறிய *கவலை* ஒரு பனுவலாக, உண்மையைச் சுட்டக்கூடியதாக இருந்து, அவரைப் பற்றிய பிற உண்மைகளுக்கு, மேலும் புதிய பனுவல்கள் தேவை என்று வாதிட முடியுமானால் அது முழுமையியத்தை நோக்கிய பனுவலாக அமையவில்லை என்ற வாதம் எழலாம். ஆனால், பின்னை

நவீனத்துவத்திற்கு முழுமையியம் முக்கியமல்ல, உண்மையைத் தேடுதலே முக்கியம்.

பின் நவீனத்துவச் சூழலில் அறிவழகனின் *கழிசடை* ஒரு மாறுபட்ட விவாதத்திற்கு உகந்தது எனக் கருத இடமுண்டு. நகராட்சிகளில் துப்புரவுத் தொழிலாளர்களாக வேலை செய்யும் அருந்ததியர்கள் பற்றியது இந்நாவல். பிணம் எரிக்கும் தொழிலின் அவலமும் இந்நாவலில் பேசப்படுகிறது. இந்நாவலில் அறிவழகன் ஓர் எதிர்க்குரலைக் கலைநுட்பத்தோடு படைத்துள்ளார். ஆனால் இந்த எதிர்க்குரலானது கற்பனை சார்ந்த ஒரு போராட்டத்தைத் திணித்து அதில் அருந்ததியர்கள் வெற்றி பெற்றுவிட்டதாக ஒரு போலித்தனமான எதிர்க்குரலை முன்மொழிகிறார். வருங்கால மக்களுக்கு இது ஓர் உத்வேகத்தைக் கொடுக்கும் என்றாலும் இதில் எதார்த்தம் மிகவும் குறைவு என்றே சொல்லலாம்.

இவ்வாறாகத் தமிழ் படைப்புலகத்தில் பல்வேறு வகையான நாவல்கள் காலத்தின் வெளிப்பாடாகப் புதிய பரிமாணங்களை நகர்த்திச் செல்கின்றன.

பின்னுரை

நாவல் இலக்கியத் திறனாய்வில் இனவரைவியலுக்கும் அதன் கோட்பாடுகளுக்கும் ஒரு முக்கிய இடம் உண்டு. தங்கத்தை உரசிப் பார்த்தால் தங்கத்தின் தன்மை புலப்படுவதுபோல இனவரைவியல் மூலம் வட்டார நாவலின் தன்மையை துல்லியமாக அளவிடலாம்.

படைப்பாளிகள் பதிவு செய்யும் வாழ்வியலை (புதினம்) இனக்குழுக்களின் எதார்த்த வாழ்வு முறையோடு (இனவரைவியல்) ஒப்பிட்டுப் பார்ப்பது இனவரைவியல் சார்ந்த திறனாய்வுக்கு அடிப்படையாகும். இத்தகைய ஒப்பீட்டின் மூலம் நாவலுக்கும் எதார்த்த வாழ்வுமுறைக்கும் இடையே காணப்படும் பொருத்தப் பாடுகள், விடுபடல்கள், திரிபுகள், புனைவுகள், எதார்த்தங்கள், இடைவெளிகள், சமநிலைகள் போன்றவற்றை வெளிப் படுத்தலாம். இலக்கியப் பனுவலும் இனவரைவியல் பனுவலும் கொண்டுள்ள உறவு நிலைகளையும் வெளிக் கொணரலாம்.

இவ்வாறான ஒப்பீடுகளின் வழி ஒரு முக்கியமான வேற்றுமை இருப்பதைக் காணவியலும். பொதுவாக இனவரைவியல்

பனுவல்களில் சமூகத்தாரின் கோபதாபங்கள், மகிழ்ச்சிப் போக்குகள், சோகம், வருத்தம் உள்ளிட்ட எண்ணற்ற உணர்வெழுச்சிகளைக் குறைவாகவே காணவியலும். ஆனால் நாவல்கள் இவற்றைக் கூடுதலாகவே பதிவுசெய்கின்றன. இன்னும் இதுபற்றிய ஒப்பீடுகளை மேற்கொண்டு ஆய்வு செய்யலாம்.

9
'பேச்சு' தந்த இலக்கியம்:
கி. ராவின் எழுத்தியல்

செப்டம்பர் 16, 2017இல் கி.ரா.வுக்கு வயது 95. மிகுந்த மகிழ்ச்சி. இன்னும் அவர் நீடூழி வாழ வேண்டும். அப்போதுதான் அவருடைய படைப்பின் பயனைத் துய்க்க முடியும். இந்த ஆளுமை வாழும் காலத்தில் நாமும் வாழ்கிறோம். அவரை நேரில் பார்க்கிறோம். இவையெல்லாம் நமக்குப் பெருமைதான்.

கி.ராவின் படைப்புலகம் தனியானது. முழுக்க முழுக்க நாட்டாரியல் சார்ந்தது; வாய்மொழி சார்ந்தது. செவ்விலக்கிய வாதிகள் மக்கள் நாட்டாரியலை அவ்வளவு உவப்பாக ஏற்றுக் கொள்ளவில்லை. அறிஞர் க. கைலாசபதியின் *தமிழ் வீரநிலைக் கவிதை* க்குப் பின்னர் ஓரளவு கவனம் திரும்பியது.

உண்மையைச் சொல்ல வேண்டுமானால் செம்மொழிக்குத் தாய்மொழியாளர்கள் இல்லை! பேச்சு மொழிக்கே தாய்மொழி யாளர்கள் உள்ளனர். இரட்டை வழக்கு கொண்ட எல்லா மொழி களுக்கும் இந்நிலை பொருந்தும்.

இசைஞானி இளையராஜா கிராமத்து இசையைத் திரை ஊடகத்திற்குக் கொண்டு வந்து சிறப்பித்தது போல, கரிசல் தந்தை கி.ரா. நாட்டுப்புற வழக்காறுகளைப் படைப்புலகத்திற்குக் கொண்டு வந்து சிறப்பித்தார். இதுவே அவரது சாதனை.

கி.ராவின் படைப்புலகம் பற்றிப் பேசுவதற்கு நிறைய உள்ளன. எங்குத் தொடங்கி, எப்படி முடிப்பது?

அவரது படைப்புலகம் இன்னும் எல்லையிட்டு முழுமையாக வரையறை பெறவில்லை. ஜீவநதியாக ஓடிக்கொண்டிருக்கிறது. நதிமூலம் மட்டுமே தெரிகிறது. அதன் பயணம் முடியவில்லை;

தொடர்ந்து ஓடிக் கொண்டே இருக்கிறது. தொடரும் பயணத்தில் முழுமை பற்றிப் பேச இயலாது. இருப்பினும் இதுவரையிலான பயணத்தை வைத்துப் பேசலாம். அவ்வளவு இருக்கிறது.

பேராசிரியர் க. பஞ்சாங்கத்தின் *மறுவாசிப்பில் கி.ரா.* ***(1996)*** ஒரு நுட்பமான திறனாய்வு. அதிலிருந்து தொடங்கலாம். ஃபெர்ரோ லூசி எனும் தலைசிறந்த மானிடவியலரும்கூடக் கி. ரா. பற்றி எழுதியிருக்கிறார். *குளிர்ந்த நெருப்பு: தமிழ்ச் சிறுகதைகளில் பண்பாட்டுத் தனித்துவக் கதைக்கூறுகள்* (*Cool Fire: Culture-specific Themes in Tamil Short Stories*, 1983) எனும் நூலில் ஃபெர்ரோ லூசி கி. ரா. வின் எழுத்து முறையை விரிவாக ஆராய்ந்திருக்கிறார்.

முறையியல்

ஒரு மானிடவியலன் என்ற வகையில் கி. ராவின் எழுத்துகளை நான் கவனித்தும் வாசித்தும் வந்திருக்கிறேன். ‘கரிசல் எழுத்தாளர்’, ‘கரிசல் எழுத்தின் தந்தை’ என்பதல்ல அவரின் அடையாளம். ‘பேசுவதுபோல் எழுதுதல்’ என்பதே அவருடைய அடையாளம்; முறையியல்.

எழுதுவதாலேயே அத்தனையையும் பதிவிட முடியும் என்பதை ழாக் தெரிதா மறுக்கிறார். எழுத்தைத் தாண்டிக் காண்பதற்கு நிறைய உள்ளன. கி.ரா. வும் அதைத்தான் செய்து வந்திருக்கிறார். தொடக்கத்தில் கி.ரா. தமக்குள் பேசிவந்தார். பின்னர் மற்றவர்களிடம் பேசிவந்தார். அதன் பின்னர்ப் பேசுவது போல எழுதத் தொடங்கினார். அவரது எழுத்து முறையானது பேச்சையே சார்ந்திருக்கிறது.

பேச்சுதான் உண்மையானது, ஆதாரபூர்வமானது. அது குரலின் நேரடி எடுத்துரைப்பாக அமைகிறது. எழுத்து உயிரற்ற வெளிப்பாடாகும். எடுத்துரைப்பதில் எழுத்து இரண்டாம் தரமானதாகவே காணப்படுகிறது என்று ழாக் தெரிதா சொல்கிறார். எழுதுவது என்பது ‘அறிவின் செயல்பாடு’; பேசுவது என்பது ‘மனதின் செயல்பாடு’. எழுத்து, கண்களால் (புலன்களால்) உணரப்படுவது. பேச்சு மனதால் உணரப்படுவது. புலன்களாலும் உணர்வுகளாலும் அனுபவிப்பதே இலக்கியம். கி.ராவின் முறையியல் இப்போது நமக்குப் புரிகிறது. இவ்விரண்டையும் நெருக்கமடையச் செய்தவர் கி. ரா.

பேச்சு மொழிக் கூறுகள் பழந்தமிழ்க் கூறுகளைக் கொண்டவை. பேச்சு மொழியே செம்மொழிக்கு வேர். பேச்சுக்கும் எழுத்துக்குமான வரலாற்று மொழியியல் தமிழின் காலப் பார்வையைக் (diachronic) காட்டும். கிளைமொழிகளும் வட்டாரப் பண்பாடுகளும் தமிழ் மரபின் பன்மைத் தன்மையைக் காட்டும். இவற்றைச் சிலாகித்துத் தம் எழுத்தில் கொண்டாடியவர் கி.ரா.

கி.ரா. அளவுக்குப் பேச்சு மொழியைக் கையாண்டவர்கள் குறைவுதான். இந்த வகைமையில் கி.ரா. ஓர் ஆகச் சிறந்த ஆளுமையாக விளங்குகிறார். மனதையும் பேச்சையும் நெருக்கத்தில் காட்டியவர் கி.ரா. அவை இரண்டையும் எழுதிக் காட்டினார்.

சேர நாட்டு மலையக வழக்குகள் பழந்தமிழுக்கு நெருக்கம். தொல்காப்பியர் பிறந்த குமரி தேசம் (வேணாடு) சங்கத் தமிழுக்கு நெருக்கம். நெல்லைச் சீமையின் கரிசல் பகுதி தமிழின் நீண்ட, நெடிய வரலாற்றுக்கு நெருக்கம். கி.ராவின் படைப்புலகம் பேச்சுத் தமிழின் வரலாறு எழுதியலோடு நெருக்கம்.

படைப்பு மொழி

தமிழ் நிலத்தில் கிராமத்து வாழ்வு முறையை எடுத்துரைப்பதற்கு எந்த வகையான மொழி சிறந்தது? இதுபற்றி நாம் இதுவரை தீவிரமாக விவாதித்ததில்லை. கிராமத்து வேளாண்மை வாழ்வனுபவங்களை அதிகார பூர்வமாக எந்த எழுத்து முறையைக் கொண்டு விவரிப்பது. படைப்பாளன் மொழியிலா, மக்களின் மொழியிலா, எந்த மக்களின் மொழியில்? தமிழின் தர மொழியிலா? இனியாவது நாம் விவாதிக்க வேண்டும். கி.ரா. சொல்கிறார் பேச்சு மொழி என்று!

கி.ராவின் எழுத்துலகம் தனித்துவமானது என்று நாம் அறிவோம். கி. ரா. வின் கரிசல் மொழி என்பது அவரது எடுத்துரைப்பியலில் ஒரு பகுதிதான். அது ஒரு வகையான கருத்துப் பரிமாற்றத்தை முன்னெடுக்கிறது. அவரது எடுத்துரைப்பியலின் பின்னால் ஒரு குறியியல் உலகம் இருக்கிறது; கருத்தியல் உலகம் இருக்கிறது.

கி.ராவின் எடுத்துரைப்பானது ஒருவகையில் மொழி சார்ந்தும், மறுவகையில் மொழி சாராமலும் நோக்கிய செயல்பாடுதான். இச்செயல்பாட்டின் ஒவ்வொரு கணத்திலும், ஒவ்வொரு இடைவெளியிலும், ஒவ்வொரு மௌனத்திலும், இன்னும்

இதுபோன்ற ஒவ்வொன்றிலும் கருத்தாடல்கள் மொழி சார்ந்தும், குறியியல் சார்ந்தும், கருத்தியல் சார்ந்தும் பின்னிச் செல்கின்றன.

கி.ரா. எப்போதும் பெரிய நாவல்கள் எழுதியதில்லை. *கரிசல் காட்டுக் கடுதாசி* போன்ற எழுத்துகள் 50 வாரங்கள் தொடர்ந்து ஜூனியர் விகடனில் வந்தவை. ஒரு தொகுப்பாக எழுதிய படைப்புகளும் அவ்வப்போது எழுதிய சிறிய பகுதிகளும் ஒன்றாக்கப் பட்டவைதான் அதிகம். இத்தகைய சிறிய பகுதிகளாக அவர் எழுதியவற்றை என்ன வகைமைக்குள் சேர்க்கலாம். ஊர்ச்சேதி, ஊர்ச்சங்கதி என்று வகைப்படுத்தலாமா? என்ன பெயரிட்டு அழைத்தாலும் இத்தகைய நுண்மையான படைப்புகளில் அவர் எழுதிய சொற்களும் வாக்கியங்களும் வாய்மொழி சார்ந்தவை. ஆனால் அவை முன்னெடுத்த 'பண்பாட்டுத் தொடர்பாடல்' (cultural communication) கருத்து சார்ந்தும், உணர்வு சார்ந்தும் கனமானவை.

சுருக்கமாகச் சொல்லவேண்டுமானால் கி.ராவின் எடுத்துரைப்பு பன்முக அதிர்வுடைய குறியீடுகள் (multi-valency symbols) நிரம்பியது, உள்ளார்ந்த வாழ்வனுபவங்கள் (implicit empiricism) நிறைந்தது. அவர்தம் சுயமான புலன்களால் தாமே அறிந்து கொண்டது. அடர்த்தியான பண்பாட்டு நியதிகளாலும், அறிதிறன் களாலும் (cognition), பண்பாட்டு அர்த்தங்களாலும் கரிசல் வாழ்வை இலக்கியமாக்கியுள்ளார். இதனால் இவரது எழுத்துக்கள் யாவும் எதார்த்த எழுத்துக்களாகவே உருவாக்கம் பெற்றுள்ளன. ஆனால் அவருடைய எடுத்துரைப்பு முறை 'அடர் வரைவியல்' (thick description) சார்ந்தது.

கி.ராவின் எழுத்து ஓர்'அடர் வரைவியல்' என்று வரையறை செய்கிறோம். அப்படியென்றால் என்ன? இவருடைய எடுத்துரைப்பின் எல்லா இடங்களிலும் மனிதர்கள் இணைகிறார்கள். அவர்களின் செயல்பாடுகள் பண்பாட்டு அர்த்தங்களுடன் சொல்லப்படுகின்றன. அதைத் தாண்டிச் சமூகத்தின் ஒரு தகவலும் சொல்லப்படுகிறது. அதன்பால் நம் கவனம் ஈர்க்கப்படுகிறது. அடுத்தடுத்த பத்திகளைப் படித்து இன்னும் அறியத் தூண்டுகிறது. அது பற்றிப் பேச வைக்கிறது. விமர்சனம் செய்ய வைக்கிறது.

இப்படியாக ஒரு கருத்தாடல் சங்கிலியை ஒவ்வொரு சொல்லும் வாக்கியமும் செய்கின்றன. இவருடைய எடுத்துரைப்பு முழுவதிலும்

மனிதர்களுக்கிடையில், இடங்களுக்கிடையில், பொருள்களுக் கிடையில், பொருள்களுக்கும் மனிதர்களுக்கும் இடையில் உள்ள உறவுகள் பேசப்படுகின்றன. ஒரு விதமான, பண்பியல் தொடர்ச்சி பின்னப்படுகிறது. இவற்றினூடே கி.ரா. தம் பொருள்கோடலையும் முன்வைக்கிறார். அடர்வரைவியலின் முதன்மையான பண்புகளில் இவையாவும் அடங்கும். இனவரைவியல் எழுத்து முறைக்கு ஆதாரமே அடர்வரைவியல் தான். கி.ரா. பயிற்சிபெற்ற இனவரைவியலர் இல்லை என்றாலும் அவரிடம் ஒருவகையான சுயாதீனமான இனவரைவியல் பண்பு வெளிப்படுகிறது.

கரிசல் காட்டுக் கடுதாசி (1988) தொகுப்பில் கி.ரா. தம் எழுத்தைப் பற்றிப் பின்வருமாறு குறிப்பிடுகிறார்.

'இந்தக் கட்டுரைகளில் கற்பனை இல்லை, இவைகளில் சிலது மட்டும், பரிமளிக்கம் பண்ணுவதற்காக எழுதப்பட்டவைகளில் கொஞ்சம் 'கதை' உண்டு, மற்றபடி அனைத்துமே நடப்புதான்' (1988: 3) என்று சொல்கிறார்.

எதார்த்தத்தைப் படம்பிடித்துக் காட்டுவதே கி. ராவின் எடுத்துரைப்பு. அவருடைய கரிசல் எழுத்துக்கள் யாவும் எதார்த்தமான விவரிப்புகளாகும். எதார்த்த வாழ்வைப் (real life) படைப்பாக்கம் செய்வது அடர் வரைவியலின் தனித்துவமாகும். மாறாக, கற்பிதம், புனைவு உள்ளிட்டவற்றைக் கொண்டு கருத்தியல் வாழ்வை (ideal life) முன்னெடுப்பது அழகியலாகவும் கலையாகவும் மட்டுமே பரிணமிக்கும். பெரும்பாலான படைப்பாளிகள் புனைவை முன்னெடுக்கின்றனர். கி.ரா. எதார்த்த வாழ்வைக் கலையாக்கியவர். இதனால் இவரது எழுத்து இன வரைவியல் தன்மை பெறுகிறது.

கி.ராவின் இந்த அடர் வரைவியல் எடுத்துரைப்பில் இடம், காலம், உயிரினங்கள் (முதல், கரு, உரி) யாவும் மிகு அசைவியக்கம் கொண்டு இயங்குகின்றன. கி.ராவின் படைப்பில் கரிசல் விவசாயமும் வாழ்வியல் முறைகளுமே பிரதானம். இடம், காலம் பரிமாணம் கொண்டு இவை யாவற்றையும் பிரபஞ்ச வாழ்வுக்குள் கொண்டு வந்து காட்டுகிறார்.

கி.ரா. அளவுக்குத் தாவரங்கள், விலங்குகள் பற்றிப் பண்பாட்டு உறவோடு எவரும் விவரித்ததில்லை. அவருடைய தாவர வழக்காறுகள், விலங்கின வழக்காறுகள் அலாதியானவை.

கரிசல் காட்டுக் கடுதாசியில் ஓரிடத்தில் தன்னை விட்டுப் பிரிந்து செல்லும் மகனுக்குத் தாய் பின்வருமாறு அறிவுரை சொல்கிறாள்: 'போகும்போது புளிய மரத்தின் கீழ் இளைப்பாறு, வரும்போது வேப்பம் மர நிழலில் இளைப்பாறு' அந்த மகன் விரைவில் தாயிடமே வந்துசேர்ந்துவிட்டான். இது பற்றிய கி. ராவின் எடுத்துரைப்பு தாவரப் பண்பாட்டியல் நுட்பமுடையது (பக். 115). *கிடை* நாவலில் சிரிமா (ஒரு வகைப் பிரண்டைக் கொடி) பற்றிச் சிலாகிக்கிறார். கி. ராவின் எழுத்தில் ஆவரஞ் செடி இடம் பெறும்முறை அலாதியானது. பல இடங்களில் அதுபற்றிப் பேசுகிறார்.

கி.ராவின் விலங்கியல் ஞானம் நுட்பமானது. இந்த மனிதர் என்னவெல்லாம் தெரிந்து வைத்திருக்கிறார். *கிடை* நாவலில் காடு, மேய்ச்சல் நிலம், ஊர், கட்டுத்தறி என மனித சஞ்சாரங்கள் போன்றே, ஆடு மாடுகளின் சஞ்சாரமும் விசாரணை பெறுகிறது. *கிடை* கதையில் மனித சமூகத்துக்கு இணையான சமூக வெளி ஆடுகளுக்கும் காட்டப்படுகிறது. கிட்டணக் கோனார் சொல்வதாகக் கி.ரா. 27 வகையான ஆடுகளைப் பேசுகிறார். கோபால் நாயக்கர் பாத்திரம் வழி 30 ஆடு வகைகளைப் பதிவு செய்கிறார்.

உலகிலேயே ஆப்பிரிக்க நூயர் (Nuer) சமூகம் மட்டுமே மிக முக்கியமான மேய்ச்சல் சமூகம் என இதுவரை நான் எண்ணி இருந்தேன். கி.ரா. என்னை மறுபரிசீலனை செய்ய வைக்கிறார். *பிஞ்சுகள்* கதையில் போர்க்குணம் மிக்கதும் கூடுதல் பலம் உள்ளதுமான வல்லயத்தான் பறவை பற்றிக் குறிப்பிடுகிறார். இப்படியான விவரிப்புகள் ஏராளம்.

பண்பாட்டு நெசவு

ஒவ்வொரு படைப்பாளிக்கும் ஓர் இலக்கு உண்டு. கி.ராவின் இலக்கு கரிசல் வாழ்வைப் படம் பிடித்துக் காட்டுவது. தமிழகம் வட்டார ரீதியிலானது. முழுமையின் பகுதிகள் வட்டாரங்கள். இவற்றின் பன்முகத்தன்மையில்தான் தமிழ் மரபு உருவாக்கம் பெற்றுள்ளது.

படைப்பில் பண்பாட்டைச் சொல்வதே கலையியல் நோக்கமாக இருந்து வருகிறது. இனவரைவியலர்கள் நாவல், சிறுகதை எனும் பெயர் வகைமைகளை ஆதரிப்பதில்லை. அவையாவும்,

'பண்பாட்டுப் பிரதிகள்' என்பார்கள். படைப்புகள் பண்பாட்டைப் பதிவிடுகின்றன. வாழ்வாகவும் வாழ்வு முறையாகவும் காண்பதே பண்பாடு. படைப்புகளும் வாழ்வையே படம்பிடித்துக் காட்டு கின்றன. ஆகவே அவை யாவும் செறிவான பண்பாட்டுப் பிரதி களாகவே அமைகின்றன.

இந்த வகையில் நோக்கும்போது படைப்பு என்பது நெசவு போன்றது. இதில் சமூகப் பண்பாட்டுச் சூழல்களும் அர்த்தங்களும் நெசவு செய்யப்படுகின்றன. கலடைஸ்கோப்பைத் திருப்பும் போதெல்லாம் புதுப்புது வடிவங்கள், வண்ணங்கள் தோன்றும். கி.ராவின் எழுத்து கலடைஸ்கோப் போன்றதுதான். அந்த நெசவில் வண்ணங்களும் வடிவங்களும் கணக்கில்லாமல் ஜீவநதி போல் ஓடிக்கொண்டே இருக்கின்றன.

கி.ராவின் எடுத்துரைப்பில் ஆயிரமாயிரம் வண்ணங்கள், வடிவங்கள் கோர்க்கப்பட்டு நெசவு செய்யப்பட்டுள்ளன. இவற்றில் ஆயிரமாயிரம் சூழல்கள், நிகழ்வுகள், அர்த்தங்கள் கோர்க்கப்பட்டுள்ளன. இந்தச் செய்நேர்த்தியால் இவரது எழுத்துகள் எதார்த்தமாகவும், தத்ரூபமாகவும் இருக்கின்றன.

சொற் சிக்கனம் இவரது எழுத்தாளுமையின் சிறப்பம்சம். மண்மணம் இவரது கலாபூர்வம். வாழ்வை எடுத்துரைப்பது இலக்கியம் இல்லை. வாழ்வைக் கலாபூர்வமாக சித்திரிப்பதே இலக்கியம்.

ஆதலின் படைப்பில் சூழல்களும் அர்த்தங்களும் ஊடுபாவாக நெசவு செய்யப்படுகின்றன. இவற்றை மனிதர்களாலும் நிகழ்வுகளாலும் நெசவிடப்பட வேண்டும். மனிதர்கள், மாக்கள், உயர்திணை, அஃறிணை ஆகிய அனைத்தின் நிகழ்வுகளையும், அவற்றிற்கான அர்த்தங்களையும் எடுத்துரைப்பது என்பது கி.ராவுக்குத் திருப்பதி லட்டு சாப்பிடுவது போல. கி.ரா. கரிசல் பண்பாட்டைத் தம் எழுத்தில் மிகச் சிறப்பாக நெசவு செய்திருக்கிறார். 'பண்பாடு' என்பது 'நெசவு' போன்றது என்பது மானிடவியலில் கூறப்படும் ஒரு முதுமொழி. ஒவ்வொரு சமூகத்தின் வரலாற்றில் ஒவ்வொரு நாளும் பண்பாடு நெசவு செய்யப்படுகிறது என்பது மேலுமொரு முதுமொழி.

கிராவின் படைப்பியக்கத்தில் சூழல்களின் ஊடாகவே பண்பாட்டின் அர்த்தங்களைத் தோற்றுவிக்கிறார். கோயில்

பூசாரிக்கு ஏன் இரண்டு பெண்டாட்டிகள் தேவைப்பட்டார்கள் என்பதைக் கி.ரா. பண்பாட்டின் ஆழமான உள் அர்த்தங்களோடு விவரித்திருக்கிறார்.

'இந்தியா கிராமங்களில் வாழ்ந்து கொண்டிருக்கிறது' என்றார் காந்தியடிகள். 'இல்லை' இல்லை, இந்தியா கிராமங்களில் வாடிக்கொண்டிருக்கிறது' என்கிறார் கி.ரா. ஒரு சின்னஞ்சிறிய இடைசெவல் கிராமத்துக்காரரான கி.ரா. இந்தியாவைப் பற்றித் தம் கருத்தைப் பதிவிட்டிருக்கிறார். பண்பாட்டு ஆய்வாளன் கண்டறிவது போன்ற ஒரு தெறிப்பு அப்படைப்பில் உள்ளது. அதனால் தான் கி.ராவின் எடுத்துரைப்பு 'அடர்வரைவியல்' சார்ந்தது என்கிறோம்.

இனவரைவியல் பனுவல் (ethnographic text) அனைத்தும் அடர் விவரிப்பு ஆகும். பண்பாட்டு நிகழ்வுகளுக்கும் கூறுகளுக்கும் உள்ள உறவின் மீதான பண்பியல் அர்த்தங்களைக் கூறும் பனுவல்களே அடர்வரைவியலாக முடியும். எத்தனை பேர் அப்படி எழுதுகிறார்கள்? கி.ராவின் படைப்புகள் அடர்வரைவியல்கள்; இனவரைவியல் பனுவல்கள் எனலாம்.

பண்பாட்டில் ஒவ்வொரு நொடிக்குமான சூழல்களில் பயணிப்பதன் ஊடாக மக்களே அச்சூழல்களுக்கான அர்த்தங்களை உருவாக்கிக் கொள்வதைக் கி. ரா. வின் படைப்புகள் உணர்த்துகின்றன. கி.ராவின் எடுத்துரைப்பில் ஒவ்வொரு வரியும் உணர்த்தும் தருணங்கள்/ நிகழ்வுகள் பெறுமதியானவை, வெகுமதியானவை. கதவு சிறுகதையில் வரும் ஜப்தி நடவடிக்கை, கிடை நாவலில் ஆடுகள் பயிரை மேய்ந்து விடுவதால் பஞ்சாயத்தார் குறிகேட்டுத் தண்டனை வழங்குதல் முதலானவை கி.ராவின் வரைவியலில் நுட்பமான சூழல்கள் ஆகும்.

பண்பாட்டு நெசவின் ஊடாக அர்த்தங்களைக் காணும் கி. ராவின் எடுத்துரைப்பு மகத்தானது. ஒரு பண்பாட்டை விவரிப்பதற்கு / எடுத்துரைப்பதற்கு இனவரைவியலர்கள் அவசியம் தேவைதானா என்பதைக் கி. ரா. வின் எழுத்து கேள்வி எழுப்புகிறது. ஏனெனில் அவருடைய பன்முகப் புலன் உணர்வு சார்ந்த விவரிப்பு (multi sensory experience) பண்பாட்டு நெசவாகப் பரிணமித்து இருக்கிறது. இதன்மூலம் படைப்பாளனும் இனவரைவியலராக (ethnographer) முடியும் என்பதை நிரூபிக்கிறார். பண்பாடு என்பது

மரபுவழியாக வழங்கி வரும் சமூக அறிவு. கி. ராவின் எழுத்துக்களில் கரிசல் மக்களின் பாரம்பரிய அறிவாக அறியக்கூடிய விடயங்கள் ஏராளம். கி. ராவின் எழுத்துலகத்துக்குள் செல்வது என்பது, கரிசல் பண்பாட்டுக்குள் செல்வதாகும்.

ஒவ்வொரு சமூகத்தின் உலகப் பார்வையாகவும் (world view) அச்சமூகத்தின் பண்பாடு அமைகிறது. தொன்மங்கள், பழங் கதைகள் (legends), புராணங்கள், பழமொழிகள், நாப்புரட்டுகள், தாலாட்டு, ஒப்பாரி, பாடல்கள், கதைகள், அழிப்பாங்கதைகள் எனக் கி.ரா. கையாளும் வழக்காறுகள் ஏராளம். கி. ராவின் எழுத்துக்களில் வழக்காறுகளைத் தேட வேண்டியதில்லை. அவற்றின் ஆக்கிரமிப்பே அதிகம். செவ்விலக்கியங்களில் காண முடியாதவற்றை வாய்மொழி இலக்கியங்களில் காணலாம். தமிழ் மரபின் எண்ணற்றக் கூறுகளை வாய்மொழித்தன்மை யிலிருந்து (orality) அறிய வேண்டியுள்ளது. அதனைக் கி.ராவின் படைப்புலகம் நமக்குக் காட்டுகிறது.

பண்பாடு என்பது சமூகத்தின் அறிவு என்பதாக உணர்ந்து கொண்டோம். அந்த அறிவு மரபைக் கி.ரா. சமூகத்தின் ஞாபக மாகவே (social memory) எழுதிச் செல்கிறார். கி.ராவின் அலாதியான ஓர் எழுத்து மரபாக இந்தச் 'சமூக ஞாபகம்' அமைவதைக் காணலாம். நீண்ட, நெடிய, அறுபடாத மரபு கொண்ட தமிழரின் வாய்மொழி மரபு சமூக ஞாபகத்தால் ஆனது. கி.ரா. கதை சொல்வதில் மகத்தானவர் என்பதைவிட, கதைக்குள் கதை சொல்வதில் (meta - tales) மகத்தானவர் எனலாம். சமூக ஞாபகத்தில் கதைக்குள் கிளைபரப்பி விரியும் கிளைக்கதைகள் மரபு சமூக ஞாபகத்தின் விரிவான பகுதி ஆகும்.

பண்பாடு என்பது குறிகளின் ஒழுங்கமைப்பு என்பது மானிடவியலில் பேசப்படும் இன்னுமொரு முக்கியமான கருத்தாக்கம். இதனைக் கி. ரா.வின் எழுத்துக்களின் வழியே மிகவும் கவனமாக அறிய இயலும். கி.ராவின் பனுவலாக்கம் பண்பாட்டின் எல்லாக் கோட்பாடுகளையும் எடுத்துப் பேசுவதற்கு இடந் தருகிறது. பருமையான மானுடர்கள், வரலாற்று உயிரிகள், உணர்ச்சிகள், சிந்தனைகள், புலனுணர்வுகள், பௌதிகப் பொருள்கள், பிரபஞ்சம் சார்ந்த கருத்துகள், இப்படியான எல்லா வகையான கூறுகளையும் கொண்டு வந்து தம் எழுத்தில் நெசவு செய்துவிடுகிறார்.

மனிதர்களுக்கிடையில் நிகழும் மொழிப் பரிமாற்ற முறைகளைக் கி.ரா. கையாண்டுள்ள முறை மொழியியற் கோட்பாட்டாளர் களின் நுட்பமான ஆய்விற்கு இடந்தருகின்றது. இத்தகைய மொழிப் பனுவலாக்கத்தின் ஊடாக அவர் பதிவு செய்திருக்கும் பண்பாட்டு வெளிப்பாடு இத்துறைக் கோட்பாட்டாளர்களுக்கு ஒரு நுண்ணிய முறையியலாகவும் அமைகிறது. கரிசல்மக்களின் மொழி உலகத்தைத் தன்னுடைய எழுத்துக்களின்வழி நிலை நிறுத்தியவர் கி.ரா.

கி.ராவின் பனுவலாக்கம் என்பது அவரது பட்டறிவு சார்ந்தது என்று கருதுகிறோம். அவருடைய முறையியலில் இன்னுமொரு தனிமுத்திரை என்னவென்றால் சமூகம் கண்டறிந்த பொருள்கோடலின் மீது தன்னுடைய பொருள்கோடலையும் முன்வைக்கிறார். இதுவே அடர்வரைவியலின் அடிப்படைப் பண்பு. படைப்பாளன் சமூக மாற்றத்திற்கான ஒரு சிறந்த கிரியாவூக்கி என்பதைக் கி.ரா. நிரூபித்துவிடுகிறார். பண்பாடு அதன் தனிமனிதர்களின் ஊடாக, ஒவ்வொரு நாளும் தன்னைப் புதுப்பித்துக்கொண்டே மாற்றிக்கொள்கிறது என்பதற்குக் கி.ராவின் எழுத்துக்கள் அனைத்தும் முக்கியமான களங்களாகக் காட்சியளிக்கின்றன.

பண்பாடு மொழியாலும் கட்டப்பட்டிருக்கிறது. மொழியின் ஊடாகவே அது தன்னைப் பெருமளவு வெளிப்படுத்திக் கொள்கிறது. பண்பாடு அதன் சொல்லடுக்குகளில் தன்னுடைய அர்த்தங்களைப் புதைத்து வைத்திருக்கிறது. திடீர் சிரிப்புகள், கண்சிமிட்டுதல், நையாண்டி செய்தல், உதடுகளைப் பிதுக்கிக் காட்டுதல், குட்டிக்கர்ணம் போடுதல், தனிமொழிகள், பரஸ்பர உரையாடல்கள், கூட்டுக்குரல்கள், இவ்வாறாகக் கணக்கற்ற உணர்வு நிலைகளைப் பனுவலாக்கத்தில் நெசவு செய்துள்ள கி.ரா. அவற்றின் செயல்பாடுகளை நமக்குக் காட்டுகிறார். சொல்லடுக்குகளின் ஊடாகப் பண்பாட்டைத் தரிசனம் செய்யும் கி.ராவின் பாணி தனித்துவமானது.

பண்பாட்டின் இன்னுமொரு முக்கியமான பண்பு என்னவெனில் மக்களின் நடத்தைமுறைகள் வழி தன்னை வெளிப்படுத்திக் கொள்வது. மொழியைக் கொண்டு கருத்துப் புலப்படுத்தம் செய்வது போன்று, மக்களின் நடத்தைமுறைகள் (behavioural systems) வழிப் பண்பாடு வெளிப்படுகிறது. மொழியும் நடத்தை

முறைகளும் பண்பாட்டின் இருபெரும் வெளிகள். அந்த இரண்டையும் தம் எழுத்துகளில் வெகு இயல்பாக, லாவகமாகக் காட்டிச் செல்கிறார் கி. ரா. இவர் தம்முடைய எழுத்துகளில் நடத்தைமுறைகளை மிகவும் இயல்பாகக் கோர்த்துவிடுகிறார்.

மானுட நடத்தைகள் பெரிதும் நெகிழ்வானவை. ஓர் உறுதியான சட்டகத்திற்குள் அவற்றை அடக்கிவிட முடியாது. கரிசல் மக்களின் நடத்தைமுறைகளைக் கி.ரா. பதிவிடும் பரிமாணம் எல்லையற்றது. இந்த நடத்தை முறைகளின் ஊடாகப் பண்பாட்டு அர்த்தங்கள் விரிகின்றன. பண்பாட்டின் தன்மைகள், இயல்புகள், பண்புகள் யாவும் வானவில் போன்று விரியும் என்பதற்குக் கி.ராவின் படைப்புகள் கட்டியங்களாக விளங்குகின்றன. கண்ணீர்க் கதையில் வரும் சுடுமணலில் நிற்க வைத்துத் தண்டிக்கப்படும் செவத்தம்மா போன்ற நடத்தைமுறைகள் ஏராளமாக உள்ளன.

கி.ராவின் எழுத்துக்கள் மொழியியல் அறிஞர்களையும், மானிடவியலர்களையும் வெகுவாகக் கவர்ந்தவை. என்னைப் பொறுத்தவரையில் கி.ரா. தம் படைப்புகள் மூலம் கண்டடைந்த சமூக தரிசனம், மொழி தரிசனம், பண்பாட்டு தரிசனம், மானுட தரிசனம் அனைத்தும் கலாபூர்வமானவை.

தமிழர்களின் அன்பு, ஆனந்தம், பரிவு, நிராசை, அவலம், பாவம், துன்பம், சாவு, கொலை, குற்றம், குறிகூறுதல், பஞ்சாயத்து, ஜப்தி செய்தல், கூட்டுவாழ்க்கை, இன்னும் பல கிராமத்தின் கூறுகள் முதலான பல நூறு கருத்தினங்கள் வழிக் கி.ரா. கட்டமைத்துள்ள தமிழர்களின் மானுட தரிசனம் தமிழ்ப் பண்பாட்டின் சில முக்கியமான திறவுகோல்களாகும். இந்த வாயில்கள் வழியே உள்ளே சென்று அறிவதற்கு இன்னும் பல விடயங்கள் உள்ளன.

பனுவலாக்கம்

கி.ராவின் சிறுகதைகளும் நாவல்களும் வாய்மொழித் தன்மை கொண்டவை; பேச்சு வழக்கு கொண்டவை; பெரிதும் எதார்த்த மானவை. இத்தன்மைகளுக்கென்று சில தனித்துவமான பண்புகள் உண்டு. கி.ராவின் எழுத்துக்களில் அவற்றைப் பின்வருமாறு இனம் காணலாம்.

1. வாய்மொழித்தன்மை (orality), பேச்சு வழக்கு, எதார்த்த நிலை

ஆகிய மூன்றும் கொண்ட கி.ராவின் பனுவல்கள் காட்சி வயப்பட்டவை. ஆவணப்படம் போலப் பாத்திரங்கள் வழி அவர் சித்திரிக்கும் விவரிப்புகள் 'காட்சி சார்ந்தவை'யாக வெளிப்படுகின்றன. அருகிலிருந்து பார்ப்பது போலக் காட்சி பிம்பங்களைக் காட்டுகிறார். அவரது பனுவல்கள் யாவும் 'காட்சிப் பனுவல்கள்' (visual texts) ஆகும்.

2. கிராமத்து மக்கள் தம் உரையாடல்கள் மூலம் நடக்கும் கதை சொல்வது போல் அமைவதால் அவையாவும் 'உரையாடல் வழி' அமைகின்றன. ஆதலின் 'உரையாடல் பனுவல்' (narrative text) எனும் வகைமையாகவும் கி.ராவின் படைப்புகள் அமைகின்றன.

3. கிராமத்துப் பாத்திரங்கள் சொல்வதுபோல ஏராளமான இடங்களில் கதை நகரும் போது அது வாய்மொழிக்கூற்றுகளை மீண்டும் 'மீள சொல்வது' (re-telling) போல அமைகிறது. இருப்பினும் அக்கூற்றுகளுக்கு மேல் கி.ரா. முத்தாய்ப்பாக விவரிக்கும் பகுதிகள் 'புதியன சொல்லுதலாக' (new-telling) மாற்றம் பெறுகிறது. மீள சொல்லுவதைப் புதியதாகச் சொல்லுதல் எனும் பாணி படைப்பிற்கான உயிர் மூச்சு ஆகும். அதனைக் கி.ரா. மிக நேர்த்தியாகச் செய்கிறார். இன்னும் சில இடங்களில் கி.ராவின் விவரிப்புகள் 'நிகழ்த்துதல் பனுவல்கள்' (a text of performance) போலப் புதுவடிவம் பெறுகின்றன. கி.ராவின் சிறுகதைகளையும் கதைகளையும் படிக்கும்போது அந்தப் பிரதி பேசுவதுபோல அமைந்துள்ளதால் கதை ஓட்டம் கண்களுக்குக் காட்சிகள் நகர்வது போன்ற புலனுணர்வு ஏற்படுகிறது. அதனால் நிகழ்த்துதல் சார்ந்த அனுபவமாகவே அமைகிறது.

4. கி.ராவின் பனுவல்கள் 'பன்மைப் பனுவல்கள்' (multiple texts) ஆகும். கரிசல் காட்டின் வாழ்வையும் வாழ்வியல்முறை களையும் எங்கும் நிரல்படத் தொகுத்து ஒரு நேர்க்கோட்டு முறையில் இராமாயணம், மகாபாரதம் போன்று பெருங் கதையாடலாகச் (மிகப் பெரிய நாவலாக) சொல்லாமல் துண்டு, துண்டாக, துணுக்குகளாக, தெறிப்புகளாக, குறுவிவரிப்பு களாகப் பனுவலாக்கம் செய்துள்ளார். பெருங்கதையாடல் முறையிலிருந்து விலகி பனுவலெங்கும் 'மிகு பிரதிப்பலிப்புத் தன்மை'யுடன் (intense reflexivism) விவரித்துச் செல்கிறார்.

இவையாவும் கி.ராவின் தனித்துவமான பாணி என்றும், அவர் கையாளும் செய்நேர்த்திகள் என்றும் சொல்லலாம்.

பின்னுரை

கி.ராவின் படைப்புகளை முழுமையாக உணர்தல் என்பது ஒரு நுண்ணியல் வாசிப்பாக அமையக் கூடியது. அவருடைய ஒவ்வொரு எழுத்தும் ஒரு பகுதியாகும். எல்லாப் பகுதிகளையும் இணைத்துப் பார்க்கும் முழுமையே அவரது இலக்கியப் பரப்பைக் காட்டுவதாக இருக்கும்; கதைகளின் ஊடாக அவர் செய்திருக்கும் பண்பாட்டு நெசவைக் காண்பதாக இருக்கும். ஒரு பகுதியின் தொடர்ச்சி மற்றொரு பகுதியில் வெளிப்படுகிறது.

கோபல்ல கிராமத்தைத் தனியாகப் படிக்கும்போது கம்மவார் இனக்குழுவின் சமூகப் பண்பாட்டைக் கலாபூர்வமாக அறியமுடிகிறது. இதனையே *கோபல்லபுரத்து மக்கள், அந்தமான் நாயக்கர்* ஆகிய பிரதிகளோடு சேர்த்துப்படிக்கும் போது இம்மூன்றும் இணைப்பிரதிகளாக, தொடர்பிரதிகளாக அமைந்து ஒரு தொடர் கதையாடல் வரிசையில் செல்வதை அவதானிக்கலாம். கி.ராவின் சிறுகதைகளிலும் வாய்மொழித் தன்மையின் ஒரு தொடர் கதையாடலைக் காணமுடியும். ஆகவே கி.ராவின் படைப்புலகத்தின் முழுமையைத் தேடி அறியவேண்டிய ஒரு கட்டாயம் உள்ளது.

அவருடைய முழுமையான படைப்புலகத்தைக் காணும் முயற்சியை யாராவது செய்தாக வேண்டும். பேராசிரியர் க. பஞ்சாங்கம் போன்றவர்களே இதனைச் செய்ய இயலும் எனத் தோன்றுகிறது. ஏனெனில் அவர் எழுதியுள்ள *மறுவாசிப்பில் கி.ரா (1996)* ஒரு நுண்ணிய திறனாய்வாகும். தமிழிலக்கியத் திறனாய்வில் பேராசிரியர் க. பஞ்சாங்கம் மிகுந்த உயரங்களைக் கண்டிருக்கிறார். பேராசிரியர் சிலம்பு நா. செல்வராசு கி.ரா. வுடன் இணைந்து பணியாற்றியவர். அவரும் 'கி.ரா. 95' முன்னிட்டுப் *பேராசிரியர் கி. ரா.: சில நிகழ்ச்சிகளும் சில நினைவுகளும் (2017)* எனும் தலைப்பில் தனியொரு நூலை எழுதியிருக்கிறார்.

கி. ராவின் பண்பாட்டு நெசவு என்பது அறிதல் முறையும், புலனுணர்வு முறையும், பொருள்கோள் முறையும் ஒரு சேர இணைந்து வண்ணங்கள் வடிவங்கள் நிறைந்த கண்கவர் சேலையைப் போன்றதொரு நெசவாகும். படைப்பாளிக்கும்

வாசகனுக்குமான உறவில் மேற்கூறிய மூன்று கூறுகளும் அந்நியோனியப்பட்டுள்ளன. கி. ராவின் முறையியல் என்பது 'பேசுவது போல் எழுதுதல்' என்பதால் அது ஒருவகையான உள்ளார்ந்த பண்பாட்டு (implicit culture) நெருக்கத்தைக் காட்டுகிறது. இதன் ஊடாக வெளிப்படைப் பண்பாட்டை (explicit culture) இணைத்து ஓர் அசலான பண்பாட்டு நெசவை நமக்குத் தருகிறார்.

கி.ராவின் படைப்புகளில் கதவு (சிறுகதைகள்), அப்பா பிள்ளை அம்மாபிள்ளை(சிறுகதை), கி.ரா. கடிதங்கள், மக்கள் தமிழ் வாழ்க (கட்டுரை), வயது வந்தவர்களுக்கு மட்டும், பெண் மணம் (பெண்கள் பற்றிய நாட்டுப்புறக் கதைகள்), கரிசல் காட்டுக் கடுதாசி, கோபல்ல கிராமம், வட்டார வழக்குச் சொல்லகராதி முதலானவை தனித்தனி வகைமைகள் சார்ந்தவை. மற்ற படைப்புகளையும் இவ்வகைமைகளின் தொடர்ச்சியாகக் கொள்ளலாம். எல்லா வகைமைகளிலும் அவரது உயிர் மூச்சு 'பேசுவது போல் எழுதுதல்' என்பதாகும். நதியின் குணம் ஒவ்வொரு துளியிலும் தெரிவதுபோல, கி.ராவின் பேசுவது போல் எழுதுதல் என்பதை எல்லாப் படைப்புகளிலும் காணலாம்.

மொழிச் செயல்பாடுகளில் பேச்சு என்பது எழுத்துமுறைக்கு நேரடியாக உடன்படுவதில்லை. எதிரிணையானது (binary opposition) என்றுகூடச் சொல்லலாம். இவை மொழியின்கண் இயங்கும் இரண்டு பகுதிகள் என்றாலும், பேச்சு மையமான (அதிகாரத்திற்கான) இடத்திற்குச் செல்வதில்லை, விளிம்பில் அடையாளங்கொள்கிறது. மைய மறுப்பின் அழகியலாகப் பேச்சு அமைகிறது.

கி.ராவின் நாட்டார் கதையாடல் பண்பு பேச்சு வகையை மையமிட்டது. பேச்சின் ஊடாக அவர் செய்துவந்துள்ள பண்பாட்டு நெசவு தனித்துவமானது. இத்தகையதொரு நெசவினைக் கி.ரா. தம் வாழ்நாள் முழுவதும் செய்திருக்கிறார். எங்கும், எதிலும், எதற்காகவும் அதனை அவர் சமரசம் செய்துகொள்ளவில்லை. கி. ராவின் எழுத்துலகம் தமிழ்ப் படைப்புலகில் ஒரு மகத்தான இடத்தைக் கொண்டிருக்கிறது.

10

ஆதி கலைகள்:
சங்ககாலக் கலைகளும் கலைஞர்களும்

முன்னியம்பல்

மனிதனைப் போலவே கலைகளும் பழமையானவை. இதனால் மனித சமூகத்திலும் கலைகளிலும் பன்மியம் (diversity) விரிவு பெற்றுள்ளது. மிக நீண்ட காலகதியில் வந்துகொண்டிருக்கும் இவ்விரண்டிலும் ஒழுங்கும் ஒழுங்கின்மையும்; இயைபும் இயை பின்மையும், தொடர்ச்சியும் மாற்றமும் அசைவியக்கம் பெற்று வந்துள்ளன. சங்ககாலக் கலைகளும் கலைஞர்களும் எனும் இந்த இயல் 'ஒழுங்கும் ஒழுங்கின்மையும்' சார்ந்த கருத்தாக்கத்தை மட்டும் மையப்படுத்துவதாக அமைகிறது.

ஒழுங்கும் ஒழுங்கின்மையும் பற்றிய ஒரு வரையறையை நோக்குவோம். வீட்டில் எந்தெந்த இடத்தில் எந்தெந்தப் பொருள்கள் இருக்க வேண்டுமோ அந்தந்த இடத்தில் அவை இருந்தால் அது 'ஒழுங்கு' (order/system), மாறியிருந்தால் 'ஒழுங்கின்மை'(disorder/dys-system). உணவு மேசையில் சாப்பிடும் தட்டு இருந்தால் 'ஒழுங்கு'. மாறாக, தலைவாரும் சீப்பு இருக்குமானால் அது 'ஒழுங்கின்மை'.

உடல் சீராக இருந்தால் அது ஒழுங்கு. நோய்க்கிருமிகள் தாக்கி நோய்வாய்ப்பட்டால் அது ஒழுங்கீனம். பணியாளர்கள் தொடர்ந்து வேலைக்கு வந்தால் ஒழுங்கு. கோரிக்கைகளை முன்வைத்துப் போராட்டம் நடத்தினால் அது ஒழுங்கீனம். யாருடைய பார்வையில் 'ஒழுங்கு', 'ஒழுங்கீனம்' என்பதே கேள்வி. அரசின் பார்வையில் போராட்டம் என்பது ஒழுங் கின்மை; ஆனால் போராட்டக்காரர்களின் பார்வையில் அது ஒழுங்குக்குரியது.

மேற்கூறிய கருத்தினங்களில் ஓர் 'இயைபு' (thesis), ஓர் 'எதிர் இயைபு' (anti-thesis) இருப்பதைக் காண்கிறோம். இவை ஒன்றிணையும் போது ஒரு 'கூட்டியைபு' (synthesis) உண்டாகிறது.

சங்ககாலக் கலைகள், கலைஞர்களிடம் அக்காலச் சமூக, பண்பாட்டு முறைகளுக்கான ஓர் 'இயைபு' இருந்தாலும் அது 'இயைபு நிலையிலிருந்து விலகுதல்' எனும் போக்கையும் ஏற்றுக் கொண்டது. அதற்குக் காரணம் அக்காலச் சமூக அமைப்பில் நிகழ்ந்துகொண்டிருந்த தொடர்ச்சியும் மாற்றமும் ஆகும். ஒட்டு மொத்தமாகக் கவனிக்கும் போது சங்ககாலக் கலைகள், கலைஞர்கள் வகிபாகத்தில் ஒழுங்கும் ஒழுங்கின்மையும் தொடர்வதற்கு அந்த அமைப்பு முறைகளில் செயல்பட்டுக் கொண்டிருந்த இயைபு, இயைபின்மை, தொடர்ச்சி, மாற்றம் முதலான போக்குகள் காரணமாக அமைந்தன.

இந்நிலையில் கலைகள், கலைஞர்கள், சமூகம், சூழல், தேவை முதலான கூறுகளுக்கிடையே எப்போதும் ஓர் 'இயைபு', 'எதிர் இயைபு', 'கூட்டியைபு' ஆகிய முக்கோண உறவு தொடர்ந்து கொண்டிருக்கும். இதில் ஒழுங்கும் ஒழுங்கின்மையும் தொடர்ந்து அசைவியக்கம் பெறும். அதில் சில நேரங்களில் ஒழுங்கு மேலோங்கி யிருக்கும். சில நேரங்களில் ஒழுங்கின்மை வலுப்பெறும் அல்லது மாற்றம் எனக் கூடிய எதிர்கால நிகழ்விற்காக அவை செயல்பட்டுக் கொண்டேயிருக்கும்.

இனி பண்டைத் தமிழர்களின் கலைகள், கலைஞர்கள் பற்றிக் காண்போம்.

பண்டைப் பாண் சமூகம்

உலகளாவிய நிலையில் நோக்கும் போது மனித சமூகத்தில் தோன்றிய அத்தனை வகையான சமூக வடிவங்களும் பண்டைத் தமிழ் மண்ணில் தோன்றி வளர்ந்துள்ளன. இன்னும் சொல்லப் போனால் மேலும் சில கூடுதல் வடிவங்களும் இங்கு உருவாக்கம் பெற்றன எனலாம். குறிஞ்சி, முல்லை, மருதம், நெய்தல், பாலை ஆகிய ஐந்திணைகளிலும் சமூகப் படிமலர்ச்சி (social evolution) அசைவியக்கம் பெற்றிருந்தது. இந்த ஐந்து திணைகளிலும் அந்தந்தத் திணைக்குரிய நிலைகுடியினர் தம் வாழ்வைத் தகவமைத்துக் கொண்டிருந்தார்கள். கூடவே, இந்த நிலைகுடிகளை நாடிச் சென்று பரிசில் பெற்று வாழ்ந்த 'அலைகுடியினர்' ஒரு

தனித்த சமூக வடிவமாக விளங்கினார்கள். அவர்களையே இன்று நாம் 'பாண் சமூகம்' எனப் பொதுமைப்படுத்தியுள்ளோம்.

பண்டைய கிரேக்க, சீன, லத்தீன், சம்ஸ்கிருத செவ்வியல் காலத்தைப் பார்க்கும் போது சங்ககாலப் பாண் சமூகம் மிகவும் விரிவு பெற்றிருந்தது. பாணர், பொருநர், விறலியர், கூத்தர், துடியர், கோடியர், வயிரியர், கண்ணுளர், சென்னியர், இயவர், கிணைவர், குறுங்கூளியர், நகைவர், மதங்கர், கட்டுவிச்சியர், அகவுநர் என 16 வகையான பெயர்களில் பாண் சமூகத்தாரைக் காணமுடிகிறது.

கிரேக்கம், ஸ்பானிஷ், ஸ்லாவிக், வெல்ஷ், ஜெர்மன், பிரெஞ்சு, சீன, சம்ஸ்கிருத மரபுகளில் இவ்வளவு வகையான கலைஞர்களைக் காண இயலவில்லை (சிவத்தம்பி 2005; கைலாசபதி 2006; சினாட் கிராஸ் 2006; ஹண்டர் & ரூதர் ஃபோர்டு 2009; ஹெய்மண்டார்ஃப் 1967; பக்தவத்சல பாரதி 2015; இன்னும் சிலர்).

சங்ககாலக் கலைகள்

நாளாந்த வாழ்க்கையில் கலையானது மிகமுக்கியமான இடத்தைப் பெற்றிருந்தாலும் அதற்கப்பாலுமுள்ள தனித்துவமான வாழ்வியல் கருத்தாக்கங்களிலும் கலை செயற்படவல்லது. கலைசார்ந்த கலைஞர்கள் சமூகவயப்பட்டவர்கள், அரசியல் வகிபாகத்தை வடிவமைப்பவர்கள் (பிரந்தா பெக் 1982). கலைக்குரிய விதிகள், கலையின் அமைப்பு, அதன் வடிவங்கள் முதலானவை ஒவ்வொரு கலையையும் அர்த்தமுடையதாக்குகிறது என்பது அமைப்பிய அணுகுமுறை (structural approach).

கலைகள் வரலாற்று ரீதியான நினைவூட்டல்களைத் தருகின்றன. மனிதகுலத்தின் அனுபவங்கள் அனைத்தும் தனிமனிதர்களின் நினைவில் இருப்பதில்லை. அவை மொழியால் பேணப்படுகிறது. கலையும் ஒரு மொழிதான். ஆகவே கலை சமூக ஞாபகமாக வடிவம் பெறுகிறது. கலையையும், கலை வகைகளையும் கட்டவிழ்த்துப் பார்ப்பதன் மூலம் சமூக உருவாக்கப் போக்குகளை அறியமுடியும்.

சங்க காலத்தில் பெரிதும் அறியப்பெற்ற வழக்காறுகள், கலைகள் வருமாறு:

1. *வரி.* இசையுடன் பாடியும் ஆடியும் நிகழ்த்தும் கூத்து.
2. *அம்மானை வரி.* இளம்பெண்கள் விளையாடும் போது பாடும் பாடல் வகை.

3. *கந்துக வரி.* பெண்கள் பந்தாட்டத்தின் போது பாடும் பாடல்.
4. *ஊசல் வரி.* ஊஞ்சல் விளையாட்டுப் பாடல்.
5. *வள்ளைப் பாட்டு.* பெண்கள் தானியம் குத்தும் போது பாடும் உலக்கைப் பாட்டு (மலைபடு. 342; குறுந். 89).
6. *வாழ்த்துப் பாட்டு.* மலையின மக்கள் மற்றவரை வாழ்த்தும் போது பாடுவது.
7. *குரவை.* இதில் இரண்டு வகையுண்டு, ஒன்று, மகளிரின் நீர்விளையாட்டுகள் (அலவனாட்டு, வண்டலயர்தல்). மற்றொன்று, தெய்வ வழிபாட்டில் மகளிர் எழுவர் கூடிசடங்குக் களத்தில் கைகளைப் பற்றித் தழுவி ஆடுதல்(கலித். 103; திருமுருகு. 197).
8. *வள்ளிக் கூத்து.* முருகன் கண்டுகளிக்கும்படி வள்ளியின் கோலம் தாங்கி பெண் ஆடும் கூத்து (தொல். பொருள். 60).
9. *கழாய்க் கூத்து.* மூங்கில் கழையை நட்டுக் காலால் பிணித்துக் கொண்டு சாய்ந்தும், சுழன்றும், உறழ்ந்தும் ஆடுவது (மலை படு.236-37).
10. *கயிற்றுக் கூத்து.* இரண்டு கழைகளைத் தூரமாக நட்டு இடையே முழவின் தாளத்திற்கேற்ப கயிறுகட்டி, அதன்மேல் நின்றும் ஊர்ந்தும் ஆடுவது (குறிஞ்சிப். 192-94).
11. *கரணக் கூத்து.* காலில் சலங்கைக் கட்டி, சாட்டையால் தம்மைத் தாமே அடித்துக் கொண்டு வித்தைகள் காட்டுவது (அகம். 368).
12. *தோல்பாவைக் கூத்து.* தோலால் பாவை செய்து ஆட்டுவிக்கும் கலை (நாலடி. 26).
13. *அல்லிப்பாவைக் கூத்து.* பாவை போல் புனைந்து பொம்மையால் உடலசைத்து ஆடுவது (புறம். 33).
14. *வசைக் கூத்து* (விதூரிக் கூத்து). அங்கதப் பொருளில் விமர்சித்து வசைபாடி கோமாளியைப் போல் நகைச்சுவை தோன்ற ஆடும் கூத்து.
15. *புகழ்க்கூத்து.* அரசனின் புகழை ஏத்திப்பாடி ஆடுவது. (புறம். 146).
16. *வரிக் கூத்து.* இசைப்பாடலைப் பாடி ஆடும் கூத்து (குரவை வரிக்கூத்தின் ஓர் உறுப்பு என்பார் அடியார்க்கு நல்லார்).
17. *வரிச்சாந்திக் கூத்து.* தெய்வங்களைச் சாந்திப்படுத்தப்

பாடியாடும் கூத்து (கும்மி, ஒயில் போன்ற ஆட்டங்கள் வரிச்சாந்து எனலாம்).

18. *சாந்திக் கூத்து.* தலைவர்க்கு மகிழ்ச்சி வேண்டி ஆடுதல் சாந்தி. ஒப்பனைகள் புனைந்து கையில் வாளேந்தி ஈசனுக்கும் காளிக்கும் சினங்குறைய ஆடுவது சாந்திக் கூத்து (சொக்கம், மெய்க்கூத்து, அவிநயக் கூத்து, நாடகம் ஆகியவை சாந்திக் கூத்தின் உள் வகைகள்).

19. *விநோதக் கூத்து.* குறிப்பிட்ட குறிக்கோள் ஏதுமின்றிப் பார்வையாளரை வியக்க வைத்துப் பொழுதுபோக்கும் நோக்கில் ஆடுவது விநோதக் கூத்து (கழாய்க் கூத்து, குடக் கூத்து, அல்லிப் பாவைக் கூத்து, தோற்பாவைக் கூத்து, கரணக் கூத்து, நுண்ணியக் கூத்து (நோக்கு).

20. *ஆரியக் கூத்து.* கயிறு கட்டி அதன் மேல் ஆடும் கூத்து. இதனை ஆரியர் ஆடினர் (அகம். 398, நற். 170).

21. *பொய்தல்.* இராசா இராணியைப் போல் பொய்யாக வேடமணிந்து பேதைப் பருவத்து மகளிர் நடிக்கும் நாடகம் (நற். 166) பரத்தையரும் பொய்தல் ஆடுதல் பெருவழக்காகும் (அகம். 26, 156, ஐங். 181, நற். 166).

22. *வேத்தியல் கூத்து.* அரசர்க்கு ஆடும் கூத்து.

23. *பொதுவியல் கூத்து.* எல்லார்க்கும் ஆடும் கூத்து.

24. *அம்பா ஆடல்.* அம்பாவை (அன்னை கொற்றவை) கன்னியர் கூட்டாக வழிபட்டுப் பாடி ஆடுதல் அம்பா ஆடல். தைந் நீராடல் என்பதும் ஒரு வழக்கு. வையை மணல் மேட்டில் மகளிர் ஆயமொடு (கூட்டத்தோடு), 'அமர்ந்தாடும் ஆடல்' (கலி. 27) என்றும் கூறுவதுண்டு.

25. *ஓரையாடல்.* காவிக்கல்லால் அல்லது பூந்தாதுக்களால்; பாவைகள் செய்து ஆற்றங்கரையில் அமர்ந்து ஆடுவது ஓரை யாடல் (குறுந். 48).

26. *தெற்றி ஆடல்.* கால்களைப் பின்னி ஆடும் ஒரு கூத்து வகை (புறம். 53).

27. *பெருங்கருங் கூத்து.* நகைச்சுவை ததும்ப ஆடும் கூத்து வகை (கலி. 65). தீயக் கூத்து என்றும் பொருள்படும் (ஷாஜகான் கனி 2009: 117).

28. *துணங்கை தழூஉ.* பரத்தையரைத் தலைவன் தழுவி ஆடும் கூத்து.

குரவை எப்போது வேண்டுமானாலும் நிகழும். ஆனால் துணங்கையானது நாள் குறித்து நிகழ்த்தப்படும். 'துணங்கை நாளும் வந்தன்று' (குறுந். 264).

29. துணங்கை. போர்த்துணங்கை கொற்றவைக்கு (துணங்கையஞ் செல்வி) உரியது. போர்க்களத்தில் கொற்றியும், பேய்களுமாக வேடம் புனைந்து ஆடுவது (கலி.89; திருமுருகு. 49-56).

30. வெறியாட்டம். தலைவன் பிரிவால் வருந்திய தலைவியின் மெலிவு கண்ட தாய், தன் மகளை அணங்கு தாக்கியதோ எனக் கருதி வேலன் மூலம் நிகழ்த்தியதே வெறியாட்டம். வேலன் வெறியாடல் தெருச்சந்திகள் கூடும் மன்றங்களிலோ, அம்பலங்களிலோ ஆடப் பெற்றது (நற். 322; அகம். 22). வெறியாடும் மகளிரும் இருந்துள்ளனர் (பட்டினப். 154-55).

கலைஞர்களின் அசைவியக்கங்கள்

சங்க காலச் சமூகப் பண்பாட்டு உருவாக்கத்திலும், அதன் உருமாற்றத்திலும் பாண் கலைஞர்கள் முக்கியப் பங்காற்றி உள்ளனர். இக்கலைஞர்கள் ஒரு நிலையில் அக்காலத்தின் ஒழுங்கமைவைப் (system) பேண முற்பட்டாலும் மறுநிலையில் மாற்றங்களையும் உடைப்புகளையும் தூண்டவே செய்தனர்.

சங்க காலத்தில் ஒவ்வொரு திணையிலும் அதன் முதன்மைச் சமூகங்களை மட்டும் முன்னிலைப்படுத்தி அத்திணையை விவரிக்கின்றோம். ஊர்சுற்றும் பாண் குடிகளின் வாழ்வை இணைத்துத் திணைக் குடிகளின் வாழ்வுமுறையை அறிந்து கொள்ள வேண்டியது அவசியமாகும். ஒவ்வொரு திணையிலும் வாழ்ந்த நிலைகுடிகளின் வாழ்வியலில் அலைகுடிகளின் பங்கு பணிகள் பல்வேறு நிலைகளில் பின்னிப் பிணைந்திருந்தன.

சங்க காலத்தில் ஊர் ஊராகச் சுற்றி வாழ்ந்த 'ஊர்சுற்றும் வல்லுநர்கள்' (travelling specialists) அதாவது பாண் சமூகத்தினர் பல்கிப் பெருகியிருந்தனர். இந்நிலையில் பண்பாட்டில் ஒன்றைப் பற்றிய முழுமையான தேடுதலில் அதன் எல்லா வகையான பகுதிகளையும் இணைத்துப் புரிந்துகொள்ள வேண்டியது அவசியமாகும். நிலைகுடிச் சமூகத்தை அறிய வேண்டுமானால் அதனோடு தொடர்புடைய பாண்சமூகங்களின் இணைவையும் சேர்த்து அறியும்போதே அப்புரிதல் முழுமைபெறும் (பக்தவத்சல பாரதி 2015: 25-38).

பண்டுதொட்டுக் கிராமங்கள் 'தன்னிறைவு பெற்றவை', 'தற்சார்பு பெற்றவை', 'குட்டிக் குடியாட்சிகள்' (little republics) என்றெல்லாம் வர்ணிக்கப்பெற்றன. என்றாலும் ஒரு கிராமத்தின் தற்சார்பு நிலை அதனளவில் முடிந்துவிடுவதில்லை.

ஊராருக்குத் தேவையான உப்பு, வெற்றிலை, பாக்கு, சுண்ணாம்பு, இரும்பு, தங்கம், பிற உலோகங்கள், ஜவுளிகள் போன்ற இன்னும் பல பொருள்கள் ஒரு கிராமத்திற்குள்ளேயே கிடைப்பதில்லை. வெளியிலிருந்தே வருகின்றன. இவ்வாறே கிராமத்திற்கான கலைத் தேவைகளும் வெளியிலிருந்தே நிறைவு செய்யப்படுகின்றன. அந்தந்த வட்டாரத்தில் சுற்றித்திரியும் ஊர் சுற்றும் வல்லுநர்களின் தொழிலுறவுகளினால் ஊருக்கான தேவைகள் முழுமை பெறுகின்றன. அவ்வாறே சங்க காலத்திலும் ஒவ்வொரு திணைக்குடியினர் வாழ்வும் வெளியிடங்களிலிருந்து வந்து சென்ற கலைஞர்களாலேயே முழுமை பெற்றது. ஒவ்வொரு வகையான கலைஞரும் நிலைகுடியினருக்கு ஒரு குறிப்பிட்ட கலைச்சேவையை நிறைவு செய்தார்கள் (மேலது: 18).

இத்தகைய கலைச்சேவையைச் செய்த பாண் சமூகத்தார் சங்க காலத்தில் பல்வேறு திணைகளையும் பல தேசங்களையும் தம் பயணம் வழி இணைத்தார்கள். இவற்றிற்கிடையே தொடர்ந்து பண்பாட்டுப் பாலம் அமைத்தார்கள்; நிலைகுடிகளின் சமூக வாழ்வில் பல்வேறு பங்குபணிகளைச் செய்தார்கள்.

நிலைகுடிகளின் கலைத் தேவையைப் பாண்குடியினரே நிறைவு செய்தார்கள். ஊர் அல்லது கிராம சமூகத்தாருக்கு வேண்டிய கலை நிகழ்வினை அலைகுடிகளாகிய பாண் சமூகத்தார் செய்யும் போது அது ஒரு துணைச் சமூகமாக (para-social system) இணைந்தது. இத்தகைய துணைநிலைச் சமூகங்கள், சங்க காலத்தில் பல்வேறு வகைக் குடியினராகக் (பாணர், பொருநர், கூத்தர், விறலியர், இயவர், கண்ணுளர், கோடியர், வயிரியர், அகவுநர்) காணப் பட்டனர். சங்க காலச் சமூக அமைப்பில் துணைநிலை சமூக அமைப்பு மிகவும் விரிவான, உறுதியான பிணைப்புடன் ஒன்றுகொன்று சார்ந்து (symbiotic) செயல்பட்டுள்ளதைக் காணமுடிகிறது (மேலது: 31).

பாணர்கள் பாடுவதற்காகப் பயணம் செய்தார்கள். இவர்கள் வள்ளல்களைப் பற்றிப் போற்றிப் பாடல்கள் அல்லது புகழ்மாலைப் பாடல்கள் (encomiastic poems) பாடிப் பரிசில் பெற்றார்கள்.

இவர்களில் முதுவாய்ப் பாணர்கள் அறிவில் சிறந்தவர்கள். இவர்களின் பாட்டும் வாக்கும் சாகா வரம் பெற்றவை. பிற்காலத்திய ஆழ்வார்கள், நாயன்மார்கள் பாடியதைப் போன்று இவர்கள் கடவுள்களைப் பாடவில்லை. மன்னர்களையும் கிழார்களையுமே பாடினார்கள். நாட்டைப் பாடினார்கள், மக்களை வாழ்த்திப் பாடினார்கள். ஆக, இங்கு நாம் நோக்க வேண்டிய கருத்தென்பது 'புலவர்க்கான ஒழுங்கு' ஒரு நிலையிலும், 'பாணர்க்கான ஒழுங்கு' மறுநிலையிலும் பேணப்பட்டன என்பதாகும். புலவர்களின் நோக்கம் வேறு, பாணர்களின் நோக்கம் வேறு.

புலவர்கள், ஆழ்வார்கள், நாயன்மார்கள் போன்று பாணர்கள் தனி மனிதர்களாகச் செயல்பட்டதில்லை. இவர்கள் எப்போதுமே குழுவாகச் சென்றார்கள் (polycrates). இவர்களின் பாடலும் ஆடலுமாகிய நிகழ்த்துப் படைப்பானது 'கூட்டு அனுபவம்' சார்ந்தது. இவர்களின் படைப்புகள் 'பல்லிசைப் பாணர்களின் நிகழ்த்துக் கோவை'யாகவே (polycratean symposia) அமைந்தன.

பாணர்களின் கலையானது ஒரு விரிந்த குடும்பத்திற்கான (extended family) கலையாகவே இருந்தது. சுற்றம், ஒக்கல் எனும் சொற்கள் இதற்கான சான்றுகளாக விளங்குகின்றன. இக்குழுவில் யாழிசைத்தல், கருவிகள் மீட்டல், பண் ஒன்றிப் பாடுதல், சேர்ந்திசைத்தல், நடனமும் ஆட்டமும் நிகழ்த்துதல் முதலான பன்முகப்பட்ட கலைஞர்கள் இருந்தனர். புலவர் மரபில் இந்தத் தன்மைகளைக் காண முடியவில்லை. அவர்கள் தனிமனித நிலையிலேயே செயல்பட்டனர்.

வீரயுகக் காலத்தில் பாண் சமூகத்தின் பொருளாதாரமுறை என்பது பெரிதும் 'உறவு முறை சார்ந்த ஈட்டலும் பகிர்தலும்' (kin-based subsistence & redistribution) சார்ந்திருந்தது. இதில் கலையே வாழ்வாதாரமாகும். பாணர்கள் சீறூர் முதல் நகரங்கள்வரை சுற்றித் திரிந்து வந்ததால் இவர்கள் ஒரு நிலையில் 'பண்பாட்டுத் தொடர்பாளர்கள்' (communicants of culture) எனும் நிலையிலும், பல்வேறு திணைகளுக்கு இடையில் சுற்றித் திரிந்ததால் 'சமயம் சார்ந்த கருத்துகளைப் பரப்பியவர்கள்' (communicants of religious thoughts) எனும் நிலையிலும், சிறுகுடிகளுக்கும் பெருங்குடிகளுக்கும் இடையில் ஊடாடி வாழ்ந்ததால் இக்குடிகளுக்கிடையில் பண்பாட்டுப் பாலம் அமைத்துப் 'பன்மைப் பண்பாட்டை ஏற்கச் செய்தவர்கள்' (mediator of cultural pluralism) எனும்

நிலையிலும் செயல்பட்டார்கள். புலவர்கள் இவ்வாறு செயல் படவில்லை (பக்தவத்சல பாரதி 2015: 33).

ஊர் சுற்றும் வல்லுநர்களான பாண் சமூகத்தார் சீறூர் மக்களின் அல்லது திணைசார் மக்களின் 'தனிமரபுகளை' (little traditions) ஒரு புறத்திலும், மருதநில நகரங்கள், நெய்தல் நில வணிகத் துறைமுக நகரங்கள் ஆகிய இடங்களில் வளர்ந்த 'பொதுமரபினை' (great tradition) மறுபுறத்திலும் இணைத்தவர்களாகவும், கொண்டு கொடுத்துப் பாலம் அமைத்தவர்களாகவும், ஒரு மரபை இன்னோர் இடத்தில் அறிமுகப்படுத்தியவர்களாகவும் செயல் பட்டுள்ளனர் (மேலது: 33).

பாண்சமூகத்தாரின் இவ்வகையான இணைப்பாலும் பரிவர்த்த னையாலும் இருவேறு மரபுகள் கொண்டு கொடுத்து இடைவினை புரியத் தொடங்கின. இத்தகைய அசைவியக்கத்தில் 'கிராமங்களில் நகரியம்' (rural-urbanism) எனும் பண்பையும், 'நகரங்களில் கிராமியம்'(urban-ruralism) எனும் பண்பையும் ஊடாட்டம் செய்தவர் களாக இந்த ஊர் சுற்றும் வல்லுநர்கள் பங்கு பணியாற்றினர்.

சங்ககாலக் கலைகள் பல்வேறு பின்புலங்களில் பல்வேறு வகைகளாக நிகழ்த்தப்பட்டுள்ளன. எனினும் அவற்றைப் பின்வரும் ஐந்து நிலைகளில் பகுத்துக் காணலாம்.

1. சடங்கு, வழிபாடு சார்ந்த கலைகள்
2. புராண, இதிகாசம் சார்ந்த கலைகள்
3. தொழில்முறைக் கலைகள்
4. போர் சார்ந்த வெற்றிக் கூத்துகள்
5. வாழ்வியல் மகிழ்விற்கான கலைகள்

சடங்கோடு இணைந்த கலை வெறியாட்டு. வேலன் வேலை ஏந்தி ஆடிய இந்த ஆட்டம் காதல், முருக வழிபாடு சார்ந்தது (திருமுருகு. 230-244). குரவைக் கூத்து ஒரு நிகழ்த்துக் கலை. குழு சார்ந்தது. வழிபாடு, வாழ்வியல் பொழுதுபோக்கு சார்ந்தது. சங்ககாலத்தில் நிலத்துடன் தொடர்புபடுத்தப்பட்ட குரவை சிலப்பதிகாரத்தில் பொழுதுடன் தொர்டர்புபடுத்தப்பட்டது. பிற்சங்ககாலத்தில் குரவை மதிப்பிழந்த போதிலும், குரவைப் பாடல்கள் மதிப்பிழக்கவில்லை (பெருமாள், அ. கா. 2013: 23). குரவைக் கூத்து இருபாலருக்கும் உரியது என்றாலும் மகளிரே பெரிதும் ஆடினர்.

குரவைக் கூத்து, வரிக் கூத்து, வென்றிக் கூத்து முதலானவை இனக்குழுச் சமூகத்தில் 'பொது வெளி'யில் அனைவரும் ரசிக்கும் படியாக நிகழ்த்தப்பட்டன. ஆனால் பிற்சங்ககாலத்தில் கூத்துகளில் பல அரசவைகளிலும் அரண்மனைகளிலும் உயர் குழாத்தினர் மட்டும் ரசிப்பதற்கு நிகழ்த்தப்பட்டன. இனக்குழுத் தன்மை யிலிருந்து விலகிய கலைகள் சமயம், சடங்கு, வழிபாடு ஆகிய மையப் பண்புகளை இழந்து அழகியல், பொழுதுபோக்கு அம்சங்களை உருவாக்கிக் கொண்டன. 'உழைப்பிலிருந்து ஓய்வு' என்பதன் பொருண்மை கலைகளிலும் வந்து சேர்ந்தது.

சங்ககாலக் கலைகளின் பொருண்மைகள் பன்மைத்தன்மை கொண்டவை. இதனால் ஆய்வாளர்கள் பல்வேறு வகையான பாகுபாடுகளையும் பொருள்கோடலையும் செய்கிறார்கள். இக்கலைகளை அகம் சார்ந்தும், புறம் சார்ந்தும் வகைப்படுத்துவது ஓர் அகவயமான முறையியல் ஆகும்.

அகம்	புறம்
1. குரவை	1. குரவை
2. துணங்கை	2. துணங்கை
3. வெறியாட்டு	3. வெறியாட்டு
4. வாடாவள்ளி	4. வாடாவள்ளி
	5. கழல் நிலை
	6. துடிக்கூத்து
	7. வாளமலை
	8. முன் தேர்க்குரவை
	9. பின் தேர்க்குரவை

அகம், புறம் ஆகிய இரண்டு வாழ்வியல் நடப்புகளுக்கு அடுத்து கூத்துக்களைக் கருவி சார்ந்தும், கதை சார்ந்தும், சமயம் சார்ந்தும் ஆய்வாளர் சு. மகாலெட்சுமி (2013: 75) இனங்காண்கிறார்.

கருவிசார்ந்த கூத்துக்கள்

1. வாள்   - வாளமலைக் கூத்து
2. கழல்   - கழல்நிலைக் கூத்து
3. துடி   - துடிக்கூத்து
4. தேர்   - முன் தேர்க்குரவை, பின் தேர்க்குரவை

சமயம் சார்ந்த கூத்துக்கள்

5. குரவைக் கூத்து - வேலன்

6. துணங்கைக் கூத்து - கொற்றவை
7. வெறியாட்டு   - வேலன்
                        - கொற்றவை
                        - அணங்கு

கதைசார்ந்த கூத்து

8. வள்ளிக் கதை - வள்ளிக் கூத்து

சங்க இலக்கியங்கள் வழியே ஆராயும்போது கலைகள் பலவும் சடங்கை வேர்களாகக் கொண்டிருந்ததை அறிய முடிகிறது. விக்டர் டர்னர், ரிச்சர்டு ஷெக்னர், யூஜீன் பார்பா முதலானவர்களின் ஆய்வை அடியொற்றிப் பார்க்கும்போது சங்ககாலக் கலைகள் பலவும் 'சடங்கிலிருந்து கூத்துவரை' எனும் தொடர்ச்சியைக் காட்டுகின்றன. இனக்குழுக்களின் தொல்குடி வாழ்விலிருந்து பேரரசுகளின் வள்ளிக்கூத்து, வென்றிக் கூத்து, முன் தேர்க்குரவை, பின்தேர்க்குரவை முதலான கலைகள் விரிவு பெறுவதைக் காண்கிறோம். இதன் தொடர்ச்சியில் 13ஆம் நூற்றாண்டு வரை தமிழகத்தில் சாக்கையார் கூத்து அல்லது துடியாட்டம் நிகழ்த்தப் பட்டன என்கிறார் நாடகவியல் அறிஞர் செ. ரவீந்திரன் (2012: 50).

கலைகள் காட்டும் ஒழுங்கும் ஒழுங்கின்மையும்

கலைகள் சமூக ஒழுங்கை நிலைப்படுத்தவும் செய்யும்; நிலை மாற்றத்துக்கும் உதவும். இந்நிலையில் சங்ககாலக் கலைகள் பலவும் அசைவியக்கம் பெற்றிருந்தன. இனிவரும் பகுதிகளில் சங்ககாலக் கலைகள் பலவும் இந்தக் கருத்தோட்டத்தின் அடிப்படையில் விவாதிக்கப் பெறுகின்றன.

சங்ககாலக் கலைகள், கலைஞர்கள் வகிபாகத்தில் நிகழ்ந்த ஒழுங்கும் ஒழுங்கின்மையும் பற்றிப் பின்வரும் நான்கு தலைப்பு களில் காண்போம்:

1. சமூகத் தளத்தில் ஒழுங்கும் ஒழுங்கின்மையும்
2. அரசியல் தளத்தில் ஒழுங்கும் ஒழுங்கின்மையும்
3. பொருளியல் தளத்தில் ஒழுங்கும் ஒழுங்கின்மையும்
4. சமூக மாற்றத்தில் ஒழுங்கும் ஒழுங்கின்மையும்

சமூகத்தளத்தில் ஒழுங்கும் ஒழுங்கின்மையும்

சமூக அமைப்பிற்கு ஏற்பவே மற்ற அனைத்துக் கூறுகளும் தம்மை

வெளிப்படுத்திக் கொள்கின்றன என்பது அமைப்பிய-செயல்பாட்டு வாதிகளின் (structural- functionalists) முக்கிய வாதமாகும். முழுமைக்காகவே பகுதிகள் உள்ளன என்பது இதன் பொருள்.

சங்க காலம் என்பது ஐந்திணை வாழ்வைக் கொண்டிருந்தது. ஒவ்வொரு திணைக்கும் முதல், கரு, உரிப் பொருள்கள் உண்டு. இவற்றைச் சார்ந்து மற்ற அனைத்தும் ஒழுங்கு பெற்றிருந்தன. இங்கு ஓர் எடுத்துக்காட்டைக் காண்போம். இசைக்கருவிகளில் ஒன்றான பறையைப் பொறுத்தவரை குறிஞ்சியில் தொண்டகப்பறை, முல்லையில் ஏர்கோட்டுப் பறை, நெய்தலில் மீன்கோட்டுப் பறை, பாலையில் துடி எனத் தனித்தனிப் பறைகள் அடையாளப் பட்டிருந்தன. பறை ஒன்றாயினும் அதன் வகையினங்கள் தனித்தனியானவை. வகையினங்கள் தோன்றுவது என்பது 'புதிய ஒழுங்கு' ஒன்றை உருவாக்க முயல்வதுதான் என்பதை நாம் இங்கு நுட்பமாக அவதானிக்க வேண்டும்.

சங்ககால வாழ்வுமுறையில் விறலியர் கலைச்சேவை மூலம் அக்காலத்துக் கலை ஒழுங்கைப் பேணி வந்தனர். ஆனால் அவளே சமூக ஒழுங்கின்மைக்கும் பங்காற்றியவளாகவும் இருந்தாள். பாணர், கோடியர், வயிரியர், கண்ணுளர் ஆகிய கலைக் குழுக்களில் விறலியர் முக்கிய உறுப்பினர்களாக இருந்தனர். அவர்கள் தங்கள் அழகாலும், கவர்ச்சியாலும் கிழார்களையும் மன்னர்களையும் தன்வயப்படுத்திக் குடும்ப ஒழுங்கில் கீறல்களை உருவாக்கினார்கள் (நற். 170). இத்தகைய நிகழ்வுகள் விழவுக் களத்தில் நிகழ்ந்துள்ளன (புறம். 32). சில கட்டங்களில் குடும்பத் தலைவர்கள் விறலியை அனுபவிக்கும் அடையாளமாக ஒரு பூவை வழங்கினர். இதற்கு விறலியர் இசைந்த கட்டமென்பது அவர்கள் பரத்தையாக மாறும் கட்டமாகும். மன்னர்கள் விறலியுடன் திளைத்திருந்த நிகழ்வுகளைப் பற்றிப் பல பாடல்கள் உள்ளன. மன்னர்களுக்கு அந்தப்புரங்களில் கலைமாந்தர்கள் இருந்தது போல, பாணர்கள் பரத்தையரோடு வந்து மன்னர் களிடம் ஊடாடினார்கள்.

குரவைக் கூத்தில் தலைவன், பாண் மகளிரோடு விரும்பிப் பழகியுள்ளான். மகளிரின் கைகளைப் பற்றித் தழுவுதல் என்பது 'தலைக்கை தருதல்' எனப்பட்டது (புறம். 24). இந்த மரபே பின்னாளில் துணங்கை ஆட்டத்தில் தலைவன் பரத்தையரைக் கட்டியணைத்து ஆட வழிவகுத்தது (பதிற். 52, குறுந். 31, மதுரைக்.

328). சங்க இலக்கியத்தில் குரவையும் துணங்கையும் 'தழூஉ' என்று குறிக்கப்பெற்றது (அகம். 176, கலி. 103).

சங்க காலத்தில் பாணர்கள் விறலியரை அரசர்களோடும், கிழார்களோடும் கூட்டுவித்தனர். அரசர்கள் விறலியரை மெய் தொட்டுப் பழகிவந்தனர். இதனையே பின்னர் சிலப்பதிகார காலத்தில் கணிகையர் குல மகளிரும் பின்பற்றினர். மக்கள் நிறைவற்ற வாழ்வின் தேவைகளை மற்ற வடிவங்கள் மூலமாக நிறைவு செய்ய முயன்றார்கள். அவற்றில் ஒன்றே கலை. குரவை, துணங்கை போன்ற இன்னும் பல வடிவங்கள் இத்தன்மையைப் புரிந்துகொள்ள உதவும்.

மன்னர்களும் குடும்பத் தலைவர்களும் கூடா ஒழுக்கத்தில் ஈடுபடலாயினர். இது குடும்ப உறவில் ஒரு விரிசலை உருவாக்கியது. சங்ககாலச் சமூக வாழ்வில் பாணர்கள் வாயில்களாகவும் செயல் பட்டுள்ளனர். அதாவது பரத்தையிற் பிரிந்த தலைவனை மீட்டு மீண்டும் குடும்ப அமைப்பிற்குள் சேர்ப்பதற்கு அவர்கள் தூது சென்று வாயில்களாகச் செயல்பட்டுக் கடமையாற்றினார்கள். தலைவி அனுப்பிய தூதுவனாகவும், தலைவன் அனுப்பிய தூதுவனாகவும் பாணர் செயல்பட்டனர் (தொல். 1446; குறுந். 33, 359; ஐங். 409). பாணரைப் போன்றே விறலியரும் வாயில்களாகச் செயல்பட்டனர் (நற். 310).

சங்க காலத்தில் பரத்தையர் மணமாகாமலேயே மனைவி போல வாழ்ந்துள்ளனர். இவர்கள் வரைவின் மகளிர் எனப்பட்டனர். ஊரின் புறத்தே பரத்தையர் குடியிருப்பில் வாழ்ந்து பல்வேறு ஆடவர்களுடன் பொருளுக்காகக் கூடும் பரத்தையர் சேரிப் பரத்தையர் ஆவர். இவரிடமிருந்து மாறுபட்டவராக இல்பரத்தை யரும், காதல் பரத்தையரும், காமக்கிழத்தியரும் இருந்துள்ளனர். இத்தகைய மகளிரைத் தலைவர்களுடன் தொடர்புபடுத்த விறலியர், பாடினியர் காரணமாக இருந்தனர். தலைவன் பரத்தையருடன் துணங்கை ஆடிய செய்தியைக் கலித்தொகை (66, 70, 73) கூறுகிறது. சில பரத்தையர் அடியுறை மகளிராகவே இருந்துள்ளனர் (புறம். 67, 198; கலி. 53; பரி. 14).

பேராசிரியர் சிவத்தம்பி இன்னும் ஒரு கருத்தையும் இங்குக் கவனப்படுத்துகிறார். பாணர்கள் ஒரு கட்டத்தில் பிரபுக்களின் வாழ்க்கையில் இடம்பெறத் தொடங்கினர் (புறம். 373, 398, பதி.

37-43). பாணர்கள் இப்பிரபுக்களுக்கு மகிழ்ச்சியை ஏற்படுத்தும் 'நகைவர்'களாகச் செயல்படத் தொடங்கினார்கள். பதிற்றுப்பத்து உரையாசிரியர் எல்லாப் பாணரும் நகைவர்களாகவே இருந்தனர் என்று கூறுவதைச் சிவத்தம்பி (2005: 229) எடுத்துக்காட்டுகிறார்.

கட்டுக்கோப்பான இறுக்கமான குடும்ப உறவில் நகைவர்கள் ஓர் உடைப்பை நிகழ்த்தியவர்கள் எனலாம். ஆண்களுக்கான இந்தப் புற ஒழுக்கங்கள் பூர்வ தொல்குடிச் சமூகத்தில் நிலவிவந்த 'பொது மகளிர்' முறையின் தொடர்ச்சி எனலாம். புராதன சமூகத்தில் ஆண்களுக்கு இருந்த 'புணர்ச்சி சுதந்திரம்' சங்க காலத்திலும் எச்சங்களாக இருந்துள்ளன. பெண்ணைக் கவர்ந்து செல்வதும், உடன்போக்கில் ஓடிப்போவதும் இதன் மிச்ச சொச்சம் தான். இதற்கடுத்த நிலையில்தான் பரத்தமை முறை உருவாகிறது. பரத்தையராகிய வரைவின் மகளிர்முறை பூர்வ காலத்தில் ஒரு நிறுவனப்பட்ட பண்பாக இருந்துள்ளது. ஒருவனுக்கு ஒருத்தி என்பது உடைமைச் சமூகத்தில் பின்னாளில் தோன்றிய ஒன்று.

சங்க கால மக்களுக்கும் அவர்களுடைய உலகத்திற்கும் இடையே ஓர் உள்ளார்ந்த உறவை, அனுபவத்தைக் கலை உணர்த்தி நின்றது. ஆக அச்சூழலுக்குரிய கலையின் பங்குபணிகளை ஒரு வாய்பாட்டிற்குள் சுருக்கிவிட முடியாது. இன்னும் இதுபற்றி விவாதிக்க வேண்டும்.

அரசியல் தளத்தில் ஒழுங்கும் ஒழுங்கின்மையும்

சங்க இலக்கியத்தை நுட்பமாக ஆராய்ந்து பார்க்கும்போது ஒரு கருத்தை மிகவும் வலியுறுத்திச் சொல்லலாம். பாணர் மரபின் உச்சகட்ட நிலைக்குப் பிந்தைய காலகட்டத்தையே சங்க இலக்கியம் பேசுகிறது. பாணர்கள் பெரிதும் சார்ந்து வாழ்ந்த சீறூர் மன்னர்கள், முதுகுடி மன்னர்கள், குறுநில மன்னர்கள் ஆகியோர் மூவேந்தர்களின் ஆட்சியதிகாரத்திற்குள் கரையத் தொடங்கிய காலத்தையே சங்க இலக்கியங்கள் பேசுகின்றன.

சங்க சமூகத்தில், இனக்குழுச் சமூக நிலை என்பது 'அரசியல் சமூகம்' என்ற நிலைக்கு முற்பட்டது (pre-political). அப்போது தேசத்தைக் கட்டியெழுப்புவது என்பது பரவலான திட்டமாக இருக்கவில்லை. இதனால் 'இனக்குழுமப் பன்மியம்' (ethnic diversity) பரவி இருந்தது. இதன் பின்னரே மூவேந்தர்களின் ஆட்சி

முறை வலுப்பெற்றது. அவர்கள் சிறிய ஆட்சிப் பகுதிகளை எல்லாம் தம்வசப்படுத்தினார்கள். சீறூர் மன்னர்கள், முதுகுடி மன்னர்கள், குறுநில மன்னர்கள் ஆகியோரின் பிரதேசங்களைத் தம்வசப் படுத்தினார்கள். அப்போது அது ஒரு 'மேலாண்மைத் தேசியமாக' (hegemonic nation)உருவெடுத்தது. இருந்தாலும் அதில் சீறூர் மன்னர்கள், முதுகுடி மன்னர்கள், குறுநில மன்னர்கள் தலைமை யிலான பன்மைத் தேசியங்கள் (multi-nations) முற்றிலும் அழிந்துவிடாமல் மிச்ச சொச்சமாக அடையாளம் பெற்றிருந்தன. வேந்தர்கள் மகட்கொடை கேட்டும், போர் நிகழ்த்தியும் இந்த மன்னர்கள் மீது தொடர்ந்து ஒழுங்கின்மையை ஏற்படுத்திக் கொண்டிருந்தார்கள். இக்காலகட்டத்தில் ஒழுங்கும் ஒழுங்கின் மையும் ஒன்றையொன்று பாதித்துக் கொண்டிருந்தன.

சங்க இலக்கியத்தில் அரசியல் அதிகாரத்தைக் குறிக்கப் பல வகையான கருத்தினங்கள் இருந்துள்ளதைக் கவனிக்க வேண்டும். இறை, கோன், கோ, கிழவன், மன்னன், வேந்து, வேந்தன், அரசன், குரிசில் போன்ற வகையினத்தவர்கள் அரசியல் அதிகாரத்தின் பன்மியத்தைக் காட்டியவர்கள். இவர்களிடம் காணப்பட்ட அரசதிகார முறையை நாம் இப்போது சீறூர் மன்னன், முதுகுடி மன்னன், குறுநில மன்னன், வேந்தர் என்னும் நான்கு நிலைக்குள் வகுத்துக்கொள்கிறோம். உண்மையில் அரசுருவாக்க முறையில் இது பன்முகப்பட்ட நிலையிலும், படிநிலைப்பட்ட முறையிலும் தொடர்ந்து மாறிவந்திருக்கிறது (பூங்குன்றன் 2016: 141-171).

அக்கால அரசின் அடையாளங்களில் முரசு ஒரு முக்கிய இடம் பெற்றிருந்தது. பொருநர்கள் முரசு கொட்டுதல் மூலமே போர் நடவடிக்கைகளை அறிவித்தார்கள், துடி அடித்துப் போர்க் களத்தில் உணர்வூட்டினார்கள், தோற்றுப்போன அரசனின் முரசைக் கைப்பற்றினார்கள், காவல் மரத்தை வெட்டினார்கள். முரசு ஓர் இசைக்கருவி என்பதையும் தாண்டி பன்முகக் கருத்துரு வாக்கம் பெற்றிருந்தது.

சங்க காலத்தில் மிகச் சிறிய நிலப்பரப்புக்குத் தனியாக ஒரு மன்னன் உருவானான் என்பதற்கான ஒரு சான்று தொல்காப்பியம் வழி கிடைக்கிறது (புறத்திணையியல். 60) 'பிள்ளையாட்டு' என்பதே அச்சான்று. இதன் பொருள் 'இளையரோடு நடனமாடுதல்' என்பதாகும். உண்டாட்டு, பெருஞ்சோற்றுநிலை ஆகிய நிகழ்வுகளில் படைவீரர்கள் ஊன் உணவும், புளித்த கள்ளையும்

உண்டு களித்தனர். கூடவே களியாட்டங்களையும் நிகழ்த்தினர். தலைதோற்றம் எனும் துறையானது மறவர்கள் ஆநிரைகளைக் கவர்ந்து வரும் வீரர்களைக் கண்டு ஊரார் மகிழ்ந்த காட்சிகளை விவரிக்கிறது.

ஆநிரை கவர வந்தோரைப் போரில் தோல்வியுறச்செய்து மிரட்டி தங்கள் குழுவினருடைய மேலாண்மையை நிலைநாட்டிய இளைஞனுக்கு அக்குழுவினர் ஆட்சியதிகாரம் வழங்கினார்கள். எதிரியுடன் சண்டையிட்டு இறந்துவிட்டால் அவ்வீரனுக்கு நடுகல் வைத்து வழிபட்டனர். இவ்வாறாகச் சிறுபரப்பு ஆட்சிகள் சீறூர் மன்னர்கள் மூலம் நடைபெற்றன. பின்னாளில் வந்த வேந்தர்கள் சீறூர் மன்னர்களைத் தம்வயப்படுத்தினாலும், சீறூர் மன்னர்கள் ஆண்டு வந்த அப்பிரதேசத்தின் தன்னியல்பைப் பெரிதும் மாற்றவில்லை. பாண் கலைஞர்களும் புதிய வேந்தர்களை அண்டி அணுகவில்லை.

சங்க காலம் வீரயுகக் காலம். வீரயுகத்தில் போர்களே பிரதானம். சங்க காலத்தில் நிகழ்ந்துகொண்டிருந்த போர்கள், கலைகளில் வெளிப்பட்டதுடன் கலைஞர்களையும் ஈடுபடுத்தின. எனினும் அப்போர்கள் குடிகளுக்கிடையில் நடந்த போர்களாக இல்லை. அவை பெரிதும் நாடுகளுக்கிடையில் நடந்துள்ளன. சீறூர் மன்னர்கள், முதுகுடி மன்னர்கள், குறுநில மன்னர்கள் ஆகியோருடன் ஒப்பிடுகையில் வேந்தர்கள் திணைக்குடியினருக்குப் புதியவர்கள். அதனால் அவர்கள் ‘வம்ப வேந்தர்கள்’ (புதிய வேந்தர்கள்) எனப்பட்டனர். வடக்கிலிருந்து படையெடுத்து வந்தவர்கள் மௌரியர் (வம்ப மௌரியர்) எனப்பட்டனர். பாண்கலைஞர்கள் வம்ப வேந்தர்கள் தேசத்திலும் சுற்றி வந்தார்கள். அங்கு மக்களிடம் மட்டுமே பரிசில் வேண்டினார்கள்.

பாண் சமூகத்தினர் சேர, சோழ, பாண்டியர் என மூவேந்தர்களைக் காட்டிலும் குறுநில மன்னர்களையும், சீறூர் தலைவர்களையும், ஊர்க் கிழார்களையும் மிகுதியாக நாடியுள்ளனர். சீறூர் மன்னர்கள் வன்புலச் சமுதாயத்தைச் சேர்ந்தவர்கள். ஏறக்குறைய அனைத்து வல்லாண் முல்லைப் பாடல்களும் சீறூர் மன்னர்களைப் பற்றியே பாடப்பட்டுள்ளன. இப்பாடல்களில் வன்புலச் சமுதாயத்தின் வாழ்வு முறையை அறிய முடியும். பாணர்கள், கானவர், குறவர், கொடிச்சியர், எயினர் போன்ற பல வன்புல சமூகத்தாரின் வாழ்விடங்கள் வழியாகச் செல்லும்

போது அவர்களிடம் பாணர்கள் உண்டு உறங்கி இருக்கிறார்கள் (புறம். 177: 13-16).

பாண் சமூகத்தார் வேந்தர்களிடம் செல்லவில்லை. மன்னர் களையே பெரிதும் நாடினர். மன்னர்களிடம் பாண் குடியினர் இருபத்தோரு துறைகளையும் முறைப்படி ஆடி, பாடி நிகழ்த்தினர் (புறம். 152). மன்னர்களின் பக்தி உணர்வை அறிந்து அவர்கள் தெய்வத்தன்மையுடன் கூடிய விழைவுகளை (விழவு = நாடகம்) நடத்தியுள்ளனர்.

இனக்குழுச் சமூகத்தில் வாழ்வியலின் கருத்தியல் கட்டமைப்பு என்பது பண்பாட்டைப் பெரிதும் சமயமாக வடிவமைத்துச் செயல்பட்டதாகும். சமயத்தின் கருத்தினங்களைக் கலைகளுக்கும் கொண்டு வந்து சேர்த்ததாகும். சமயத்தின் சார்பில் கலைகள் செயல்பட்டன. பாணர்கள் அரசியல் வரலாற்றை நினைவுரும் விற்பன்னர்கள். அரசனிடம் சென்று அவனுடைய முன்னோர்கள் சாதித்த வெற்றி வரலாற்றையும் அவர்கள் வம்சாவழிப் புகழையும் பாட்டாகவும் கூத்தாகவும் நடத்தியுள்ளனர். இதனை மலைபடு கடாம் விரிவாகக் கூறுகிறது.

புறநானூற்றின் 201 ஆம் பாடலில் வேளிர் குடியின் 49 தலை முறைகள் பற்றிக் கூறப்பட்டுள்ளது. இதில் நீண்ட வம்சாவழி யினரைப் பாடி, இறுதியில் வேளிர் வழித்தோன்றலாகிய புலிகடிமால் பற்றிப் புகழப்பட்டுள்ளது. சில பாணர்கள் குறிப்பிட்ட ஒரு மன்னனை மட்டுமே தங்கள் புரவலர்களாகக் கருதினர். மற்ற மன்னர்களிடம் செல்ல மாட்டார்கள் (புறம். 316, 398; அகம். 115). 'அவன் எம் இறைவன், யாம் அவன் பாணர்' எனப் புறநானூறு கூறுகிறது (புறம். 316.4). இத்தகைய உறவானது ஆண்டான்-அடிமை முறையில் ஒரு புதிய சமூக உறவை (ஒழுங்கை) ஆரம்பித்து வைக்கிறது (அகம். 115, புறம். 48, 212, 316, 382, ஐங். 480).

மன்னர்களின் ஆட்சி பற்றிக் கருத்துக் கூறுவதற்கும் அறநெறிகள் பற்றி எடுத்துரைப்பதற்கும் பாணர்களும் புலவர்களும் உரிமை பெற்றிருந்தனர். இதனாலேயே பாண் கலைகள் பலவும் வேத்தியல், பொதுவியல் என இருவகைப்பட்டிருந்தன. வேத்தியல் என்பது மன்னர்கள் நல்லாட்சி நடத்துவதற்கு உரிய அரசியல் தொடர்பானது. பொதுவியல் என்பது அரசியல் சாராமல் அறம், பொருள், இன்பம், பக்தி போன்ற பொதுவான பொருள்

தொடர்பானது. அரசருக்குப் பயன்படும் அரசியல் அறத்தைப் பாடி, ஆடி நிகழ்த்தியதில் பாணர்களும் பங்கு வகித்தனர்.

கூத்துக்களில் தூம்புக்காரன் (கட்டியங்காரன்) பணியை விறலியர்கள் செய்தனர். நாட்டு நடப்புகள், அரசியல் நிலைமை, மன்னனிடம் மக்கள் எதிர்பார்த்தது போன்ற பல்வேறு கருத்துக்களை நிகழ்த்துதலின் போது வெளிப்படுத்தினார்கள். சமூக ஒழுங்கைப் பேணுவதில் தூம்புக்காரன் சொல்லாடல்கள் குறிப்பிடத்தக்கவை. இன்றைக்கும் நாடகங்களில் கட்டியங்காரன் பாத்திரம், அரசியல் நையாண்டிக்குப் பெரிதும் உதவுவதைக் காண்கிறோம். கூடவே அரசர் உள்ளிட்ட வெகுசன மக்களுக்குப் பயன்படக்கூடிய பொதுவான செய்திகளைப் பாடி ஆடுவது பொதுவியல். இந்நிலையில் பாணர்கள் அழகுக் கலைகளையும், பயனுறு கலைகளையும் சூழலுக்கேற்ப நிகழ்த்தி வந்தனர். மிகச் சில நிகழ்த்துதல் வேத்தியலாகவும், பொதுவியலாகவும் அமைந்தது உண்டு.

போர்ச் சூழலில் கலைஞர்களின் பணிகளைக் காண்போம். போரின்போது பொருநர்கள் யானைகள் மீது அமர்ந்து எதிரிகளை எச்சரித்து 'ஏவல் தண்ணுமை' மூலம் முழங்கினர். அவ்வப்போது நடந்த போர்கள் நாட்டின் ஆட்சி ஒழுங்கையும் வாழ்வின் ஒழுங்கையும் கேள்விக்குள்ளாக்குகின்றன. போர்களின் போது பாணர்கள் ஏவல் தண்ணுமை (இன்று மத்தளம் எனப்படுகிறது) மூலம் எச்சரித்தல், மன்னனையும் மக்களையும் போருக்கு ஆற்றுப்படுத்துதல் முதலான முக்கியப் பணிகளைச் செய்தனர்.

நிகழ்த்துக்கலைகள் தேசத்தின் சமூகப் பண்பாட்டு முறைகளை (நியதிகளை) ஒத்திசைவுப் போக்கிலும் எதிர்மறைப் போக்கிலும் வயப்படுத்தின. இக்கலைகள் மனித அனுபவங்களுக்கு ஓர் ஓர்மையைக் கொடுத்தன. துணங்கை, முன்தேர்க் குரவை, பின்தேர்க் குரவை போன்ற போர்க்கலைகள் மூலம் கூட்டுக் குழுவாக விளங்கியப் படை வீரர்கள் மறு ஆக்கம் பெற்றார்கள்; புத்துணர்ச்சி பெற்றார்கள்.

போர்களின் மூலம் தேசத்தின் ஆற்றல் சிதைந்து கொண்டிருக்கும் சூழலில் மக்களை ஆற்றல்படுத்தி மறு நிர்மானத்திற்கு உதவும் வகையில் பொருநர் போர்க்களத்தில் செயல்பட்டனர். போர் இயல்பான ஒழுங்கைச் சிதைத்தாலும், அதனை மறு ஒழுங்கு

செய்வதில் கலைஞர்கள் முக்கியப் பங்காற்றினர். வீரமுழக்க மிட்டுப் படைவீரர்களைப் பொருநர்கள் தூண்டியதால் ஒழுங்கின்மையை உண்டுபண்ணும் போர்கள் தீவிரம் பெறுவதற்குப் பொருநர்கள் காரணமாகவும் செயல்பட்டுள்ளனர்.

போர்க் கூத்துகளில் மூன்று முக்கிய நிலைகள் நம் கவனத்தை ஈர்க்கின்றன. வெற்றிக் களிப்பில் மன்னன் போர் வீரர்களுடன் ஆடிய 'முன்தேர்க்குரவை' (புறம். 371) ஒரு வகை. போரில் கிடைத்த வெற்றியைக் கொற்றவைக்கான ஆட்டமாக வீரர்களும் மன்னனும் சேர்ந்து ஆடும் 'பின்தேர்க் குரவை' இன்னொரு வகை (புறம். 371). போரில் அதிகமான வீரச்செயல்கள் புரிந்த இளம் வீரர்களுக்குக் கழல் அணிவிக்கப்பட்டவுடன் அக்கழல் அணிந்தவர்கள் ஆடிய கழா நிலைக் கூத்து மூன்றாவது வகை யினமாகும் (புறம். 288). போரில் புண்பட்ட வீரர்களைப் பேய்களிடமிருந்து காப்பாற்றுவதற்குக் காஞ்சிப் பண் இசைக்கப் பட்டது (புறம். 81, 281, 296). இவ்வாறாகப் போரும் போருக்கான இசையும் புதிய புதிய வடிவங்களை உண்டுபண்ணின எனலாம்.

சேர மன்னன் செங்குட்டுவன் போரில் வெற்றி பெற்ற பின்னர் அவனது வெற்றியை 'உழிஞை பாடல்' வழிக் கொண்டாடினார்கள் (பதிற். 5: 46). ஆடுகோட்பாட்டுச் சேரலாதனின் பெருமைகளைப் பாட 'தழிஞ்சிப் பாடல்' வகை உருவானது (பதிற். 6: 57).

இவ்வாறாக, ஒவ்வொரு கலை வகையும் ஒரு புதிய ஒழுங்கையும் (order) ஒரு புதிய அடையாளத்தையும் உருவாக்க முனைந்தது. ஒன்றின் தோற்றம் மற்றொன்றின் தேய்மானம் என்று கொள்ளவும் வாய்ப்பிருக்கிறது. புதிய உயிரினங்கள் தோன்றியவுடன் வாழ்க்கைப் போராட்டம் அதிகரித்தது என்ற டார்வினின் படிமலர்ச்சிக் கோட்பாட்டை இங்கு நாம் பொருத்திப் பார்க்கலாம். வாழ்க்கைப் போராட்டத்தில் 'தகுதியன பிழைக்கும்' (survival of the fittest). அது போல கலைகளிலும் நிகழ்ந்தது.

அகநானூற்றில் ஒரு முல்லைப்பாடல் (24) உள்ளது. குடும்ப ஒழுங்கில் ஏற்பட்ட உடைப்பை அது காட்டுகிறது. தழங்கு குரல் முரசு முழங்கும் யாமத்தில் போர்ப்பாசறையில் துயில் கொள்ளாது விழித்திருக்கும் தலைவன், தனக்காக வீட்டில் காத்திருக்கும் தன் தலைவியை நினைத்துத் தனக்குத் தானே பேசிக்கொள்கிறான். மன்னர்களின் போர் வேட்கையால்

குடும்பங்கள் அழிவுண்டு சிதறின என்பதற்கு இத்தகைய முல்லைப் பாடல்கள் சான்றுகளாகும். ஈழப் போரில் ஆண்களை இழந்த எண்ணற்ற குடும்பங்களில் இன்று பெண்கள் தலைமை தாங்கக் கூடிய புதிய நிலைமாற்றத்தைப் போன்றது சங்கக் காலச் சூழல்கள். இத்தகைய சூழல்களில் ஒழுங்கு என்பது ஒரு பக்கம் இருந்தாலும் ஒழுங்கின்மையும் கூடவே இயக்கம் பெற்றிருந்தது.

வேந்தர்கள் காலத்தில் ஏற்பட்ட சமூக மாற்றங்களும் அதன் வழியிலான கலை சார்ந்த தேடல்களும் பாரதூரமானவை. சீறூர், முதுகுடி, குறுநில மன்னர்களின் ஆட்சிகளை மூவேந்தர்கள் தம்வசம் கிரகித்த பின்னர் அவர்களின் தேசத்தில் பரந்த வட்டாரத் திற்குரிய கலைகளும் விழாக்களும் அரசாதரவு பெற்றன. பாண் சமூகத்தார் போன்ற சிறு கலைஞர்கள் வேந்தரிடம் நேரடித் தொடர்பைப் பெற முடியவில்லை. இதனால் இவர்கள் மக்களை மட்டும் நம்பி வாழவேண்டிய நிலைக்குத் தள்ளப் பட்டனர். அதனால் இவர்கள் மக்கள் விரும்பக் கூடிய உணர்வு பூர்வமான பல்சுவை நிகழ்ச்சிகளை முன்னெடுத்தார்கள்.

பொருளியல் தளத்தில் ஒழுங்கும் ஒழுங்கின்மையும்

வீரயுகத்தில் காணப்பட்ட பொருளாதாரத்தையும், ஒழுங்கும் ஒழுங்கின்மையையும் இணைத்துப் பேசும் போது அக்காலத்திய ஆநிரைக் கவர்தலும் கொள்ளையடித்தலும் பற்றிப் பேச வேண்டும். கொள்ளையடித்தல், சூறையாடுதல், போரில் பறித்தல், இவ்வாறு பறித்த பொருள்களை மறுபங்கீடு செய்தல் எனும் வகையில் வீரயுகப் பொருளாதாரம் இருந்தது. இவையாவும் ஒழுங்கும் ஒழுங்கின்மையும் செயல்பட்டுக் கொண்டிருந்ததை விளக்கும் நேரடிச் சான்றுகளாகும்.

வீரயுகம் அதன் உச்சத்தில் இருந்த போது அது ஆரம்ப கால விவசாயத்தை வளர விடாமல் அழித்தது (ராஜன் குருக்கள் 1989, 1993). வீரயுக மறவர்கள் விவசாய நிலங்களை அழித்தார்கள், விளைச்சல்களைக் கொளுத்தினார்கள், விவசாய ஊர்களை எரித்தார்கள். எரிபரந்தெடுத்தல் என்பது தொடர்ந்து நிகழ்ந்து கொண்டிருந்தது. புறநானூற்றின் வஞ்சித் திணைப்பாடல்கள் இதனைப் பேசுகின்றன. கல்லாடனாரின் புறநானூற்றுப் பாடல் 23 இதற்கு ஒரு சான்றாகும். ஒரு புதிய 'ஒழுங்கு முறை' உருவாகு

வதை வீரயுகம் தடுத்தாட் கொண்டது என்பதை இதன் மூலம் அறியலாம். பாண்டரங் கண்ணனார் (புறம். 16) விவசாய நிலங்கள் அழிக்கப்பட்டதை விரிவாக வர்ணனை செய்கிறார். கபிலர் (புறம். 15) கரும்புத் தோட்டம் எரிக்கப்பட்டு அழிவுற்றதை விவரிக்கிறார். ஏர்க்கள உருவகம் சார்ந்த துறைப் பாடல்கள் ஆரம்பகால விவசாயத்தின் தோற்றத்தையும் வளர்ச்சியையும் ஒப்புமைப் படுத்தி போரையும் வீரத்தையும் கூறுகின்றன (புறம். 369, 373).

சங்க காலக் கலைஞர்கள் பொருளாதார ரீதியாகப் பல்வேறு பிரிவினராகப் பாகுபட்டிருந்தனர். கலைகளைப் பருநிலையில் வேத்தியல், பொதுவியல் எனப் பிரித்தது போலவே தொழில் வகையிலும், பயன்படுத்திய கருவிகள் வகையிலும் பிரிவுகள் ஏற்பட்டன. பாணர்கள் பயன்படுத்திய யாழின் மூலமும் செய்யும் தொழிலின் மூலமும் இசைப்பாணர், யாழ்ப்பாணர், மண்டைப் பாணர், சிறுபாணர், பெரும்பாணர், பாடற்பாணர், குரல்வாய்ப் பாணர் என்றெல்லாம் படிநிலைப்பட்டிருந்தனர். இந்தப் படிநிலையானது நேரடியாகப் பொருளியல் வேறுபாட்டோடு தொடர்புற்றிருந்தது. பாணர்கள் சடங்கு நிலையோடும் தொடர்பு கொண்டிருந்தனர். முதுவாய்ப் பாணர், முதுவாய்க் கோடியர் (குறுந். 78) எனும் தொடர்களில் வரும் 'முதுவாய்' என்பது அனுபவத்தையும் அறிவையும் காட்டுகிறது (புறம். 319). இவர்கள் சடங்கியல் சார்ந்து செயல்பட்டுள்ளனர்.

பொருநர்களில் ஏர்க்களம் பாடுவோர், போர்க்களம் பாடுவோர், பரணி பாடுவோர் எனும் பிரிவினர் தொழிற்பட்டிருந்தனர். வீரர்களுடன் உடன் சென்று அவர்களை வீரப்பாடல்கள் மூலம் ஊக்குவித்தவர்கள் போர்க்களப் பாடுநர்கள் (புறம். 384, 396, 397). இறந்த வீரர்களின் உடல்களைப் பேய்களிடமிருந்து காப்பாற்றவும், போரில் வெற்றியைக் கொண்டாடவும் படைப் பாணர்கள் பயன்பட்டனர்.

அச்சமூக மகளிர் அரண்மனைகளில் சேவை செய்து வந்தனர். அவர்கள் 'மண்மகளிர்' 'சாயினத்தார்' (பதிற். 52-60) என்று அழைக்கப் பெற்றனர். மற்ற பாண் மகளிரை விட இவர்கள் கூடுதல் வாழ்வாதாரம் பெற்றவர்கள்.

யாழ்ப்பாணர்களில் பலர் செல்வ வளமிக்க குடும்பங்களில் ஓர் உறுப்பினர் போன்று தங்கி இசையின்பத்தை அளித்துள்ளனர்

(ஐங். 410). செல்வர் மனையோடு தொடர்புடைய அந்த யாழ்ப்பாணர்கள் மேம்பட்ட வாழ்வாதாரத்தைக் கொண்டு இருந்தனர். மன்னர்களின் அரண்மனைகளுக்கு முன்னர் அதிகாலை யில் துயில் எழுப்பும் வகையில் பள்ளியெழுச்சிப் பாடல்கள் பாடிய பாணர்களின் வாழ்வாதாரம் இன்னொரு வகையாகும்.

விறலியர் மெல்லியல் விறலி, சில்வளை விறலி, வளைக்கை விறலி, நன்னுதல் விறலி என்றெல்லாம் பண்பு நலன்களால் சிறப்பித்துக் கூறப்பட்டனர். போர்க்களத்திற்குக் கிளம்பும் போது முரசிற்கு வழிபாடு செய்யும் தகுதியை இயவர் பெற்றிருந்தனர். போரில் வெற்றிக்குப் பின்னர் முரசுக்குக் குருதிப் பலி கொடுக்கும் வாய்ப்பையும் இவர்கள் பெற்றிருந்தனர் (ஐங். 425). இச்சான்றுகள் யாவும் பாண் சமூகத்தின் அகவயமான படிநிலைத்தன்மையைக் காட்டுகின்றன.

சங்ககால இனக்குழுச் சமூகத்தில் நிலவிய பகை, சண்டை, கொள்ளையிடல் ஆகிய நிகழ்வுகளுக்கும் போருக்கும் பெரும் வேறுபாடுகள் உண்டு. போருக்கான விரிவான அறங்கள் அன்று பின்பற்றப்பட்டன. பகை, சண்டை ஆகியவற்றில் ஈடுபடாமல் போர்முறைகளில் மட்டுமே கலைஞர்கள் பங்கேற்றனர். படை வீரர்களாகவும், வெற்றிக் களியாட்டத்தில் பங்கேற்றவர்களாகவும் இக்கலைஞர்கள் திகழ்ந்தனர். இந்த வகையில் இக்கலைஞர்கள் இனக்குழுச் சமூக முறையையும், நிலமானிய சமூக முறையையும் பேணும் வகையில் செயல்பட்டனர்.

வருவதுரைக்கும் செயலில் ஈடுபட்ட அகலவன், வேலன், கட்டுவிச்சி போன்றோர் தொழில்முறையில் வேறுபட்டிருந்தனர். இதன் மூலம் பொருளாதாரத்தில் பன்முகம் கொண்டவர்களாகவே அவர்கள் காணப்பட்டனர். பாணர்களில் சிலர் மிகவும் வறிய நிலைக்குத் தள்ளப்பட்டனர். மீன்பிடித்து வாழும் பாணர்களையும் காணமுடிகிறது. பசி, பட்டினியுடன் பரிசிலரைத் தேடி அலைந்த காட்சிகளையும் காணமுடிகிறது.

இத்தகைய ஏற்றத்தாழ்வுகள் சமூக அசைவியக்கத்தில் புதிய ஒழுங்குக்கான ஓர் உந்துதலை அகவயமாக தோற்றுவித்தன எனலாம். அதனால்தான் சங்கம் மருவிய காலத்தில் குறிப்பாகக் காப்பிய காலத்தில் கலைகளிலும், கலைஞர்களிடமும் பாரதூர மான மாற்றங்களைக் காணமுடிகிறது (நீலகண்ட சாஸ்திரி 1972).

சங்க காலம் என்பது சமூக அளவிலும் அரசியல் அளவிலும் பெரும் நிலைமாற்றங்களைக் கடந்து செல்கின்ற (transformations) கட்டமாக இருந்தது. சமூகப் பண்பாட்டு ரீதியில் பார்க்கும் போது திணை முறைமையோடு அச்சமூகங்கள் சீறூர், பேரூர், மூதூர், பட்டினம், நகரம் முதலானவற்றின் அசைவியக்கங்களைப் பெற்றிருந்தன.

பட்டினப்பாலை இரவு வாழ்வைப் பின்வருமாறு சித்திரிக் கின்றது. மக்கள் பாடல்களைக் கேட்டும், நாடகங்களைப் பார்த்தும், வெண்ணிலவை அனுபவித்தும் மகிழ்ந்துள்ளனர்.

பாடல் ஓர்ந்தும் நாடகம் நயந்தும்
வெண் நிலவின் பயன் துய்த்தும்
கண் அடைஇய கடைக் கங்குலான் *(பட்டினப். 113-115)*

சங்க காலத்தில் அதிகாரம் மன்னர்களைச் சார்ந்து இருப்பினும், மன்னன் தன் வளங்களைக் 'கொடை' வழியாக ஒருவித 'மறுபங்கீடு' (redistribution) மூலம் புலவர்களுக்கும் பாண் குடிகளுக்கும் கொடுத்தான். மக்கள் - மன்னன் உறவு அறநெறி சார்ந்ததாகக் கட்டமைக்கப்பட்டிருந்தது. மன்னர்களின் இத்தன்மை 'பாண் கடன்' என்று போற்றப்பட்டது.

சங்ககால நிலமானிய அல்லது பிரபுத்துவச் சமூக அமைப்பில் பரிசிலர் - பாணர் உறவென்பது 'கொடுப்போர்-பெறுவோர்' உறவு சார்ந்தது. இதில் மையமாக அமையும் ஈதல், இசைதல் என்பது தானம் சார்ந்தது. மன்னர்கள் மனம் விரும்பிக் கொடுப்பதைப் பெறுவதுதான் பாணர்களின் நிலை.

இது பூர்வகால இனக்குழுச் சமூக அமைப்பில் நிலவிய 'உறவு முறை சார்ந்த வாழ்வாதாரம்' (kin-oriented subsistence) முறை யிலிருந்து முற்றிலும் மாறுபட்டது. நிலப்பிரபுத்துவ அமைப்பில் அது 'மானியம் சார்ந்த வாழ்வாதாரம்' (gift oriented livelihood) என மாற்றம் பெற்றது. இங்கு மன்னனே அனைத்தையும் தீர்மானிக்கிற சக்தியாக அமைந்தான். முந்தையது தன்னளவில் சார்ந்தியங்கும் அமைப்பாகச் (self-sustaining unit) செயல்பட்டது. பிந்தையது மற்றவரைச் சார்ந்து இயங்கும் 'ஆண்டான்-அடிமை' அமைப்பாக (serf oriented unit) உருவெடுத்தது. இனக்குழுக்களின் ஆதிச் சமூகவுடைமை (primitive communalism) தலைகீழ் மாற்றம் பெற்ற போக்கைப் பாண் சமூக முறை காட்டுகிறது. இத்தன்மைகள்

யாவும் பழைய ஒழுங்கிலிருந்து புதிய ஒழுங்கு தோன்றியதையே காட்டுகின்றன.

அடுத்து, இன்னுமொரு புதிய ஒழுங்கமைப்பைக் காண்போம். அது சங்ககாலத்தில் உருவான நகரவயமாக்கம் சார்ந்தது. பண்டைய தமிழ்ச் சமூகத்தின் நகர உருவாக்கம் புதிய கலைகளின் உருவாக்கத்திற்கு உந்துசக்தியாக இருந்தது (சிவத்தம்பி 1998). அது ஓர் அகவயமான நிலைமாற்றத்தைத் தொடர்ந்து உந்து செலுத்தியது எனலாம். நகரங்களும், புறஞ்சேரிகளும், அங்காடிகளும், மூதூர்களும் கலைஞர்களுக்கான புதிய வாய்ப்புகளை விரிவுபடுத்தின. பட்டினப்பாலை விவரிக்கும் புகார் நகர சித்திரிப்பில் இரவு வாழ்க்கையும், பொழுது போக்குகளும், கணிகையர் வாழ்வு முறையும் வணிகப் பெருக்கமும் புதிய மாற்றங்களைக் காட்டுகின்றன.

பண்டைய தமிழகத்தில் உருவான புதிய நகர வெளிகள் கலைகளின் உருமாற்றத்திற்கு வழிகோலின. நகர நாகரிகம் புதிய கலைகளை ஊக்குவித்தது. பொதுவாக நிலவியல் எல்லைகள் உடைவதில் அல்லது திறக்கப்படுவதில் பாண் சமூகத்தாரின் பங்கு முக்கியமானதாகும். கலைஞர்கள் முற்றிலுமாக நிலைகுடிகளோடும் மன்னர்களோடும் இணைந்தவர்கள். அவர்களுடைய பொருளாதாரத் தேவைகளை அவர்கள் நிறைவு செய்தனர். பாண் சமூகத்தாரும் பொருளியல் ரீதியாகப் பயன்பெற்றனர். நிலைகுடிகளின் ஆதரவில் உணவு, உடை, அணிகலன் முதலான தேவைகளை அடைய முடிந்தது.

இதனால் கலை என்பதை ஒரு குறியீடாகக் காணலாம். அது பிறிதொன்றைக் குறித்து நிற்கிறது. குறிகள் மேலோங்கும் போது தான் அது எதைக் குறிக்கிறது என்பதை நம்மால் உணர முடியும். கலைகள் நிலைகுடிகளுக்கும் அலைகுடிகளுக்குமான இடையில் உறவு ஏற்பட வழி கோலின. அதன் மூலம் பொருளாதார ஆதரவுக்கும் வழிகோலின.

சமூக மாற்றத்தில் ஒழுங்கும் ஒழுங்கின்மையும்

சங்க காலத்தில் ஏற்பட்ட சமூக மாற்றம் கலைகளிலும் பிரதிபலிக்கக் காண்கிறோம். அப்பிரதிபலிப்புகள் அக்காலத்தில் நிலவிய பழைய ஒழுங்கையும், அதிலிருந்து விடுபடுவதற்கான புதிய ஒழுங்கின் தோற்றத்தையும் காட்டின.

சங்க காலக் கலைகளில் சில சடங்கு வடிவங்கள் சார்ந்த தொல்மரபுக்குரியவையாக இருந்தன. அச்சூழலில் அயல் மரபின் தாக்கம் ஏற்பட்டது. சங்க இலக்கியங்களில் சம்ஸ்கிருத மரபுக்குரிய பாடுநர்களாக சூதர், மாகதர், வேதாளிகர் பற்றி அறிகிறோம். இவர்கள் நெடுஞ்செழியனின் அரசவையில் இருந்தது பற்றிய சான்றுகள் உள்ளன (மதுரை. 670-1). இத்தகைய பாடுநர்கள் சடங்கு, நாடகத் தேவையை நிறைவு செய்தார்கள் என்பதையும் காணமுடிகிறது. ஆரியக் கூத்து அன்றைய காலத்தில் பரவலாக்கம் பெற்றிருந்தது (நற். 170, குறுந். 7, அகம். 398).

சம்ஸ்கிருத மரபு பாடுநர்களைப் போன்றே தமிழ் மரபிலும் சடங்கியல் மாந்தர்கள், பாடுநர்களாக இருந்துள்ளனர். அந்த மரபிலிருந்தே பல்வேறு வகையான கலைகளும், கலைஞர்களும் பரிணமித்தனர் எனத் துணியலாம். கலைகளுக்குச் சடங்கே மூலம் என்பது உலகளாவிய போக்காக இருந்து வந்துள்ளது. அத்தகைய போக்கு தமிழ் மரபிலும் காணப்பட்டது.

திணைச் சமூகத்தின் மீது வர்ணக் கோட்பாடு ஏற்றப்பட்ட பின்னர் வைதிகச் சமயத்தின் செல்வாக்கு அதிகரித்தது. கூடவே சமூகப் படிநிலையில் கூடுதல் படிநிலைகள் உண்டாயின. இதற்கு இணையாகக் கலைஞர்களின் படிநிலையுங்கூட விரிவடைந்தது. ஆரியக் கூத்தர், விரிநூல் அந்தணர் (நாடக விற்பன்னர்), புரிநூல் அந்தணர் (புரோகிதர்) போன்ற பிரிவினர்களின் கலைச்சேவைகள் புது வகையான நுகர்வுத் தன்மையை உருவாக்கின. இயல் மரபும் அயல் மரபும் அண்மையில் நெருங்கி உறவாட வேண்டிய தேவை உருவானது (முத்தையா, இ. 2007).

சங்க காலத் திணைச் சமூகங்கள் தங்களுக்கான நாட்டார் சமய மரபைக் கொண்டிருந்த வேளையில், அவை வைதிகம், சமணம், பௌத்தம், ஆசீவகம் ஆகியவற்றோடு நெருக்கமாக நின்று செயல் படவும் வேண்டியிருந்தது. மதுரைக் காஞ்சியில் சமணப் பள்ளி, பௌத்தப் பள்ளி, அந்தணப் பள்ளி யாவும் ஒருசேர வைத்துப் பேசப்படுவதையும் காண்கிறோம். பக்தி இயக்கத்தின் எழுச்சிக்குப் பின்னர் வைதிகம் ஆதிக்கம் செலுத்தத் தொடங்கியதால் சூழ்நிலை முற்றிலுமாக மாறியது.

சங்ககாலக் கலைகள் பலவும் நீண்ட காலகதியில் தொடர்ச்சி யான மாற்றத்திற்கு உள்ளாயின. கலைகள் சமூக மாற்றத்திற்குப்

பெரிதும் பங்காற்றின. இதன் மூலம் கலைகள் பல்வேறு வெளிப்பாட்டு முறைகளுடன் புதிய பரிமாணங்களை அடைந்தன.

ஒரு காலகட்டத்தில் அரசர்களுடன் அவர்களுடைய படை வீரர்கள் போர்க்களத்தில் குரவை ஆடியுள்ளனர் (புறம். 22, 129, 396). ஆனால் அதே குரவையானது பின்னாளில் ஏழு அல்லது ஒன்பது மங்கையர் கைகோர்த்து ஆடும் குழு ஆட்டமாக மாறியது (அகம். 20, 232). அதன்பின்னர் மகளிரிடம் இருந்த குரவை வெகு சனங்களுக்கான நிகழ்த்துதலாக மாறியது (ஷாஜகான் கனி 2009: 107).

இன்னுமொரு எடுத்துக்காட்டும் சமூக மாற்றத்தை விளக்கக் கூடியதாக உள்ளது. தொல்காப்பியத்தில் வெறியாடல், குரவை இரண்டும் உண்டு. ஆனால் துணங்கை பற்றிய குறிப்புகள் இல்லை. துணங்கை என்பது குரவையின் வழிவந்த இன்னுமொரு வடிவமாக இருக்கலாம் என்று கலை விமர்சகர்கள் கூறுகின்றனர் (மேலது 2009: 109).

கலைஞர்கள் சமூக மாற்றத்தினூடே இயங்கியவர்கள். கலைஞர்கள் ஒரு வகையில் 'அ - ஒழுங்கு' கூறுகளை ஆதரித்தனர். அது ஒரு எதிர்ப்பண்பாடாகவும் வடிவம் பெற்றது. இதன் செயல்தர்க்கம் என்னவென்றால் கலைஞர்கள் எத்தகைய ஒழுங்கின்மையை வழிகோல முயன்றார்களோ அவர்கள் அந்த ஒழுங்கமைப்பைச் சார்ந்தே அதனைச் செய்ய வேண்டியிருந்தது.

தூய்மை, தீட்டு, அகமணம் போன்ற கூறுகள் சாதியக் கட்ட மைப்பைக் கட்டிக் காப்பதற்கான கருவிகளே தவிர ஒரு புதிய சமூக அமைப்பை உருவாக்குவதற்கானவை அல்ல. மாறாக, கலைஞர்கள் அவர்கள் காலத்துச் சமூக அமைப்போடு செயல் பட்ட அதே வேளையில் அந்த அமைப்பை உருமாற்றம் செய்யும் நடைமுறையிலும் ஈடுபட்டார்கள். சில புறக் காரணங்களும் இதற்குத் துணையாக இருந்தன. பஞ்சம், பட்டினி, போர், இயற்கை அழிவு முதலானவற்றால் ஊர்கள் அழிந்தன, கிராமங்கள் உருமாறின. இவற்றோடும் கலைஞர்கள் தொழிற்பட்டனர்; இங்கு கவனிக்க வேண்டியது என்னவெனில் கலைஞர்கள் சாதகமான நடைமுறைகளையும் சாதகமற்ற நடைமுறைகளையும் இணைத்தே செய்தனர். அதாவது, அவர்கள் ஒரே நேரத்தில் செயல்சார்ந்தும் (practical) கருத்தியல்சார்ந்தும் (notional) செயல்பட்டார்கள் (ரொமிலா தாப்பர் 1979).

பின்னுரை

சங்ககாலத்தில் ஐந்து திணைகளிலும் வாழ்ந்த நிலைகுடியினர் அகவயமாக வளர்த்தெடுத்த கலைகள் ஒரு புறமிக்க, அலைகுடி களாகிய பாண் கலைஞர்கள் வழங்கிய கலைச் சேவையே முதன்மையானதாக இருந்தது. சங்ககாலத்தில் நிலைகுடியும் அலைகுடியும் தங்களுக்குள் இணைந்து இயங்கிய சூழல் கலையின் வாயிலாகவே நிகழ்ந்தது. இது ஒரு தனித்துவமான சமூக ஒழுங்கு முறையாகும். நிலைகுடிகளுக்குப் பக்கபலமாக அமைந்த ஒரு 'துணை சமூக அமைப்பு' (para-social system) என்பதாகச் செயல்பட்டது. இந்நிலையில் நிலைகுடிகளின் வாழ்வுமுறையே முதன்மையானது என்று எண்ணக்கூடிய கருத்தியல் நிராகரிக்கப்பட வேண்டியது என்பது கவனத்திற்குரியது.

'யாதும் ஊரே, யாவரும் கேளிர்' என்று அறிவுறுத்திய பாண் சமூகத்தினரின் வாழ்வு முறையானது பன்மியம் சார்ந்தது. ஐந்திணை களையும் இணைத்து வாழ்தல் சார்ந்தது. இது சங்ககாலத்தில் ஒரு கூடுதல் அசைவியக்கத்தைச் செயல்படுத்தியது.

எந்த ஓர் ஒழுங்கும் இயல்பான, அமைதியான, தொடர்ச்சியான நிலைபேறாக்கத்தைக் கொண்டிருப்பதில்லை. அது 'இயல்நிலை'யில் இருக்கும் அதே வேளையில் 'கொதிநிலை'யிலும் இருக்கும். கொதிநிலையே ஒழுங்கின்மை அல்லது புதிய ஒழுங்கு தோன்றுவதற்கான ஆதாரமாகும். இதனைச் சங்ககாலத்தில் ஊக்கு வித்தவர்கள் பாண் சமூகத்தினர்.

பாண் சமூகத்தார் ஊர் சுற்றும் வல்லுநர்களாகவும் ஏர்க்களப் பாணர்களாகவும், போர்க்களப் பாணர்களாகவும், பரணி பாடுநர் களாகவும், துயில் எழுப்புபவர்களாகவும், சடங்கு மாந்தர் களாகவும், வருவதுரைப்பவர்களாகவும், புற ஒழுக்கத்தில் தலைவர்களை ஈடுபடுத்தியவர்களாகவும், ஊடல் தீர்த்தவர் களாகவும், கலை பயிற்றுநர்களாகவும், ஐந்திணைகளையும் கலைவழி இணைத்தவர்களாகவும், இன்னும் சில பங்கு பணிகள் ஆற்றியவர்களாகவும் செயல்பட்ட நிலை என்பது, சங்க காலச் சமூகத்தின் இயல்பான ஒழுங்குமுறையில் தொடர்ந்து அதிர்வு களையும் உடைப்புகளையும் ஏற்படுத்திய நிலையாகும்.

உசாத்துணை

அப்துல் அஸீஸ், ஏ.எம். **1980.** *இஸ்லாம் காட்டும் ஆரோக்கிய வாழ்வு.* சென்னை: தம்பி புக் சென்டர்.

அப்துல் சமது, மு. **2004.** *இஸ்லாமியத் தமிழ்ப் புதினங்கள் சித்திரிக்கும் அறியப்படாத வாழ்வும் பண்பாடும்.* சென்னை: உலகத் தமிழாராய்ச்சி நிறுவனம்.

அம்பேத்கர், பீமாராவ் ராம்ஜி. **2015.** *இந்தியாவில் சாதிகள்: அவற்றின் அமைப்பியக்கம், தோற்றம், வளர்ச்சி.* சென்னை: பாவை பப்ளிகேஷன்ஸ்.

இராகவையங்கார், மு. **1964.** *வேளிர் வரலாறு.* சென்னை: வள்ளுவர் பண்ணை.

இராமதாஸ், மு. **2017.** *அறிவுலக மேதை அண்ணல் அம்பேத்கர்.* புதுச்சேரி: புதுச்சேரி கூட்டுறவுப் புத்தகச் சங்கம்.

இன்பமோகன், வடிவேல் **2012.** *கிழக்கிலங்கைச் சடங்குகள்: சமயம், கலை, அழகியல்.* கொழும்பு - சென்னை: குமரன் புத்தக இல்லம்.

கமால், எஸ்.எம். **2016. 1980.** *தமிழகத்தில் முஸ்லிம்கள்.* புத்தாநத்தம்: அடையாளம்.

கவி, கா.மு. செரீப். **1985.** *இஸ்லாம் இந்து மதத்திற்கு விரோதமானதா?.* சென்னை: சீதக்காதிநூல் வெளியீட்டகம்.

காம்பிள், சாரா & டோரில் மோய் (தமிழில் ராஜ்கௌதமன்). **2011.** *பெண்ணியம்: வரலாறும் கோட்பாடுகளும்.* கோவை: விடியல்.

கீதா, வ. & கிறிஸ்டி சுபத்ரா. **2009.** *பாலின பாகுபாடும் சமூக அடையாளங்களும்.* சென்னை: பாரதி புத்தகாலயம்.

கைலாசபதி, க. **1968.** *தமிழ் நாவல் இலக்கியம்.* சென்னை: என்சிபிஎச்.

_______. **2006.** *தமிழ் வீரநிலைக் கவிதை.* கொழும்பு - சென்னை: குமரன் புத்தக இல்லம்.

கோதண்டராமன், பி. **1987.** *இந்தியக் கலைகள்.* சென்னை: என்சிபிஎச்.

சக்கரவர்த்தி, உமா (தமிழில் வ. கீதா). **2008.** *ஒரு பெண்ணியப் பார்வையில் சாதியும் பால்நிலைப் பாகுபாடும்.* சென்னை: பாரதி புத்தகாலயம்.

சண்முகசுந்தரம், சு. 1991. *தமிழில் வட்டார நாவல்கள்.* **சென்னை: காவ்யா.**

சண்முகசுந்தரம், சு. & க. பஞ்சாங்கம்(தொ-ர்). 2002. *கி.ரா. 80.* **சென்னை: காவ்யா.**

சண்முகலிங்கன், என் & பக்தவத்சல பாரதி. 2014. *இலங்கை - இந்திய மானிடவியல்: சமயம் சமூகம் பற்றிய ஆய்வுகள்.* **சென்னை: என்சிபிஎச்.**

சமீம், ஏ. எம். 1997. *இசுலாமிய கலாச்சாரம்.* **சென்னை: பாரி நிலையம்.**

சிவசுப்ரமணியன், ஆ. 2014. *இனவரைவியலும் தமிழ் நாவலும்.* **சென்னை: என்சிபிஎச்.**

சிவத்தம்பி, கா. 1978. *நாவலும் வாழ்க்கையும்.* **சென்னை: தமிழ்ப் புத்தகாலயம்.**

______. 2005. *பண்டைய தமிழ்ச் சமூகத்தில் நாடகம்.* **கொழும்பு - சென்னை: குமரன் புத்தக இல்லம்.**

சுந்தரேசன், சி. 2016. *வழிபாட்டு மரபில் சமய ஒருமைப்பாடு.* **தஞ்சாவூர்: தமிழ்ப் பல்கலைக்கழகம்.**

சுப்பிரமணியன், தி. 2017. *முரசுப் பறையர்: வரலாறு, சமூகம், பண்பாடு.* **(அச்சில் உள்ள நூல்).**

சுப்பிரமணியன், பெ. 2016. *கொங்கு நாட்டுப்புற இசைக்கருவிகள்.* **பழனி: ராம்குமார் பதிப்பகம்.**

சூர்யகாந்தன். 2011. *தமிழ்நாவல்களில் கிராம சமுதாயம்.* **தஞ்சாவூர்: அகரம்.**

செயப்பிரகாசம், பா, பஞ்சாங்கம், க. வெங்கடகப்புராய நாயகர் (பதி). 2017. *கி.ரா.95: முடிவில்லா பயணம்.* **தஞ்சாவூர்: அன்னம்.**

செல்வராசு, சிலம்பு நா. 2017. *பேராசிரியர் கி. ரா.: சில நிகழ்ச்சிகளும் சில நினைவுகளும்.* **தஞ்சாவூர்: அன்னம்.**

செல்வி திருச்சந்திரன். 1997. *தமிழ் வரலாற்றுப் படிமங்கள் சிலவற்றில் ஒரு பெண்நிலை நோக்கு.* **கொழும்பு - சென்னை: குமரன் பதிப்பகம்.**

ஞானி. 1988. *மார்க்சியமும் தமிழ் இலக்கியமும்.* **கோவை: பரிமாணம் வெளியீடு.**

தருமராஜ், டி. 2016. *நான் ஏன் தலித்தும் அல்ல: தலித் என்ற சாதியற்ற பேத நிலை.* **சென்னை: கிழக்குப் பதிப்பகம்.**

தனஞ்செயன், ஆ. 2013. *தமிழில் இலக்கிய மானிடவியல்.* **சென்னை: உலகத் தமிழாராய்ச்சி நிறுவனம்.**

தோதாத்ரி, எஸ். 1988. *தமிழ்நாவல்கள்: சில ஆய்வுகள்.* **சென்னை: என்சிபிஎச்.**

நாராயணன், க. *வழிகாட்டும் மதங்கள்: இஸ்லாம்.* **குறிஞ்சிப்பாடி: மணியன் பதிப்பகம்.**

பக்தவத்சல பாரதி, 1997. இந்தியப் பண்பாட்டுப் பரப்பில் வடக்கும் தெற்கும். *யாணர்* 1: 47-60.

_______.2005. *மானிடவியல் கோட்பாடுகள்.* புத்தாநத்தம்: அடை யாளம்.

_______.2008 . *தமிழர் மானிடவியல்.* புத்தாநத்தம்: அடையாளம்.

_______. 2013. *தமிழகப் பழங்குடிகள்.* புத்தாநத்தம்: அடையாளம்.

_______. 2013. *இன்றைய தமிழ்ச் சமூகம்.* சென்னை: என்சிபிஎச்.

_______. 2014. *இலக்கிய மானிடவியல்.* புத்தாநத்தம்: அடையாளம்.

_______.2015. *பாணர் இனவரைவியல்.* புத்தாநத்தம்: அடையாளம்.

பஞ்சாங்கம், க. 1996. *மறுவாசிப்பில் கி.ரா.* சிவகங்கை: அன்னம் வெளியீடு.

பரமசிவன், தொ. 2001. *பண்பாட்டு அசைவுகள்.* நாகர்கோவில்: காலச்சுவடு பதிப்பகம்.

பாண்டுரங்கன், அ. 2008. *தொகை இயல்.* புதுச்சேரி: தமிழரங்கம்.

பாலசுப்பிரமணியன், கு. வெ. 1998. *சங்க இலக்கியத்தில் கலையும் கலைக்கோட்பாடும்.* சென்னை: உலகத் தமிழாராய்ச்சி நிறுவனம்.

பிரேம்: ரமேஷ். 2000. *கி.ராஜநாராயணன் எழுத்துலகம்.* சென்னை: கலைஞன் பதிப்பகம்.

பிரீடா மேபல்ராணி. 2010. *குமரி மாவட்ட இசுலாமியர் நம்பிக்கைகளும் தர்காக்களும்.* சென்னை: உலகத் தமிழாராய்ச்சி நிறுவனம்.

பூங்குன்றன், ர. 2016. *தொல்குடி வேளிர் வேந்தர்.* சென்னை: என்சிபிஎச்.

ஃபிஷர், எர்னஸ்ட் (தமிழில்: மிலிட்டரி பொன்னுசாமி). 2014. *கலையின் அவசியம்: ஒரு மார்க்சிய அணுகுமுறை.* சென்னை: பாரதி புத்தகாலயம்.

மகாலெட்சுமி, சு. 2013. போர்த் தொடர்பான வென்றிக் கூத்துக்கள். *பழந்தமிழ்க் கலைகளும் நீட்சியும்* நூலிலுள்ள கட்டுரை, தெ. வே. ஜெகதீசன் (ப-ர்). சென்னை: காவ்யா.

மனோன்மணி சண்முகதாஸ். 1991. *சாதியும் துடக்கும்: பண்டைத் தமிழர் தொடக்கம் யாழ்ப்பாணத் தமிழர் வரை.* சென்னை: என்சிபிஎச்.

மாதையன், பெ. 2015. செவ்வியல் இலக்கிய இனக்குழு ஆட்டங்கள் காட்டும் சமுதாய மாற்றம். *சமூக விஞ்ஞானம்* மலர் 12, இதழ் 47: 16-25.

மாற்கு. 2001. *அருந்ததியர்: வாழும் வரலாறு.* பாளையங்கோட்டை: நாட்டார் வழக்காற்றியல் ஆய்வு மையம்.

முகவை மேத்தா. 1996. *தமிழக தர்ஹாக்களும் பள்ளிவாசல்களும்.* சென்னை: மணிமேகலைப் பிரசுரம்.

முத்தையா, இ.1996. *நாட்டுப்புறச் சடங்குகளும் மனித உறவுகளும்.* மதுரை: அரசு பதிப்பகம்.

_______. 2007. *இசையின் அதிகார முகங்கள்.* புதுச்சேரி: வல்லினம்.

மோகன், இரா.(பதி.). 1989. *நாவல் வளர்ச்சி.* சென்னை: மணிவாசகர் பதிப்பகம்.

ரப்பானி, எப்.எம். 2005. *இஸ்லாமியக் கொள்கைகள்.* திருச்சி: ரப்பானியா பப்ளிசர்ஸ்.

ரவீந்திரன், செ. *சங்ககாலக் கூத்துக்கலையும் அதன் வகைகளும். மணற்கேணி* 19: 100-109.

ராமசாமி, அ. 2015. பண்பாட்டு நிலவியலும் திணைக் கோட்பாடும். *புதுவிசை* (மே 2015): 18 - 35.

______2016. *நாவல் என்னும் பெருங்களம்.* சென்னை: நற்றிணை பதிப்பகம்.

ராமாநுஜம். 2016. *சந்நியாசமும் தீண்டாமையும்: சமூக வகைப்பாடுகள், சமூகக் குழுமங்கள் பற்றி சில குறிப்புகள்.* சென்னை: புலம்.

லட்சுமணன், எஸ்.எம்.எல். 1974. *தமிழ்நாட்டு மக்களின் மரபும் பண்பாடும்.* புதுதில்லி: நேஷனல் புக் டிரஸ்ட்.

வானமாமலை, நா. 1977. *தமிழ் நாவல்கள்: ஒரு மதிப்பீடு.* சென்னை: என்சிபிஎச்.

வெண்ணிலா, ம. 2004. *இலக்கியங்களில் கலப்புத் திருமணங்கள்.* 16/4, 48வது தெரு, நங்கநல்லூர், சென்னை - 600 061.

வேங்கடாசலபதி, ஆ.இரா. 2002. *நாவல் வாசிப்பு.* நாகர்கோவில்: காலச்சுவடு.

ஜெகதீசன், தெ. வே (பதி.). 2013. *பழந்தமிழ்க் கலைகளும் நீட்சியும்.* சென்னை: காவ்யா.

ஷாஜகான் கனி, வெ. மு. 2009. *அரங்கேற்றுக் காதை ஆராய்ச்சி.* சென்னை: உலகத் தமிழாராய்ச்சி நிறுவனம்.

ஹாமீம் முஸ்தபா, எச். 2003. *சூஃபிகள் தர்ஹாக்கள்: சில மாற்று உரையாடல்கள்.* அழகிய மண்டபம்: கீற்று வெளியீட்டகம்.

ஹேமமாலினி, தீ. 2016. *தமிழ்ச் சமூக உருவாக்கத்தில் சாதிக் கலப்பும் புதிய சாதிகளின் உருவாக்கமும்.* முனைவர்பட்ட ஆய்வேடு, புதுச்சேரி மொழியியல் பண்பாட்டு ஆராய்ச்சி நிறுவனம், புதுச்சேரி.

ஹேரிஸ், மார்வின் (தமிழில் துகாராம்கோபால்ராவ்). 2005. *பசுக்கள், பன்றிகள், போர்கள், சூனியக்காரிகள் ஆகிய கலாச்சாரப் புதிர்கள்* (இரண்டு தொகுதிகள்). சென்னை: எனி இந்தியன் பதிப்பகம்.

Ambedkar, B.R. 2003 (1916). *Castes in India: Their Mechanism,*

Genesis and Development. Delhi: Dalit Book Trust Blumoon Books.

_____.2007. *The Essential Writings of B.R. Ambedkar* (edited by Valerian Rodrigues) (i) *On Untouchables*, (ii) *Origin of Untouchability*. Delhi: Oxford University Press.

Angelis, Rose De. (Ed.) 2002. *Between Anthropology and Literature*. London: Routledge.

Ashley. A. A. (Ed.) 1990. *Victor Turner and the Construction of Cultural Criticism: Between Anthropology and Literature*. Bloomington: Indiana University Press.

Banerjee, S. 1963. Pnar Kinship System. *Bulletin of the Anthropological Survey of India* 12, 3-4: 165-70.

_____.1964. Residence Pattern among the Pnar. *Bulletin of the Anthropological Survey of India* 13, 1-2: 107-10.

Bayly, Susan. 1995. Caste and 'Race' in the Colonial Ethnography of India. In *The Concept of Race in South Asia*, ed. Peter Robb, pp. 165-218. Delhi: Oxford University Press.

Basu, N.G. 1987. *Forest and Tribals*. Calcutta: Manisha.

Bates, Crispin. 1995. Race, Caste, and Tribe in Central India: The Early Origins of Indian Anthropometry. In *The Concept of Race in South Asia*, ed. Peter Robb, pp. 219-59. Delhi: Oxford University Press.

Beck, Brenda E. F. 1982. Indian Minstrels as Sociologists: Political Strategies Depicted in a Local Epic. *Contributions to Indian Sociology* (N.S.)16,1: 35-37.

Bennett, Lynn. 1983. *Dangerous Wives and Sacred Sisters: Social and Symbolic Roles of High-Caste Women in Nepal*. New York: Columbia University Press.

Benson, P. (Ed.). 1993. *Anthropology and Literature*. Urbana: University of Illinois Press.

Bharathi, Bhakthavatsala S. 1994. *A Study of Nomadic Community in Tamilnadu: Kambalathu Nayakkar*. Doctoral Dissertation, Mysore University, Mysore.

_____. 1999. *Coromandel Fishermen: An Ethnography of Pattanavar Subcaste*. Pondicherry: Pondicherry Institute of Linguistics and Culture.

Bhattacharji, Sukumari. 1994. *Women and Society in Ancient India*. Calcutta: Basumati Corporation.

Caplan, Patricia. 1985. *Class and Gender in India. Women and their*

Organisations in a South Indian City. London: Tavistock.

Caplan, P. and Bujra, Janet (eds.) 1978. *Women United, Women Divided.* London: Tavistock.

Chakravarti, Uma. 2013. (2003). *Gendering Caste: Through a Faminist Lens.* Calcutta: Stree.

Dasgupta, P. K. 1966. Family among the War Khasi. *Journal of the Indian Anthropological Society* 1-2: 167-75.

Deliege, Robert. 1997. *The World of the Untouchables : Paraiyars of Tamil Nadu.* Delhi: Oxford University Press.

Dennis, P. and Ayock, W. (Eds) 1989. *Literature and Anthropology.* Lubbock: Texas Tech University Press.

Dobbert, M.L. 1982. *Ethnographic Research: Theory and Application for Modern Schools and Societies.* New York: Praeger.

Douglas, Mary. 1970. *Natural Symbols.* London: Cresset.

Dumont, Louis. 1970. *Homo Hierarchicus: The Caste System and its Implications.* (trans. Mark Sainsbury, Louis Dumont and Basia Gulati). Chicago: University of Chicago Press.

Enthoven, R.E. 1975 (1922). *The Tribes and Castes of Bombay.* Bombay: Government Central Press, reprint 1975, Delhi: Cosmo Publications.

Fernandes, Walter and Geeta Menon (eds.) 1987. *Tribal Women and Forest Economy.* New Delhi: Indian Social Institute.

Ferro-Luzzi, Gabriella Eichinger. 1983. *Cool Fire: Culture-specific Themes in Tamil Short Stories* (Monographica). Gottingen: Herodot(original from Indiana University).

Fridel, Ernestine. 1967. *Vasilika.* New York: Holt, Rinehart and Winston.

Fruzetti, Lina M. 1982. *The Gift of a Virgin: Women, Marriage and Ritual in a Bengali Society.* New Delhi: Oxford University Press.

Fukazawa, H. 1991. *The Medieval Deccan: Peasants, Social Systems, States, Sixteenth to Eighteenth Centuries.* Delhi: Oxford University Press.

Fuller, C. J. 1976. *The Nayars Today.* New York: Cambridge University Press.

Furer-Haimendorf, C. von. 1967. The Historical Value of Indian Bardic Literature. In *Historians of India, Pakistan and Ceylon,* ed. C.H. Philips. London.

Gale, Fay (ed.) 1970. *Women's Role in Aboriginal Society.* Canberra: Australian National Institute of Aboriginal Studies.

Ghurye, Govind S. 1923. Dual Organization in India. *The Royal Anthropological Institute of Great* Britain and Ireland 53: 79-91.

_____.1950. *Caste and Class in India.* Bombay: Popular Book Depot.

Goody, Jack. 1973. Bridewealth and Dowry in Africa and Eurasia. In *Bridewealth and Dowry.* Jack Goody and S. J. Tambiah, (eds.) pp. 1-58. Cambridge: Cambridge University Press.

_____. 1976. *Production and Reproduction: A Comparative Study of the Domestic Domain.* Cambridge: Cambridge University Press.

_____. 1998. *Food and Love: A Cultural History of East and West.* London: Verso Press.

Guru, Gopal and Sarukkai, Sundar. 2012. *Cracked Mirrors: An Indian Debate on Experience and Reality: Phenomenology of Untouchability.* Delhi: Oxford University Press.

Gurukkal, Rajan. 1989. Forms of Production and Forces of Change in Ancient Tamil Society. *Studies in History* V, 2.

_____.1993. Towards the Voice of Dissent: Trajectory of Ideological Transformation in Early South India. *Social Scientist* Vol. 21, Nos. 1-2: 2- 22.

_____. 2012: *Social Formations of Early South India.* Delhi: Oxford University Press.

Harper, E. 1964. Ritual Pollution as an Integrator of Caste and Religion. *Journal of Asian Studies* 23 (supp.): 151-97.

Harris, Marvin. 1993. The Evolution of Human Gender Hierarchies: A Trial Formulation. In *Sex and Gender Hierarchies,* Barbara D. Miller (ed.) pp. 57-79. Cambridge: Cambridge University Press.

Hart, George L. 111. 1999. Women and the Sacred in Ancient Tamilnadu. In *Women in Early Indian Societies,* ed. by Kumkum Roy. Delhi: Manohar.

_____. 2002 (1999). *The Purananuru.* New Delhi: Penguin Books.

_____.n.d. *Early Evidence for Caste in South India.* unpublished ms.

Hartley, C.S. 2015. *The Position of Women in Primitive Society.* Nine Books.

Heywood, Ian. 1997. *Social Theories of Art.* New York: New York University Press.

Hocart, Arthur M. 1950. *Caste: A Comparative Study.* New York: Russell & Russell.

Hunter, Richard and Rutherford, Ian.(eds.). 2009. *Wandering Poets in Ancient Greek Culture: Travel, Locality, Pan-Hellenism.* Cambridge: Cambridge University Press.

Hutton, J.H. 1969 (1946). *Caste in India: Its Nature, Function, and Origins.* Bombay: Oxford University Press.

Ibbetson, D.C.J. 1883 (1881). *Report on the Census of the Punjab.* Calcutta: Govt. Press.

Ingold, T. 1996. The Forager and Economic Man. In *Nature and Society: Anthropological Perspectives on the Environment,* eds. G. Palsson and P. Descola. London: Routledge.

Jacobson, D. (1991). *Reading Ethnography.* New York: State University of New York Press.

Karve, Irawati. 1965 (1953). *Kinship Organization in India* (3rd ed.) Delhi: Munshiram Manoharlal.

Kinsley, David. 1987. *Hindu Goddess: Visions of the Divine Feminine in the Hindu Religious Tradition.* Delhi: Motilal Banarsidass.

Klass, Mortan. 2004 (1980). *Caste: The Emergence of the South Asian Social System.* New Delhi: Manohar.

Kolenda, Pauline. 1987. *Regional Differences in Family Structures in India.* Jaipur: Rawat.

Kosambi, D.D. 1962. *Myth and Reality: Studies in the Formation of Indian Culture.* Bombay: Popular Prakashan.

_____. 1975. *An Introduction to the Study of Indian History.* Bombay: Popular Prakashan.

Leavitt. J. (1997). *Poetry and Prophecy: The Anthropology of Inspiration.* Ann Arbor: University of Michigan Press.

Lerner, Gerda. 1986. *The Creation of Patriarchy.* New York: Oxford University Press.

Leslie, Julia. 1989. *The Perfect Wife: The Orthodox Hindu Wife According to the Stridharmapaddhati of Tryambakayajavan.* Delhi: Oxford University Press.

Levi-Strauss, Claude. 1963a. The Bear and the Barber. *The Journal of the Royal Anthropological Institute of Great Britain and Ireland* 93, 1: 1-11.

_____. 1963b. *Totemism.* Harmandsworth: Penguin Books.

_____. 1969. *The Elementary Structures of Kinship* (original French edition, 1949). London: Eyre & Spottishwoode.

Malik, S.C. 1980. *Dissent, Protest and Reform in Indian Civilization*. Shimla: Indian Institute of Advanced Study.

Marriott, McKim. 1968. Caste Ranking and Food Transactions: A Matrix Analysis. In *Structure and Change in Indian Society*, eds. Milton Singer and Bernard Cohn. Chicago: Aldine Publishing Company.

_____. 1976. Hindu Transactions: Diversity without Dualism. In *Transaction and Meaning*, ed. Bruce Kapferer. Philadelphia: Institute for the Study of Human Issues.

Moffatt, M. 1979. *An Untouchable Community in South India: Structure and Consensus*. Princeton: Princeton University Press.

Moore, H. 1988. *Feminism and Anthropology*. Oxford: Polity Press.

Moore, Mette. 1986. *Space, Text and Gender*. Cambridge: Cambridge University Press.

Mukherjee, B. 1981. *Structure and Kinship in Tribal India*. New Delhi: Concept.

Murdock, G. P. 1949. *Social Structure*. New York: Macmillan.

Narasimaiah, B. 1980. *Neolithic and Megalithic Cultures in Tamilnadu*. Delhi: Sandeep Prakashan.

Nesfield, John C. 1885 (1882). *Brief View of the Caste System of the North - Western Provinces and Oudh*. Allahabad: Govt. Press.

Nilakanta Sastri, K.A. 1972. *The Sangam Age: Its Cults and Cultures*. Madras: Swathi Publications.

Oakley, A. 1983. A Case of Maternity: Paradigms of Women as Maternity Cases. *Signs* 4, 4: 607-31.

Ortner, Sherry. 1974. Is Female to Male as Nature is to Culture?. In *Women, Culture and Society*, M. Rosaldo and L. Lamphere (eds.) pp. 67-88. Stanford: Stanford University Press.

Pillai, K.K. 1963. The Caste System in the Sangam Age. *Journal of Indian History* 11:513-19.

Poyatos, F. (Ed). 1988. *Literary Anthropology*. Amsterdam: Benjamins.

Ramaswamy, Vijaya. 1997. The Kudi in Early Tamilaham and the Tamil Women: From Tribe to caste. in *From Tribe to Caste*, ed. by Dev Nathan. Shimla: Indian Institute of Advanced Study.

Reiter, Rayna R. 2011 (1975). *Toward an Anthropology of Women.* Delhi: Aakar Books..

Reynolds, H. B. 1980. The Auspicious Married Women. In *The Powers of Tamil Women,* Susan S. Wadly (Ed.). New Delhi: Manohar.

Risely, Herbert H. 1908. *The People of India.* Calcutta: Thacker, Spink and Co.

_____. 1981 (1891). *The Tribes and Castes of Bengal.* Calcutta: Bengal Secretariat Press, reprint 1981, Calcutta: Firma Mukho padhyay, Vol. II

Robb, Peter. (ed.) 1995. *The Concept of Race in South Asia.* Delhi: Oxford University Press.

Rosaldo, Michelle UC. 1974. Women, Culture and Society: A Theoretical Overview. In M. Rosaldo and L. Lamphere (eds.) *Women, Culture and Society,* pp. 17-42. Stanford: Stanford University Press.

Russell, R.V. and Hiralal. 1975 (1916). *The Tribes and Castes of the Central Provinces of India.* London: Macmillan and Co., reprint 1975, Delhi: Cosmo Publications.

Sahlins, M. 1968. On the Sociology of Primitive Exchange. In *The Relevance of Models for Social Anthropology,* ed. M. Banton, London.

Sandy, Peggy. 1981. *Female Power and Male Dominance: On the Origins of Sexual Inequality.* Cambridge: Cambridge University Press.

Senart, Emile. 1930. *Caste in India: The Facts and the System.* London: Methuen (originally published in 1896 in France as les castes dans l'Inde, Delhi: E.S.S.).

Seneviratne, S. 1989. Pre-state Societies to State Societies: Transformations in the political Ecology of South India with special Reference to Tamil Nadu. In *The State in Pre-colonial South India.* R. Champakalakshmi (ed.). Bombay: Oxford University Press.

Service, Elman R.1966. *The Hunters.* Englewood-Cliffs: Prentice-Hall.

_____. 1975. *Origins of the State and Civilization.* New York: W.W. Norton and Company.

Singh, K.S. (ed.) 1993. *People of India* (Vol. II): *The Scheduled Castes* Delhi: Oxford University Press.

Sivathamby, K. 1974. Early South Indian Society and Economy: The Thinai Concept. *Social Scientist* 29: 20-37.

_____. 1998. *Studies in Ancient Tamil Society.* Madras: NCBH.

Srinivasa Iyengar. P.T. *Pre-Aryan Tamil Culture*. Madras.

_____.1929. *History of the Tamils: From the Earliest Times to 600 A.D.* Delhi: Asian Educational Services.

Snodgrass, Jeffrey G. 2006. *Casting Kings: Bards and Indian Modernity*. New York: Oxford University Press.

Tambiah, S.J. 1973. From Varna to Caste through Mixed Unions. In *Character of Kinship* ed.by Jack Goody. Cambridge: Cambridge University Press.

Tarn, N. 1991. *Views from the Weaving Mountain: Selected Essays in Poetics and Anthropology*. New Mexico: University of New Mexico.

Thapar, Romila. 1978. 'Ascenticism: The Making of a Counter Culture. (A Chapter in her book on *Ancient Indian Social History*). New Delhi.

_____.1979. Dissent and Protest in Early Indian Tradition. *Studies in History* Vol. No. 2.

_____. 1984. *From Lineage to State: Social Formations in the Mid-First Millennium B.C. in the Ganga Valley*. Bombay: Oxford University Press.

_____. 1992. *Clan, Caste and Origin Myths in Early India*. Shimla: Indian Institute of Advanced study.

Turner, Victor. 1992. *From Ritual to Theatre*. New York: PAJ Publication.

Van-Exem, A. 1984. Turi Myths of Origin. *South Asian Anthropologist* 5, 1: 49-56.

Yalman, Nur. 1962. On the Purity of women in the Castes of Ceylon and Malabar. *Journal of the Royal Anthropological Institute of Great Britain and Ireland 93: 25-28.*

_____. 1963. On the Purity of Women in the Castes of Ceylon and Malabar. *Journal of the Royal Anthropological Institute* 93: 25-58.

Ynch, O. 1969. *The Politics of Untouchability: Social Mobility and Social Change in a City of India*. New York: Columbia University Press.

சுட்டி

அகமணம் 21
அந்தராளப் பிரிவு 46
அம்பேத்கர், பீ. ரா. 1, 18
அனுலோமம் 44
அனுலோமப் பிரிவு 45
ஆதி கலைகள் 137
ஆதி சமூகமுறை 39
ஆப்பிரிக்கப் பெண் 70
ஆர்ட்னர் 92
ஆஸ்திரேலிய ஆதிக்குடி 12
இதிகாசங்கள் 48
இந்தியாவில் சாதிகள் 1
இந்து-முஸ்லிம் ஓர்மை 55
இபட்சன் 3
இனங்களின் வகைகள் 42
இனவரைவியல் 99
இனவரைவியல் பனுவல் 130
உயர்குடி மணம் 44
உறவுத் திருமணம் 81
எச்சம், வான் 28
கலப்பு மணங்கள் 42
கன்னிகாதானம் 94
கார்வே, ஐராவதி 33
கிராமங்களில் நகரியம் 108
கீர்ட்ஸ், கிளிஃபோர்டு 115
கீழ்க்குடி மணம் 44
குட்டிக் குடியரசுகள் 108
குடி 33
குர்யே, ஜி. எஸ். 9
குலக்குறி 12
குறவர் 25
கூத்துகள் 146
கேரளக் குடிகள் 77
சங்ககாலக் கலைகள் 137 - 9
சங்கரா பிரிவு 45
சாதிகளின் தோற்றம் 3
சாதியும் பெண்ணும் 85
சுப்பிரமணியன், தி. 32
சுதேசி இனவரைவியல் xii
சூப்ப பகத் 29
சூலாயுதம் 69
செனார்ட், எமிலி 8
டெலீஜ், ராபர்ட் 31
டோக்கரி 25
தந்தைவழிச் சமூகம் 83
தருமராஜ், டி. 32
தாய்வழிச் சமூகம் 76
துய்மோன், லூயி 14
தூரி 25
தைக்கால் 58
தெய்வ வடிவங்கள் 92
தென்னிந்திய மணம் 94
தோண்டுகழி 67
நகரங்களில் கிராமியம் 145
நாயர் 80
நீலகிரி கூட்டுவாழ்க்கை 17
நெஸ்ஃபீல்டு, ஜான் 5
பக்தவத்சல பாரதி 17
பட்டினச்சேரி 57
படைப்புமொழி 125
பண்பாட்டு உரையாடல் ix-x
பண்பாட்டு நெசவு 128
பண்பாட்டுப் புரட்சி 67
பரிசத் திருமணம் 94

176 ❋ பண்பாட்டு உரையாடல்

பழமலய் 120
பனுவலாக்கம் 133
பாகிய பிரிவு 47
பாண் சமூகம் 138
பாணர் பண்பாடு 144
பார்த்தொழுகுதல் 38
பார்வைக் கணவர் 80
பாலினப் படிநிலை 74
பிரதிலோமப் பிரிவு 46
பிரதிலோமம் 44
பின்நவீனத்துவ
இனவரைவியல் 113
ஃபிரிடல் 96
பூங்குன்றன், ர. 35, 151
பெண் சுயாட்சி 65
மகாபாரதம் 48
மட்டையடி விழா 60
மர்டாக், ஜார்ஜ் 79
மனுவின் வகையினர் 45
மாசிமகம் 54-62
மாரியாட், மக்கிம் 16
முறைமணம் 81
முத்தையா, இ. xiii
முஸ்லிம்-இந்து ஓர்மை 55
ராமாநுஜம் 32
ராஜநாராயணன், கி. 123
ராஸ், டெனிசன் 9
ரிஸ்லி, சர் ஹெர்பர்ட் 6, 26
ரேனால்ட்ஸ் 92
லூசி, ஃபெர்ரோ 124
லெவிஸ்ட்ராஸ், கிளாட் 11
வட்டார நாகரிகம் 111
வட்டார நாவல்கள் 100
வட இந்திய மணம் 94
வம்ப வேந்தர் 152
வரதட்சணை 96
விராத்திய பிரிவு 47
வேளாண் வகைகள் 71-3
ஹட்டன், ஜே. எச். 7
ஹார்ட், ஜார்ஜ் 34
ஹோகார்ட், ஆர்தர் 11
ஸ்ரீசௌரிராஜப் பெருமாள் 57
ஸ்ரீவராகப் பெருமாள் 54

ஃ

படித்துவிட்டீர்களா?

பக்தவத்சல பாரதி
எழுதிய பிற நூல்கள்

தமிழகப் பழங்குடிகள்

பக்கம்: *384*, விலை: ₹ 330, ISBN: 978 81 7720 080 5

தமிழர் மானிடவியல்

பக்கம்: *472*, விலை: ₹ 325, ISBN: 978 81 7720 100 0

பண்பாட்டு மானிடவியல்

பக்கம்: *208*, விலை: ₹ 160, ISBN: 978 81 7720 158 1

மானிடவியல் கோட்பாடுகள்

பக்கம்: *504*, விலை: ₹ 420, ISBN: 978 81 7720 189 5

வரலாற்று மானிடவியல்

பக்கம்: *224*, விலை: ₹ 165, ISBN: 978 81 7720 208 3

இலக்கிய மானிடவியல்

பக்கம்: *316*, விலை: ₹ 300, ISBN: 978 81 7720 223 6

பாணர் இனவரைவியல்

பக்கம்: *288*, விலை: ₹ 220, ISBN: 978 81 7720 241 0

இலங்கையில் சிங்களவர்

பக்கம்: *208*, விலை: ₹ 160, ISBN: 978 81 7720 244 1

தமிழகத்தில் நாடோடிகள்

பக்கம்: *456*, விலை: ₹ 380 ISBN: 978 81 7720 270 0